இந்திய சுதந்தரப் போராட்ட வீரர்கள்

முனைவர் **ப. சரவணன்**

14 மே 1978 அன்று சென்னையில் சு. பழனிசாமி - ப. அனுசுயாதேவி தம்பதியருக்குப் பிறந்து, தமிழ்நாட்டின் பல்வேறு பகுதிகளில் வளர்ந்து, மதுரை அல்-அமீன் மேல்நிலைப் பள்ளியில் பள்ளிக் கல்வியை முடித்தார். மதுரை அமெரிக்கன் கல்லூரியில் 1995-2000 வரை தமிழ் இலக்கியம் பயின்று, மதுரை யாதவர் கல்லூரியில் அ. முத்துலிங்கம் கதைகளை ஆய்வு செய்து முனைவர் பட்டம் பெற்றார்.

இவரது கவிதைகளைத் தொகுத்து 'மழைக்காலப் பாடகனும் மழையிசையும்' என்ற நூலாக காலச்சுவடு பதிப்பகம் 2006ஆம் ஆண்டு வெளியிட்டது. இவர் குமுதம் நிறுவன இதழ்கள் குறித்து எழுதிய விமரிசனங்களை 'வெகுஜன இதழியல்' என்ற நூலாக மதுரை சுபமி பதிப்பகம் 2007ஆம் ஆண்டு வெளியிட்டது.

இந்திய சுதந்தரப் போராட்ட வீரர்கள்

முனைவர் ப. சரவணன்

கிழக்கு

இந்திய சுதந்தரப் போராட்ட வீரர்கள்
Indhiya Sudhandhara Poratta Veerargal
P. Saravanan ©

First Edition: August 2014
176 Pages
Printed in India.

ISBN: 978-93-5135-177-1
Title No: Kizhakku 763

Kizhakku Pathippagam
177/103, First Floor,
Ambal's Building, Lloyds Road
Royapettah, Chennai 600 014.
Ph: +91-44-4200-9603

Email : support@nhm.in
Website : www.nhm.in

Author's Email : tamilwriter.saravanan@gmail.com

Kizhakku Pathippagam is an imprint of New Horizon Media Private Limited.

உள்ளே

முன்னுரை

பிரிட்டிஷ் இந்தியா என்பது, 300 ஆண்டுகளாக இந்தியத் துணைக் கண்டத்தில் வலுக்கட்டாயமாக ஆண்ட பிரிட்டிஷ்காரர்களின் ஏகாதிபத்திய ஆட்சியைக் குறிக்கும்.

கி.பி. 1747 முதல் கி.பி. 1947 வரை இங்கிலாந்தின் தனிநபர் வருமானம் 347 சதவிகிதம் ஆகும். அதே காலத்தில், இந்தியாவின் தனிநபர் வருமானம் 14 சதவிகிதம் உயர்ந்தது என்கிறது புள்ளிவிவரம். இதிலிருந்தே பிரிட்டன் நம் நாட்டிலிருந்து எவ்வளவு உறிஞ்சி எடுத்துக்கொண்டது என்பதைப் புரிந்துகொள்ளலாம்.

இக்காலக்கட்டத்தில் சொந்த நாட்டுக்குள் தாற்காலிக அடிமைகளாக இந்தியர்கள் உயிர் பிழைத்திருந்தனர். இந்தியர்களின் இருண்ட வாழ்வுக்கான பொன் விடியல் இயற்கையாக வராது என்பது ஒவ்வொரு இந்தியருக்கும் உறுதியாகத் தெரிந்தது.

இந்த அடிமை வாழ்க்கையை முடிவுக்குக் கொண்டுவரப் பலரும் பலவகையிலும் பாடுபட்டனர். அவர்களுடைய நோக்கம் ஒன்றுதான். அது சுதந்தரம். ஆனால், அதனை அடையும் வழிகளோ இரண்டு. ஒன்று அகிம்சை, மற்றொன்று இம்சை.

இந்தியர்களின் அகிம்சை என்பது பேரமைதியான ஒடுக்கம். இந்தியர்களின் புரட்சி என்பது பேரெழுச்சியான வெடிப்பு. ஒன்று பனிப் பாதை. மற்றொன்று ரத்தப் பாதை. பனிப் பாதையில் பலர் நடந்தனர். ரத்தப் பாதையில் சிலர் நடந்தனர். அந்தச் சிலரை நாம் மறந்துவிட்டோம். அவர்களை நினைவூட்டுவதே, நினைத்துப் பார்ப்பதே இந்த நூலின் நோக்கம்.

எழுத்தாயுதம், பேச்சாயுதம், பாட்டாயுதம் ஏந்தி மக்கள் மத்தியில் விடுதலை உணர்வை மட்டும் எழுப்பி, களமிறங்காத, சிறைசெல்லாத, ரத்தம் சிந்தாத, உயிரை நல்காத தீவிரவாதிகளுக்கும் சந்தர்ப்பச் சூழ்நிலைக்கு ஏற்ப தன் வீர வாழ்வில் பாதியை பிரிட்டிஷாருக்கும் பிறருக்கும் அளித்து, மீதி வாழ்வைச் சுதேசி இந்தியர்களுக்கு வழங்கி, சுய ஆதாயம் தேடியவர்களுக்கும் இந்தப் புத்தகத்தில் இடமில்லை.

- முனைவர் **ப. சரவணன்**

1

இந்தியாவைத் தேடி

தமிழர்களின் கடல் வணிகம் கி.மு. 3000ஆம் ஆண்டிலேயே தொடங்கிவிட்டது. அன்று முதல் இன்றுவரை இந்தியாவுக்கும் பல நாடுகளுக்கும் பல்வேறு வகையான கடல்வழி இணைப்புகள் பயன்பாட்டில் உள்ளன. அவற்றைச் சரிவரப் பயன்படுத்தியதால் வாணிபத்தில் தன்னிறைவு அடைந்தனர்.

தொடக்கத்திலிருந்தே மிகச் சரியாகத்தான் கடல் வாணிபப் போக்குவரத்து நடந்தேறிவந்தது. அவ்வப்போது கடற்கொள்ளையர்கள், இயற்கை இடர்கள் எனத் தடைகள் எதிர்ப்பட்டபோதும் யாரும் கடல் வாணிபத்தைக் கைவிடவில்லை.

ஐரோப்பியர்களுக்கு கடல் வாணிபத்தின் முதன்மைத் தடமாக கான்ஸ்டான்டிநோபிள் (இன்றைய துருக்கியின் இஸ்தான்புல்) விளங்கியது. அவர்களுக்குச் செல்வங்களை வாரி வழங்கிய சொர்க்க வாசலாக அக்கடல்வழி இருந்தது. 1453ஆம் ஆண்டு கான்ஸ்டான்டி நோபிளைத் துருக்கியர்கள் கைப்பற்றிய பின்னர், ஐரோப்பியர்களின் ஒரு கப்பலைக்கூட அக்கடற்பகுதியின் வழியாகச் செல்ல அவர்கள் அனுமதிக்கவில்லை. இது ஐரோப்பியர்களின் கடல்வாணிபத்தில் விழுந்த பேரிடி. அவ்வழியைத் தவிர அவர்களுக்கு ஆசியா, ஆப்பிரிக்கா போன்ற கண்டங்களுக்குச் செல்லும் வேறு வழி ஏதும் தெரியாது. உலகம் உருண்டை என்பதும் அவர்களுக்குத் தெரியாது.

இதற்காகக் கடல் வாணிபத்தைக் கைவிட அவர்கள் விரும்பவில்லை. வேறு ஒரு கடல்வழியைக் கண்டுபிடித்து அதன்வழியாக இந்தியா வந்தடைந்து தங்களின் கடல் வாணிபத்தைத் தொடரத் திட்டமிட்டனர்.

போர்ச்சுகல், ஸ்பெயின், பிரான்ஸ், ஹாலந்து, இங்கிலாந்து நாட்டு மாலுமிகள் தங்கள் அரசின் முழு ஆதரவுடன் இந்தியாவுக்குச் செல்வதற்கான மாற்றுக் கடல்வழியினைக் கண்டுபிடிக்கப் புறப்பட்டனர்.

கொலம்பஸ் வழிதவறினார். இந்தியாவுக்குப் பதிலாக அவர் 1492 ஆம் ஆண்டு அமெரிக்கா சென்றார். அமெரிக்கோ வெஸ்புகியும் வழிதவறினார். அவரும் அமெரிக்கா சென்று அது ஒரு பெரிய கண்டம் என்பதனைக் கண்டுகொண்டார். வாஸ்கோடகாமாவும் வழிதவறினார். இந்தியாவுக்குப் பதிலாக அவர் ஆப்பிரிக்காவின் தெற்கு முனைக்கு வந்து சேர்ந்தார். பெர்டினன்ட் மெகலன் வாஸ்கோடகாமாவின் வழியையே பின்பற்றியதால் இந்தியாவை வந்தடையாமல் சிங்கப்பூர், பிலிப்பைன்ஸ் வழியாக ரஷ்யாவின் வடபகுதியைக் கடந்து ஐரோப்பாவுக்கே வந்தடைந்தார். அப்போதுதான் உலகம் உருண்டை என்பது அவர்களுக்குப் புரிந்தது. கேப்டன் குக் என்பவர் வழிதவறி ஆஸ்திரேலியாவைக் கண்டுபிடித்தார்.

இப்படி ஆளாளுக்கு வழிதவறி வழிதவறி ஆளுக்கொரு புதிய கண்டத்தைக் கண்டுபிடித்து மகிழ்ந்த வேளையில் அதிர்ஷ்டம் வாஸ்கோடகாமாவுக்கு அடித்தது. வாஸ்கோடகாமாவும் மீண்டும் முயற்சி செய்து 20 மே 1498ஆம் நாள் வெள்ளிக்கிழமை இரவு அரபிக்கடல் வழியாக கேரளாவில் உள்ள கோழிக்கோடு என்ற இடத்துக்கு வந்து சேர்ந்தார்.

அதன்பின்னர் வழக்கம்போல் ஐரோப்பியர்களின் வாணிபம் செழித்தது. தாங்கள் வழிதவறிக் கண்டடைந்த கண்டங்களிலும் தங்களின் வாணிபக் கிளைகளுக்குத் திறப்புவிழா கொண்டாடினர்.

•

மிளகுக்குச் சரித்திரத்தில் மிக முக்கிய இடமுண்டு. எகிப்து பிரமிடுகளில் பதப்படுத்தப்பட்டுள்ள இறந்த அரசர்களின் மூக்குத் துவாரங்களில் மிளகுகள் கண்டெடுக்கப்பட்டன. அதனால், எகிப்து நாகரிகத்தில் மிளகு சிறந்த மருத்துவப் பொருளாகவும், விலையுயர்ந்த பொருளாகவும் மதிக்கப்பட்டுள்ளது என்பதை அறியமுடிகிறது. கிரேக்க நாகரிகத்திலும் கி.மு. நான்காம் நூற்றாண்டு முதல் மிளகு மிகக் குறைந்த அளவில் பயன்பாட்டில் இருந்துள்ளது. மிக விலை உயர்ந்த பொருளாகவும் அரிதான பொருளாகவும் இருந்ததால், செல்வந்தர் மட்டுமே மிளகைச் சுவைத்திருந்தனர்.

1213 ஆம் ஆண்டில், எகிப்தின் அரசனான இரண்டாம் ராம்ஸேஸின் இறுதிச் சடங்குகளில் மிளகு பயன்படுத்தப்பட்டுள்ளது. கி.பி. 16 ஆம்

நூற்றாண்டின் இறுதியில் ஜாவா, சுமத்திரா, மடகாஸ்கர் போன்ற தீவுகளிலும், இந்தோனேஷியா மற்றும் பல கிழக்காசிய நாடுகளிலும் குறைந்த அளவில் மிளகு பயிரிடப்பட்டது. இங்கு விளைந்த மிளகு சீனாவிலும் உள்நாட்டிலுமே விற்கப்பட்டதால் ஐரோப்பாவின் மிளகு வணிகம் இந்தியாவை எதிர்பார்த்திருந்தது.

ஐரோப்பியக் குடும்பங்களில் ஒரு பெண் திருமணமாகி வரும்போது சீதனமாக மிளகு கொண்டுவந்தால் அது அவளது செல்வச் செழிப்பின் அடையாளமாகக் கருதப்பட்டது. ஐரோப்பிய நாடுகளில், நறுமணப் பொருள்களின் தேவை மிக அதிகமாக இருந்ததாலும், அப்பொருள்கள் மிக விலை உயர்ந்ததாக இருந்ததாலும், அவற்றின் இறக்குமதியை அதிகப்படுத்த விளைந்தனர். மிளகுகளை வாங்கிக் குவித்தனர்.

ஐரோப்பியர்களின் மிளகுத் தேவையை உணர்ந்த லண்டனில் டச்சு வணிகர்கள் பிரிட்டிஷ் வணிகர்களிடம் இந்தியாவிலிருந்து இறக்குமதி செய்யும் பொருள்களுக்கு, குறிப்பாக மிளகுக்கு ஒரு பவுண்டுக்கு ஐந்து ஷில்லிங் கூடுதலாகக் கேட்டனர். அவ்வாறு கூடுதல் தொகையைக் கொடுக்க பிரிட்டிஷ் வணிகர்கள் விரும்பவில்லை.

எனவே ஒரு திட்டம் தீட்டினர். அவர்களுள் 24 பேர் ஒன்று கூடி, 24 செப்டெம்பர் 1599ஆம் நாள் லண்டனில் கூடிப்பேசி ஒரு முடிவுக்கு வந்தனர். 125 பங்குதாரர்களைச் சேர்த்து 72,000 பவுண்ட் பணத்தைத் திரட்டினர். பவுண்ட் ஸ்டெர்லிங் என்பது பிரிட்டிஷ் நாணய அலகாகும். ஒரு பவுண்ட் நூறு சதங்களாகப் பிரிக்கப்படுகிறது. உலகில் அதிக அளவு பணமதிப்புள்ள நாணயங்களில் ஒன்று பவுண்ட். அத்தொகையைக் கொண்டு கிழக்கிந்திய கம்பெனியைத் தொடங்கினர். கிழக்கு நாடுகளுடன் வாணிகம் செய்ய இங்கிலாந்து மகாராணி எலிசபெத் கி.பி.1600ஆம் ஆண்டு அவர்களுக்கு அனுமதி வழங்கினார். இந்தியாவுடன் பெருவாணிகம் செய்யும் நோக்கோடு அங்கிருந்து மேஃபிளவர் என்ற கப்பலில் 31 டிசம்பர் 1600ஆம் நாள் புறப்பட்டனர்.

இந்தியாவுக்கு வந்த அவர்களை இந்தியர்கள் சிவப்புக்கம்பளம் விரித்து வரவேற்றனர். அவ்வாறு வரவேற்றவர்களுள் முதன்மையானவர் நூருத்தீன் சலீம் ஜஹாங்கிர். கி.பி. 1615ஆம் ஆண்டு ஜஹாங்கிர் அரசவைக்கு சர் தாமஸ் ரோ என்ற கிழக்கிந்திய கம்பெனியின் பிரதிநிதி வந்து சூரத்தில் பண்டகசாலை நிறுவுவதற்கு அனுமதி கேட்டார். ஜஹாங்கிர் முழுமனத்தோடு அனுமதி வழங்கினார்.

கிழக்கிந்தியக் கம்பெனி நூறு சதவிகிதத்துக்கும் மேலாக லாபம் வைத்து வியாபாரம் செய்தன என்று ஜேம்ஸ் மில் தனது நூலில் (பிரிட்டிஷ்

இந்தியாவின் வரலாறு) எழுதியுள்ளார். இந்திய மன்னர்களுக் குள்ளேயே பகைமையை மேலும் வளர்த்து ஆயுதங்களையும் விற்றனர். அவற்றைப் பெற விரும்பிய மன்னர்களுக்கு அதிகச் சலுகை அளித்தனர். சென்னை, பம்பாய், கல்கத்தா ஆகிய மையங்களில் கம்பெனியின் வியாபாரம் விரிந்தது. போர்ச்சுகீசியர் செல்வாக்கு கோவா, டையூ, டாமன் ஆகியவற்றோடு சுருங்கிப் போனது.

ஒரு வர்த்தகக் கம்பெனியாக உள்ளே நுழைந்த கிழக்கிந்திய கம்பெனி 1689ஆம் ஆண்டு முதல் பிரிட்டனின் மற்றொரு கிளை அரசாங்க மாகவே மாறியது. வங்காளம், பம்பாய், மெட்ராஸ் போன்ற பகுதிகள் கிழக்கிந்திய கம்பெனியின் நேரடி ஆட்சியின் கீழ் வந்து சேர்ந்தன.

இந்தியர்களின் மூடநம்பிக்கைகள், மத-இன-சாதி வேறுபாடுகள், கல்வியறிவின்மை, ஒற்றுமையின்மை, உள் அரசியல் போன்றவை அவர்களுக்கு இந்தியாவில் ஆட்சியமைக்கும் சிந்தனையை வலுப் படுத்தின. வாணிகம் செய்ய வந்தவர்களுக்கு இந்தியர்கள் வாக்களித்து விட்டார்கள். தங்களையே தாரைவார்த்துவிட்டனர். இந்தியாவின் பெரும் பகுதியைக் கி.பி.1757ஆம் ஆண்டில் அவர்கள் கைப்பற்றினர்.

அக்காலக்கட்டத்திலும் அதற்குச் சற்று முன்னும் அவர்களைச் சுதேசி சிந்தனையுடைய சில இந்தியர்கள் எதிர்த்தனர். இந்திய விடுதலைப் போர் அத்தகையோரின் எதிர்ப்பிலிருந்தே தொடங்கியது.

2

தீத்துளிகள் உருவாக்கிய நெருப்பாறு

இந்தியாவில் பிரிட்டிஷ்காரர்களின் அடக்குமுறையான ஆட்சியை எந்த ஓர் இந்தியனும் மனம் விரும்பி ஏற்கவில்லை. சிலர் தன் சுய லாபத்துக்காக இருமனதாகத்தான் அதனை ஏற்றனர். பலர் தன்மானம் கருதி அதனை மனத்தளவில் எதிர்த்து வந்தனர். மிகச்சிலரே ஒரு மனதாக, வெளிப்படையாக எதிர்த்தனர்.

இந்தியாவில் பிரிட்டிஷ் எதிர்ப்பு மும்முனையில் எழுந்தது. பொது மக்கள் புரட்சிகள், ஆதிகுடி மக்கள் எழுச்சிகள், குடியானவர் இயக்கங்கள் - புரட்சிகள் என்று வழிகள்தான் வேறுவேறாக இருந்தன. ஆனால், நோக்கம் ஒன்றுதான். அது விடுதலை. இப்புரட்சிகளின் விஸ்வரூபம்தான் இந்திய விடுதலைக்கான போர்.

சந்நியாசிப் புரட்சி 1763 முதல் 1800ஆம் ஆண்டு வரை நடந்தது. 1766ஆம் ஆண்டு முதல் 1772ஆம் ஆண்டு வரை வங்காளத்திலும் பீகாரிலும் ஐந்து மாவட்டங்களில் சூயார் புரட்சி எழுந்தது. மற்றொரு சூயார் புரட்சி 1795ஆம் ஆண்டு முதல் 1816ஆம் ஆண்டு வரை நடந்தது. தென்னிந்தியாவில் விஜயநகர ராஜா 1794ஆம் ஆண்டு புரட்சி செய்தார். ஒடிசாவில் 1804 ஆம் ஆண்டு முதல் 1817ஆம் ஆண்டு வரை ஜமீன்தாரர்களின் புரட்சி நடந்தது.

பாளையக்காரர்கள் தமிழ்நாட்டில் 1790களிலும், கேரளத்திலும் திண்டுக்கல்லிலும் 1801ஆம் ஆண்டிலும், ஆந்திரக் கடலோரப் பகுதியில் 1801ஆம் ஆண்டு முதல் 1805ஆம் ஆண்டு வரையிலும், பார்லாகிமிடியில் (ஒரிசா) 1813ஆம் ஆண்டு முதல் 1834 ஆம் ஆண்டு வரையிலும் புரட்சி செய்தனர்.

மைசூரில் 1800ஆம் ஆண்டிலும், மீண்டும் 1831ஆம் ஆண்டிலும் புரட்சிகள் எழுந்தன. விசாகப்பட்டினம் புரட்சி 1830 ஆம் ஆண்டு முதல் 1834 வரை நடந்தேறியது. திருவாங்கூரைச் சேர்ந்த திவான் வேலுத்தம்பி 1805 ஆம் ஆண்டு புரட்சி செய்தார். மேற்கு இந்தியாவில், சௌராஷ்டிர ஆட்சித் தலைவர்கள் 1816 ஆம் ஆண்டு முதல் 1832 ஆம் ஆண்டு வரை விட்டுவிட்டுப் பலமுறை புரட்சி செய்தனர்.

1824, 1825, 1828, 1839, 1849 ஆகிய ஐந்து ஆண்டுகளில் குஜராத்தைச் சேர்ந்த கோலிகள் புரட்சி செய்தனர். மகாராஷ்டிரத்தில் எண்ணற்ற புரட்சிகள் தோன்றின. அவற்றுள் 1824 ஆம் ஆண்டு முதல் 1829 ஆம் ஆண்டு வரை நடைபெற்ற வகிட்டூர் புரட்சி, 1824 ஆம் ஆண்டு நடைபெற்ற முடா கோலாப்பூர் புரட்சி, கத்தாரிகளின் புரட்சி, 1841 ஆம் ஆண்டு நடைபெற்ற சத்தாரா புரட்சி ஆகியவை குறிப்பிடத்தக்கவை.

வட இந்தியாவில் மேற்கு ஐக்கிய மாகாணத்தையும் ஹரியானாவையும் சேர்ந்த ஜாட்கள் 1824ஆம் ஆண்டு பெரும் கலவரத்தை ஏற்படுத்தினர். 1805ஆம் ஆண்டு பிலாஸ்பூரில் நடைபெற்ற ராஜபுத்திரர் புரட்சி குறிப்பிடத்தக்கது. 1814ஆம் ஆண்டு முதல் 1817ஆம் ஆண்டு வரை அலிகாரில் நடைபெற்ற தாலுக்காரர்கள் புரட்சியும் 1842ஆம் ஆண்டில் ஜபல்பூரில் பண்டேலாக்கள் செய்த புரட்சியும் மறக்கமுடியாதவை.

பிகார், வங்க மாநிலங்களில் பரவலாக வாழ்ந்து வந்த பழங்குடியினர், தங்களைப் பிழிந்தெடுத்த பிரிட்டிஷ் அரசாட்சியை எதிர்த்து 1835ஆம் ஆண்டு முதல் 1855ஆம் ஆண்டுவரை விட்டுவிட்டுக் கிளர்ச்சியில் ஈடுபட்டனர்.

பழங்குடியினருக்கு எதிராக பிரிட்டிஷ் அரசு பிறப்பித்த நியாயமற்ற உத்தரவுகளை எதிர்த்து நடந்த இந்தப் போராட்டம் சந்தால் கிளர்ச்சி என்றழைக்கப்பட்டது. 20 ஆண்டுகளுக்கு மேல் நடந்த இந்தக் கிளர்ச்சிக்கு தலைமை வகித்த சித்தோ, கானோ ஆகியோர் பிரிட்டிஷ் படையினரால் கொல்லப்பட்டனர். தற்பொழுது ஜார்கண்ட் என்றழைக்கப்படும் பிகாரின் தென் பகுதியில் முண்டா பழங்குடியினரும் பிரிட்டிஷ் ஆட்சியை எதிர்த்துக் கிளர்ச்சி செய்தனர். இவர்களின் தலைவர் பிர்ச்சா முண்டா சிறையில் உயிர் துறந்தார்.

பிரிட்டிஷ் ஆட்சியை எதிர்த்து இந்திய மக்கள் நடத்திய மரபு வழிப் போராட்டத்தின் உச்சக் கட்டமாக 1857ஆம் ஆண்டில் நடைபெற்ற சிப்பாய் புரட்சி அமைந்தது. அதில் குடியானவர்கள், கைவினைக் கலைஞர்கள், போர் வீரர்கள் என லட்சக்கணக்கில் பங்கு கொண்டனர்.

10 மே 1857ஆம் நாள் டில்லியிலிருந்து 36 மைல்கள் தூரத்திலிருந்த மீரட்டில் புரட்சி தொடங்கியது. அங்கு சிப்பாய்கள் செய்த புரட்சி, வடக்கில் பாஞ்சாலம் முதற்கொண்டு தெற்கில் நர்மதா வரையிலும், கிழக்கில் பிகார் முதற்கொண்டு மேற்கில் ராஜபுதனம் வரை பல இடங்களிலும் பரவியது.

மீரட் சிப்பாய்கள் தங்கள் மேலதிகாரிகளைக் கொன்றுவிட்டு டில்லி நோக்கிப் புறப்பட்டனர். மறுநாள் அவர்கள் டில்லி வந்து சேர்ந்ததும், டில்லி சிப்பாய்களும் புரட்சி செய்து, நகரத்தைக் கைப்பற்றி, மூப்பு எய்திருந்த பகதூர் ஷாவை இந்திய சக்கரவர்த்தியாகப் பிரகடனம் செய்தனர். இவ்வாறு சிப்பாய்கள் தங்கள் எழுச்சியைப் புரட்சிப் போராகவே மாற்றினர்.

அதுமுதல், புரட்சியில் பங்கு கொண்ட சிப்பாய்கள், இந்திய பாளையக் காரர்கள், ஜமீன்தாரர்கள் ஆகியோர் அனைவரும், மொகலாய மாமன்னர்க்குத் தங்கள் விசுவாசத்தைப் பிரகடனம் செய்தனர். மொகலாய மாமன்னர் இந்தியாவின் ஒருமைப்பாட்டுக்கு ஒரு சின்னமாக விளங்கினார்.

வட இந்தியாவிலும் மத்திய இந்தியாவின் எல்லா இடங்களிலும் சிப்பாய்கள் எழுச்சியைத் தொடர்ந்து குடிமக்களும் புரட்சி செய்தனர். ஈட்டி, கோடாரி, அம்பு, வில், குண்டாந்தடி, கைவாள், நாட்டுக் குண்டுகள் ஆகிய போர்க் கருவிகளைப் பாமர மக்கள் தங்கள் போராட்டத்தில் பயன்படுத்தினர். குறிப்பாக, இன்றைய உத்தரப் பிரதேசம், பிகார் பகுதிகள் அப்புரட்சிக்கு உறுதியும் வலிமையும் தந்தன. வேளாளர் குடிமக்களும் கைவினைக் கலைஞர்களும் அப்புரட்சியில் பரவலாகப் பங்கு கொண்டனர். ஒரு மதிப்பீட்டின்படி, அவுத் பகுதியில், பிரிட்டிஷாரை எதிர்த்துப் போராடி வீர மரணம் அடைந்த ஒன்றரை லட்சம் பேரில், ஒரு லட்சத்துக்கு மேற்பட்டவர்கள் சாதாரணக் குடிமக்களேயாவர்.

1857 ஆம் ஆண்டுப் புரட்சிக்கு வலிமை ஊட்டிய முக்கிய சக்தி, இந்து - முஸ்லிம் ஒற்றுமையேயாகும். சிப்பாய்கள், பாமர மக்கள், தலைவர்கள் ஆகியோரிடம் இந்து - முஸ்லீம் ஒற்றுமை பரிபூரணமாகக் காணப்பட்டது. முஸ்லிம் இனத்தைச் சேர்ந்த பகதூர் ஷாவைப் புரட்சிக்காரர்கள் அனைவரும் தங்கள் மாமன்னராக ஏற்றுக் கொண்டனர். இந்துக்களும் முஸ்லிம்களும் ஒருவரையொருவர் பரஸ்பரம் மதிப்புடன் அணுகினர். எடுத்துக்காட்டாக, புரட்சி வெற்றி பெற்ற இடங்களில் எல்லாம், இந்து உணர்ச்சிகளை மதித்து பசு வதையைத் தடுத்து உடனடியாக உத்தரவுகள் வெளியிடப்பட்டன.

தலைமையின் எல்லா மாவட்டங்களிலும் இந்துக்களும் முஸ்லீம்களும் பொறுப்பேற்றிருந்தனர். 'இந்த ஒரு கட்டத்தில், இந்துக்களுக்கு எதிராக முகமதியர்களே நாம் தூண்டிவிட இயலவில்லை' என்று உயர்தர பிரிட்டிஷ் அதிகாரிகள் தங்களின் தோல்வியை ஒப்புக்கொண்டனர்.

இறுதியில், உலகெங்கும் ஆதிக்கத்தின் உச்சக் கட்டத்திலிருந்த பிரிட்டிஷ் ஏகாதிபத்தியம், இந்திய சிற்றரசர்கள், பாளையக்காரர்கள், ஆகியோரில் பெரும்பான்மையினரின் ஆதரவுடன், தன்னுடைய ராணுவ பலத்தைக் கண்டு, புரட்சியை அடக்கி ஒடுக்க முடிந்தது.

புரட்சிக்காரர்களிடம் போதிய ஆயுதங்களும், கட்டுக்கோப்பான அமைப்பும், கட்டுப்பாடு உறுதியும், ஒன்றுபட்ட தலைமையும் இல்லாதது பெரும் குறையாக இருந்தது. அக்குறைகளை அவர்கள் ஈடுசெய்வதற்கு முன்பாக பிரிட்டிஷ் அரசாங்கம், தன்னுடைய எல்லையற்ற வளங்களையும் வசதிகளையும் ஒன்றுதிரட்டி, புரட்சியை மிகக் கடுமையாக அடக்கியது.

இந்திய விடுதலைப் போராட்டத்தில் ஈடுபட்டவர்களை ஒன்று சேர்க்கும் உணர்வாகவும், இந்திய மக்களை அந்த மாபெரும் போராட்டத்தில் ஈடுபடத் தூண்டிய மொழியாகவும் பிரிட்டிஷாரை அச்சத்தில் ஆழ்த்திய மந்திரமாகவும் திகழ்ந்த வந்தே மாதரம் என்ற வாழ்த்தொலியுடன் கூடிய பாடலை பங்கிம் சந்தர சாட்டர்ஜி கி.பி. 1876ஆம் ஆண்டு இயற்றினார். இந்தப்பாடல் இந்திய விடுதலை உணர்வை ஒவ்வொருவரின் இதயத்திலும் தட்டி எழுப்பியது என்று அரவிந்த கோஷ் குறிப்பிட்டார்.

இங்கிலாந்துக்குப் படிக்கச் சென்று, பல மொழிகளையும் உலக வர லாற்றையும் பல்வேறு சித்தாந்தங்களையும் கற்றுத் தேறி பிரிட்டிஷார் நடத்திய ஐ.சி.எஸ். தேர்வில் வெற்றிபெறக் கூடாது என்ற திட்டத் துடன் குதிரை ஏற்றத் தேர்வுக்குச் செல்லாமல் தவிர்த்த அரவிந்தர் 1892ஆம் ஆண்டு இந்தியா திரும்பினார். மும்பையில் அவர் தன் நண்பர் நடத்தி வந்த காங்கிரஸ் ஆதரவு இதழில் காங்கிரஸ் கட்சியைக் கடுமை யாக விமர்சித்து 'பழைய விளக்குகளுக்குப் பதில் புதிய விளக்குகள்' என்ற தலைப்பின் கீழ் பல கட்டுரைகளை எழுதினார். காங்கிரஸ் கட்சியினரின் நழுவல் போக்குகளைக் கண்டித்து அவர் எழுதிய கட்டுரைகள் அக்கால இளைஞர்களைக் கவர்ந்தன. இதே பாணியினைத் தமிழ்நாட்டிலும் புதுச்சேரியிலும் சி. சுப்பிரமணிய பாரதி தன் எழுத்துக்களில் பின்பற்றினார்.

இந்திய விடுதலைக்குத் தலைமை ஏற்று சுதந்தரம் எனது பிறப்புரிமை என்று முழங்கிய பாலகங்காதர திலகருடன் அரவிந்தர் இணைந்த பிறகு

காங்கிரஸ் கட்சியில் தீவிரவாதப் போக்குகள் தலைதூக்கத் தொடங்கியன. இவர்கள் வெடிகுண்டு என்ற சொல்லுக்குப் பதிலாக இனிப்புகள் என்ற ரகசியச் சொல்லைப் பயன்படுத்தினர். இவர்களே பவானி மந்திர், துர்கை படை போன்ற ரகசிய இயக்கங்களைத் தொடங்கினர்.

மராட்டியத்தில் கி.பி. 1890களில் பல்வந்த் பல்கே என்பவரின் தலைமையில் பிரிட்டிஷாருக்கு எதிரான புரட்சிகரப் போராட்டங்கள் நடந்தன.

பிரிட்டிஷாரை விரட்ட ஆயுதப் போராட்டத்தில் ஈடுபட்ட இளைஞர்கள் மக்களைத் துன்புறுத்திய புனே மாவட்ட ஆட்சியர் ராண்ட் என்ற பிரிட்டிஷ் துரையை வெட்டிக் கொன்றனர். இவ்வழக்கில் குற்றம் சாட்டப்பட்ட சபேகார் சகோதரர்கள் உள்ளிட்ட அனைவரும் தூக்கிலிடப்பட்டனர்.

இதனைக் கண்டிக்கும் வகையில் இளைஞர் விநாயக் தாமோதர் சாவர்க்கர் என்பவர் நாசிக்கில் மித்ர மேலா, அவினவ் பாரத் என்ற இரண்டு ரகசியப் புரட்சி இயக்கங்களைக் 1897ஆம் ஆண்டு தொடங்கினார். விநாயக் தாமோதர் சாவர்க்கர், பார்ப்பனர்களிலேயே தூய பிரிவாகக் கருதப்படும் சித்பவன் பார்ப்பனக் குடும்பத்தில் பிறந்தவர். சட்டம் படிப்பதற்காக இங்கிலாந்துக்குப் போன சாவர்க்கர், அங்கே சுதந்தர இந்தியச் சங்கத்தில் இணைந்த இந்திய மாணவர்கள் ஆயுதமேந்தக் காரணமாக இருந்ததாக பிரிட்டிஷார் கருதினர்.

வங்காளத்தின் குதிராம் போஸுக்கு எதிரான வழக்கில் வாதாடிய சர். கர்ஸன் என்பவரை கி.பி. 1909ஆம் ஆண்டு சுட்டுக்கொன்றதாக மதன்லால் திங்ரா என்ற சுதந்தர இந்தியச் சங்கத்தின் தீவிர உறுப்பினர் கைது செய்யப்பட்டார். அந்தக் கொலையில் விநாயக் தாமோதர் சாவர்க்கருக்கும் தொடர்பு இருந்ததாகக் கருதப்பட்டு 13 மார்ச் 1910 ஆம் நாள் அவர் கைது செய்யப்பட்டார். 24 டிசம்பர் 1910 ஆம் நாள் 50 ஆண்டுகள் சிறைத்தண்டனை விதிக்கப்பட்டு அந்தமான் சிறையில் அடைக்கப்பட்டார்.

இந்தியா முழுவதும் பல்வேறு வகையில் பரவிய சுதந்தரத் தீ இனம், மொழி, மதம் கடந்து இந்தியர்களை ஒருங்கிணைக்கப் பேருதவி புரிந்தது. இத்தீத்துளி ஒன்றுசேர்ந்து பெரும் நெருப்பாறாகப் பெருக்கெடுத்தது. இந்த நெருப்பு ஆற்றில் பிரிட்டிஷ் ஆட்சி மிதக்கத் தொடங்கி, ஆட்டம் கண்டது.

3

அழகுமுத்துக்கோன் : ஒரு தளபதியின் கதை

பிரிட்டிஷ்காரர்கள் தன்னை எதிர்த்த வீரர்களைத் தூக்கிலிடுவது வழக்கம். ஆனால், அழகுமுத்துக்கோனை மட்டுமே அவர்கள் பீரங்கியால் சுட்டுக்கொன்றனர். ஏன்? அழகுமுத்துக்கோனின் அஞ்சாநெஞ்சுரம் அவர்களுக்கு அச்சமூட்டியதா? அல்லது பிறருக்குப் படம்கற்பிக்க அவ்வாறு செய்தனரா?

அச்சமே காரணம். அந்த அச்சத்தைப் பிறருக்கு வழங்கவே அவ்வாறு செய்தனர். அழகுமுத்துக்கோன் மிகச் சிறந்த தளபதி. அத் தளபதியின் துணை இருந்ததால்தான் எட்டையபுர மன்னர் ஜெகவீரராம எட்டப்பர் பிரிட்டிஷாரை எதிர்த்தார். தளபதிகளே மன்னர்களை வரலாற்றில் நிலைநிறுத்துகின்றனர் என்பதற்கு அழகுமுத்துக்கோன் ஒரு சான்று.

எட்டையபுரமும் நாயக்கர்களும்

எட்டையபுர அரச வம்சம் பற்றி கி.பி. 803 ஆம் ஆண்டிலிருந்து அறியமுடிகின்றது. எட்டையபுரத்து மன்னர்கள் பேசும் மொழி தெலுங்கு. தெலுங்கு போர்வீரர்களின் தலைவர்களில் ஏராளமானோர் விஜயநகர சாம்ராஜ்ஜியத்தின் பலமான திட்டங்களின் அடிப்படையில் தெற்குத் தமிழ்நாட்டில் குடியேறினார்கள். செஞ்சி (வட தமிழ்நாடு), மதுரை, தஞ்சை ஆகிய நாடுகளில் இவர்கள் துணைத்தலைமை பீடங்கள் அமைந்திருந்தன. மத்திய தலைமைப் பீடம் விஜயநகரம்.

ஆந்திர மாநிலம் சந்திரகிரி என்னும் பகுதியில் கி.பி. 856ஆம் ஆண்டு பெரியப்பா நாயக்கர் என்னும் சிற்றரசரால் நிறுவப்பட்ட ஆட்சியினரே தெலுங்கு நாயக்கர்கள். இவர்கள் ராஜகம்பளம் இனத்தில் உள்ள சில்லவார் பிரிவினர்.

இவர்கள் தமிழகத்துக்கு கி.பி. 11ஆம் நூற்றாண்டில் வந்தனர். அப்போது இங்கு பாண்டியர்களின் ஆட்சிக்காலம் நடைபெற்றது. மதுரைப் பகுதிகளில் மிகுதியாகக் குடிபெயர்ந்த இவர்கள் இயல்பாகவே வீரக் குடியினர் என்பதால் மதுரையில் திருட்டுத் தொழிலில் ஈடுபடும் சில சமுகத்தைச் சேர்ந்தவர்களை அடக்க பாண்டிய மன்னர்களால் 'திசைக்காவல்' என்னும் பொறுப்பைப் பெற்றனர்.

இங்குள்ள கள்ளர்களை அடக்கி நாட்டைக் காத்ததால் பாண்டியர் களின் நன்மதிப்பைப் பெற்றதோடு சில ஊர்களையும் பரிசாகப் பெற்றனர். தென் மதுரையில் இவ்வினத்தவர்கள் குடிபெயர்ந்து தங்கள் ஆட்சியை அமைத்துக்கொண்டனர்.

எட்டப்பர் வம்சத்தில் ஒருவரான நல்லம்ம நாயக்கர் சாத்தூர் பகுதியில் தங்கள் இனத்தவர்களோடு குடிபெயர்ந்து அங்கு நல்லம்ம நாயக்கர் கோட்டையினை அமைத்து சுயாட்சி செய்து வந்தார். அதற்கு அடுத்ததாக வந்த குமார எட்டப்ப நாயக்கர் இலம்புவனம் என்னும் பகுதியை ஆண்டுகொண்டிருந்த அருஞ்சுன தேவன், முதால தேவன் போன்றோரை வென்று தங்கள் ஆட்சிப் பகுதியை விரிவாக்கம் செய்தார். இதன் காரணமாக இலம்புவனம், சுரைக்காபட்டி, ஈரால், பாண்டவமங்கலம், வாழம்பட்டி, ராமநூத்தூர், நடுவபட்டி, நம்பியபுரம் போன்ற பகுதிகள் எட்டையபுர மன்னர்களின் வசம் சென்றது. இவ்வெற்றியின் காரணமாக அவர் 'ஜெகவீர ராம பாண்டியர்' என்று அழைக்கப்பட்டார்.

இவரது ஆட்சிக்காலத்தில் எட்டையபுரம் எல்லை தெற்கு நோக்கி விரிவுபெற்றது. சாயமலை, மணியாச்சி, கோவில்பட்டி, திருநெல் வேலி வடக்கு போன்ற பகுதிகளைக் கைப்பற்றினார். இளசை என்ற பெயரைக் கொண்ட சிறு ஊரினை ஜெகவீர ராம எட்டப்ப நாயக்கர் என்னும் 19 ஆவது பட்டத்தரசர் எட்டையபுரம் என்று பெயர் மாற்றம் செய்து அங்கு சிவன் கோவில், அரண்மனை ஆகியன அமைத்து ஆட்சி செய்தார்.

விஜயநகரப் பேரரசை நிறுவ குமார கம்பணன் என்ற மன்னர் தெற்கு நோக்கிப் படையெடுத்து வருகையில் எட்டையபுர மன்னர்கள் அவருக்கு உதவினர். போரில் எட்டையபுர மன்னர் இறக்க, அவருடைய எட்டு பிள்ளைகளுக்கும் நானே அப்பன் என்று குமார கம்பணன் தெரிவித்து 'எட்டப்பர்' என்ற அடைமொழியை இவ்வினத்தவர்கள் சூடி கொள்ளுங்கள் என்று கூறினார். எனவே, பின்னர் வந்த அனைத்து வம்சத்தினரும் தங்கள் பெயருக்குப் பின்னால் எட்டப்பர் என்று அடைமொழியை இட்டுக்கொண்டனர்.

மதுரையில் நாயக்க மன்னர்களின் ஆட்சிக்கு முன்பே ராஜகம்பளம் மக்களின் பாளையங்களில் எட்டையபுரம் என்னும் பகுதியில் எட்டப்பர் வம்சத்தினர் ஆட்சிபுரிந்து வந்தனர். நாயக்க மன்னர்களின் ஆட்சியின்போதும் எட்டையபுரம் மிகப் பெரிய பாளையமாக இருந்துள்ளது. ஜெகவீர ராம வெங்கடேஸ்வர எட்டப்ப நாயக்கரின் ஆட்சிக் காலத்தில் எட்டையபுர நாடு பல வளர்ச்சிகளைக் கண்டது.

எட்டையபுரம் மன்னர்கள் அனைவரும் தமிழ்ப்பற்று கொண்டவர்கள். சி. சுப்ரமணிய பாரதிக்குப் பாரதி என்ற பட்டம் வழங்கியவர்களும் சங்கீத மும்மூர்த்திகளில் ஒருவரான முத்துசாமி தீட்சிதர், சீறாப்புராணம் இயற்றிய உமறுபுலவர் போன்றவர்களை ஆதரித்தவர்களும் எட்டைய புர மன்னர்களே. கல்வி நிலையங்கள் அமைத்து இலவச உணவு கொடுத்துக் கல்வியைப் பரப்பினர். பாண்டியர்களின் ஆட்சி காலத்தி லேயே சுயாட்சி அதிகாரம் கொண்ட எட்டையபுர நாடு, நாயக்கர்கள் ஆட்சிக்காலத்தில் மிகச் சிறந்த பாளையங்களில் ஒன்றாகத் திகழ்ந்தது.

கட்டபொம்மனுக்கும் எட்டப்பருக்கும் குடும்பச் சிக்கல் காரணமாகப் பிரிவு ஏற்பட்டது. ஆனால், எட்டையபுர அரசர்களும் விடுதலை விரும்பிகளாகவே இருந்து வந்துள்ளனர் என்பது குறிப்பிடத்தக்கது. குறிப்பாக ஜெகவீரபாண்டிய எட்டப்ப நாயக்கர் பிரிட்டிஷாருக்குச் சவாலாக இருந்தார்.

சேர்வைக்காரர்கள்

அழகுமுத்துக்கோன் விஜயநகர மரபினைச் சேர்ந்தவர். அவருடைய முன்னோர்கள் விஜயநகரில் முஸ்லிம்களின் தாக்குதல்களை எதிர்கொள்ள இயலாமல் அங்கிருந்து தப்பியோடி மதுரைக்கு வந்தனர். மதுரையை ஆண்ட நாயக்க மன்னர்களால் ஆதரிக்கப்பட்டனர்.

அவர்கள் முதலில் குடியேறிய பகுதி மதுரை அழகர்மலை. அவர்களுக்குக் குலதெய்வமாகக் கள்ளழகர் அமையப்பெற்றார். அவர்களுள் சிறந்த வீரர் ஒருவருக்கு மதுரை நாயக்க மன்னர் சேர்வை என்ற பட்டத்தை நல்கினார். அந்த வீரனின் வழிவந்தவர்கள் சேர்வைக்காரர்கள் என அழைக்கப்பட்டனர்.

இப்பட்டத்தை உடையோர் இப்போதும் மதுரை மூன்றுமாவடி பகுதியில் வாழ்ந்து வருகின்றனர். இப்பகுதியில்தான் வ.உ.சி.யின் கொள்ளுப் பேத்தி தனலட்சுமி மிக வறுமையில் வாழ்ந்து வந்தார்.

சேர்வைக்காரர்களில் ஒரு வீரர் அழகப்பன் சேர்வை. அவரை மதுரை நாயக்க மன்னர் திருநெல்வேலிச் சீமையில் திசைக்காவலராகப் பணியமர்த்த விரும்பினார். அழகப்பன் சேர்வைக்குத் 'தென்சிசைக்

காவல்பணி மண்டலாதிபதி' என்ற பட்டம் வழங்கி திருநெல்வேலிச் சீமைக்கு அனுப்பிவைத்தார். பின்னர் அவர் கட்டாளங்குளத்துப் பாளையக்காரராக மாறினார்.

எட்டையபுர மன்னர் ஜெகவீர ராம எட்டப்பர் அழகப்பன் சேர்வையின் வீர, தீரத்தை அறிந்து அவரை எட்டையபுரத்தின் தளபதியாக்கினார்.

கட்டாளங்குளத்தில் அழகிய அரண்மனையையும் கோட்டையையும் கட்டி அங்கு குடியேறினார் அழகப்பன்சேர்வை. எட்டையபுர மன்னர் ஜெகவீர ராம எட்டப்பர் அவருக்கு வழங்கிய ஏழு கிராமங்களை ஆட்சி செய்துவந்தார். மக்கள் விரும்பும் மகராசராகத் திகழ்ந்தார்.

அவருடைய சந்ததியரும் எட்டையபுர மன்னரிடம் நெருக்கமாக இருந்தனர். குறிப்பாகத் தலைமைத் தளபதி பொறுப்பில் தொடர்ந்து இருந்துவந்துள்ளனர். அவர்களுள் ஒருவர் அழகுமுத்துக்கோன். இவர் தெலுங்குமொழி பேசும் யாதவர் சமூகத்தைச் சேர்ந்தவர். எட்டையபுர மன்னருக்கு மிகநெருக்கமான, நம்பகமான படைத்தளபதியாக இருந்துள்ளார்.

வரிகொடா இயக்கம்

திருநெல்வேலிச் சீமையில் வரிகொடுக்காமல் ஏய்த்துவந்த பாளையக்காரர்களை ஒடுக்க நவாப் தன் சகோதரர் மாபஸ்கான் என்பவரை ஒரு பெரும் படையுடன் அனுப்பிவைத்தார். ஆனால், மாபஸ்கானுக்கு நெல்லை ஒரு தொல்லையாக இருந்தது. அவரால் பாளையக்காரர்களை ஒடுக்கமுடியவில்லை.

இந்நிலையில் நவாப் பிரிட்டிஷாருக்குக் கொடுக்கவேண்டிய படைக் கூலித் தொகை மிகுந்துவிடவே, நவாப் அதற்குப் பதிலாக திருநெல் வேலியில் வரிபெறும் உரிமையை பிரிட்டிஷாருக்கு வழங்கினார். பிரிட்டிஷார் அரசு திருநெல்வேலிச் சீமையிலுள்ள பாளையக்காரர்களிட மிருந்து வரிகளைப் பெறுவதற்காக கி.பி. 1754ஆம் ஆண்டு கர்னர் ஹெரான் என்ற பிரிட்டிஷ் தளபதியின் தலைமையில் ஒரு படையைத் திருநெல்வேலிக்கு அனுப்பியது.

ஆனால், கர்னர் ஹெரான் மாமஸ்கானிடம் ரகசிய ஒப்பந்தம் செய்து கொண்டதாகக் கருதிய பிரிட்டிஷ் அரசு அவரைப் பதவியிலிருந்து விலக்கியது. அவருக்குப் பதிலாக முகமது யூசுக் கான் என்ற கான்சாகிபை கமாண்டராக நியமித்தது. அவர் ஒரு படையைத் திரட்டிக்கொண்டு திருநெல்வேலிச் சீமையிலுள்ள பாளையக்காரர் களிடமிருந்து வரிகளைப் பெற வந்தார். அவர் மதுரையில் 06 ஏப்ரல் 1756ஆம் நாள் முகாமிட்டார்.

எட்டையபுர மன்னர் ஜெகவீரராம எட்டப்பர் தனக்கு உதவியாக அழகுமுத்துக்கோன் இருக்கும் துணிவில் கான்சாகிபுக்கு வரிகொடுக்க மறுத்தார். இந்நிலையில் எட்டையபுர மன்னர் ஜெகவீரராம எட்டப்பரின் ஒன்றுவிட்ட தம்பி குருமலைத் துரை மற்றும் அவர் அமைச்சர் சிவசங்கரன்பிள்ளை ஆகியோர் எட்டையபுர மன்னர் ஜெகவீரராம எட்டப்பருக்கு எதிராக மறைமுகமாகச் சதிசெய்தனர்.

காட்டினுள் கூடாரம்

1757ஆம் ஆண்டு நவம்பர் மாதத்தில் கான்சாகிப்பு எட்டையபுரத்தைத் தாக்கினார். வீரத்துடன் அழகுமுத்துக்கோனும் எட்டப்பரும் போரிட்டனர். ஆனால், தன் உறவினர் செய்த சதியால் போரில் தோல்வியைத் தழுவினர். தப்பியோடி ராமநாதபுரம் பகுதியில் உள்ள பெருநாழிக் கானகத்தில் ஒளிந்துகொண்டனர். எட்டையபுரத்தை மீட்கும் ஆலோசனையில் ஈடுபட்டனர். இவர்களுக்கு மக்கள் ஆதரவு இருந்தது.

இந்நிலையில் எட்டப்பரின் தாய்வழி உறவினர் பூதலபுரம் எட்டையா என்பவர் பிரிட்டிஷாருக்குச் சலாம்போட்டு எட்டையபுரத்தின் ஆட்சியைக் கைப்பற்றினார். ஆனால், அவர் பிரிட்டிஷாரின் அனைத்து கட்டளைகளுக்கும் செவி சாய்க்காததால் கான்சாகிப்பு அவரை ஓர் ஆண்டுக்குள் நீக்கிவிட்டு எட்டையபுர மன்னர் ஜெகவீரராம எட்டப்பருக்கு எதிராக மறைமுகமாகச் சதிசெய்த குருமலைத் துரையை எட்டையபுர மன்னராக்கினர். அவரின் அமைச்சர் சிவசங்கரன் பிள்ளையைத் தனக்கு ஏஜெண்டாக்கினர். குருமலைத்துரையின் மாமா வல்லேரு நாயக்கரை எட்டையபுரத்தின் தளபதியாக்கினர். இதற்கு ரூபாய் 18,700 வரிப்பணமாகப் பெற்றுக்கொண்டார்.

எட்டையபுரம் வரிகொடுத்து அடிமையாகாமல் இருப்பதற்காகப் போரிட்ட எட்டையபுர மன்னர் ஜெகவீரராம எட்டப்பருக்கு இச்செய்தி வந்து சேர்ந்தது. அவர் மனம் நொந்து பெருநாழிக் கானகப் பாசறையில் உயிர்நீத்தார். அங்கு அவரது மகன் வெங்கடேஸ்வர எட்டப்பருக்கு முடிசூட்டப்பட்டது. நாடில்லாத மன்னருக்கு முடிசூட்டுவிழா என்பது முரணாகத் தெரிந்தாலும், அது எட்டையபுரத்தில் உள்ள தமக்கு ஆதரவான மக்களுக்காகவே என்பதை உணரவேண்டும்.

புயல் புறப்பட்டது

புதிய மன்னர் தந்த உற்சாகத்தில் அழகுமுத்துக்கோன் படையினரைத் திரட்டிக்கொண்டு எட்டையபுரத்தைக் கைப்பற்றும் நோக்கோடு பெத்த நாயக்கனூர்க் கோட்டையைத் தாக்கினார். 1759ஆம் ஆண்டு கான்சாகிப்

தன் படையுடன் வந்து அழகுமுத்துக்கோனைக் கைதுசெய்தார். அவருடைய ஆறு துணைத் தளபதிகளையும் கைதுசெய்தார்.

அழகுமுத்துக்கோனின் படைவீரர்களுள் போரிட்டு மடிந்தோர்போக மீதமிருந்த 248 வீரர்களையும் கொன்றார். அழகுமுத்துக்கோனையும் அவரது துணைத் தளபதிகளையும் தூக்கிலிட்டால் மற்றவர்களுக்கு மிகுந்த அச்சம் வராது என்று எண்ணி, அவர்களைக் கொடூரமாகக் கொல்ல கான்சாகிப் நினைத்தான்.

ஆதலால், அந்த எழுவரையும் (அழகுமுத்துக்கோன், கெச்சலண்ணன் சேர்வை, வெங்கடேஸ்வர எட்டுச் சேர்வை, முத்தழகு சேர்வை, பரிவாரம் எட்டையபுரம் முத்திருளன், லட்சுமணன், தலைக்காட்டுபுரம் மயிலுப்பிள்ளை) நடுக்காட்டுச் சீமை என்ற இடத்துக்கு இழுத்துச் சென்றான். அங்கு ஏழு பீரங்கிகளை நிறுத்தி, அதற்கு முன் எழுவரையும் நிற்கவைத்துச் சுட்டுக்கொன்றான்.

4

ஒண்டிவீரன்: சூரப்புலி

இந்தியாவில் பிரிட்டிஷ் எதிர்ப்புச் செயல்களுக்குப் பிள்ளையார்சுழி போட்டவர் பூலித்தேவர். பீரங்கிப் படையை வைத்திருக்கும் பிரிட்டிஷாருக்கு அஞ்சி ஒரு புல் போல வளைந்து, குழைந்து, வரிசெலுத்தி, அடிமைப்பட்டிருந்த இந்திய அரசர்கள் மத்தியில் எத்தகைய எதிர்ப்புக்கும் அசையாத நிமிர்ந்த தென்னை மரமாகத் திகழ்ந்தவர் பூலித்தேவர். 1755ஆம் ஆண்டு அவர் தொடங்கி வைத்த பிரிட்டிஷ் எதிர்ப்பு 1947வரை நீடித்தது.

பாளையங்களின் உருவாக்கம்

பழங்காலச் சேர, சோழ, பாண்டியப் பேரரசுகள் அழிந்தபின் உருவான ஒரு மிகப்பெரிய பேரரசு விஜயநகரப் பேரரசு. அதன் பேரரசர் கிருஷ்ண தேவராயர் ஆட்சியில் தளபதி, மண்டலாதிபதி போன்ற பொறுப்புகளை வகித்தவர் நாகம் நாயக்கர். இவருடைய மகன் விசுவநாத நாயக்கர். கிருஷ்ண தேவராயரிடம் பணிக்குச் சேர்ந்த விசுவநாத நாயக்கர் பேரரசரின் நம்பிக்கைக்குரியவரானார்.

அக்காலத்தில் விஜயநகரப் பேரரசின் கீழிருந்த பாண்டிய மண்டலத்தில் வாரிசுரிமைக் குழப்பங்கள், தனியதிகார உள் அரசியல்கள் நிலவின. அதனை அடக்குவதற்காக கிருஷ்ண தேவராயர் விசுவநாத நாயக்கரைப் பெரும் படையுடன் அனுப்பிவைத்தார். விசுவநாத நாயக்கர் சென்றார், அடக்கினார். அதற்குப் பரிசாக அவருக்கு மதுரை மண்டலத்தின் நிர்வாகிப் பதவி 1529ஆம் ஆண்டு கிடைத்தது.

மதுரையில் வந்தேறிய தெலுங்கர்களும் கன்னடர்களும் தங்களுக்குச் சிறப்பிடமளிக்கவேண்டும் என்று கோரினர். கள்ளர்களின் தொல்லை

மிகுந்திருந்தது. ஆதலால், உள்ளாட்சி அமைப்பினைக் கொண்டுவர விசுவநாத நாயக்கர் விரும்பினார்.

அதிரடியாகப் பாண்டிய நாட்டிலிருந்த 32 பிரிவுகளை 72 பாளையங் களாகப் பிரித்தார். அவற்றை ஆறு மண்டலங்களாகத் (சத்தியமங்கலம், திண்டுக்கல், ஸ்ரீ வில்லிபுத்தூர், மதுரை, திருநெல்வேலி, கோயம் புத்தூர்) தொகுத்தார். மண்டலங்களுக்கு ஒரு நிர்வாகி, பாளையங் களுக்கு ஒரு காவலாளி என வகுத்துக்கொண்டார்.

பாளையக்காரர்கள் தங்கள் பாளையங்களின் வருவாயில் மூன்றில் ஒரு பகுதியை மதுரை நாயக்கருக்குக் கொடுத்துவிட வேண்டும். ஒரு பகுதியைப் படைக்கும் மற்றொரு பகுதியைத் தங்களின் செலவுக்கு மாக வைத்துக்கொள்ள அனுமதிக்கப்பட்டனர். மதுரை நாயக்கருக்குப் படைத்துணையாகத் தம் படைகளை அவர்கள் வேண்டும்போது அனுப்பிவைக்க வேண்டும். தங்களின் பாளையத்துக்குட்பட்ட பகுதிகளில் ஏற்படும் வழக்குகளுக்குப் பஞ்சாயத்து வைத்து நாட்டாண்மை செய்யவேண்டும். ஆக, பாளையக்காரர்கள் குறுநில மன்னர்களைப் போலவே திகழமுடிந்தது.

திருநெல்வேலிக்கு மேற்குப் பகுதிப் பாளையக்காரர்கள் மறவர்கள் என்றும் கிழக்குப் பகுதிப் பாளையக்காரர்கள் நாயக்கர்கள் என்றும் அழைக்கப்பட்டனர். மறவர்கள் வாழ்ந்த, ஆண்ட பாளையங்களுள் ஒன்று நெற்கட்டுஞ்செவ்வல் பாளையம் ஆகும். அதன் பழைய பெயர் ஆவுடையாபுரம் என்பதாகும்.

1755ஆம் ஆண்டு வரி வசூலிக்க வந்த பிரிட்டிஷ் அதிகாரி கர்னல் அலெக்சாண்டர் கெரார் என்பவரிடம் தாம் ஒரு நெல்மணி கூட வரியாகக் கட்ட மாட்டேன் என்று பூலித்தேவர் கூறியதாகவும் அது முதல் அந்த ஊர் நெற்கட்டான் செவ்வல் என அழைக்கப்பட்டதாகவும், மக்கள் பிரிட்டிஷாருக்கு அஞ்சி நெற்கட்டுஞ்செவ்வல் என அழைத்த தாகவும் கூறப்படுகிறது. இது தவறான கருத்து. கி.பி.1748ஆம் ஆண்டில் எழுதப்பட்ட செப்பேட்டிலேயே, 'கசுப்பா நெற்கட்டுஞ் செவ்வல்' என்றுதான் குறிக்கப்பெற்றுள்ளது.

புலியின் பிறப்பும் வளர்ப்பும்

திருநெல்வேலி மாவட்டம் ஆவுடையார்புரம் என்கிற நெற்கட்டும் செவ்வல் பாளையத்தில் சித்திரபுத்திரத் தேவருக்கும் சிவஞான நாச்சியாருக்கும் 01 செப்டெம்பர் 1715ஆம் நாள் காத்தப்பப் பூலித்தேவர் பிறந்தார். இவர்களுடைய குலதெய்வம் பூலுடையார். பரம்பரைப்படி இவர் நான்காம் காத்தப்பப் பூலித்தேவர் ஆவார்.

கண்டெடுக்கப்பட்ட செப்பேட்டில் புலித்தேவரின் பெயர் ‘ஆவுடையார்புரம் ஜமீன்தார் ஆபத்துக் காத்தார் புலித்தேவன்’ என்று எழுதப்பட்டுள்ளது. சேர நாட்டின் ஒரு பகுதியான பூழிநாட்டை ஆண்ட பாண்டியனுக்கு உட்பட்டு ஆட்சி புரிந்ததால் பூழித்தேவர் என்று குறிக்கப்பெற்றது. பின்னர் அப்பெயர் மருவி பூலித்தேவர் என அழைக்கப்பட்டது. அவருடைய முழுப்பெயர் காத்தப்ப பூலித்தேவன் ஆகும்.

பூலித்தேவன் தன் ஆறு வயது முதல் இலஞ்சியைச் சார்ந்த சுப்பிரமணிய பிள்ளை என்பவரிடம் சன்மார்க்க நெறிகளையும் தமிழ் இலக்கிய இலக்கணங்களையும் கற்றார். மேற்குத் தொடர்ச்சி மலையிலுள்ள புலிகளைக் கொன்று விளையாடுவதில் மிகுந்த விருப்பம் கொண்டு விளங்கினார். புலித்தோல் மற்றும் புலி நகங்களை அணிவதிலும் அவருக்கு விருப்பம் இருந்தது. இதனால் பூலித்தேவரை எல்லோரும் புலித்தேவர் என்றே அழைத்து வந்தனர். அனைத்து வகையான போர்ப் பயிற்சிகளையும் பெற்றார்.

இவருடைய திறமையைக் கண்ட அவரது பெற்றோர் அவருக்கு 1726ஆம் ஆண்டு அதாவது அவரது பன்னிரண்டாவது வயதிலேயே பட்டம் சூட்டி அரசராக்கினர்.

ஆவுடையார்புரம் கோட்டையில் வாழ்ந்த பூலித்தேவர் நெற் கட்டுஞ்செவ்வல் பகுதி வீரம் செறிந்த மண் என்பதனை உணர்ந்து அப்பகுதியில் ஒரு புதிய கோட்டையைக் கட்ட விரும்பினார். இக்கோட்டையினைக் கட்டுவதற்குப் பனை ஓலை, பனை நார், சுண்ணாம்பு போன்றவற்றைக் கலந்து அத்துடன் வரகு, கொள்ளு போன்ற தானியங்களையும் அவற்றின் வைக்கோல்களையும் பயன்படுத்தினார். கடுக்காயை இடித்துப் பொடியாக்கி, அதனை ஊர வைத்துத் தண்ணீருடன் கலந்து, ராயகிரி ஊரிலிருந்து பதநீர் கொண்டுவந்து அதனையும் சேர்த்து, அக்கலவையில் முட்டையையும் கலந்து இக்கோட்டையினைக் கட்டினர். பெரிய கூழாங்கற்களைத் தரையில் பரப்பி அதன்மீது கோட்டைச்சுவர் கட்டப்பட்டது. தென் மற்றும் வட திசையில் பெரிய வாசல்கள் அமைக்கப்பட்டன.

இக்கோட்டைக்கு ‘வீரபாண்டியன் கோட்டை என்று பெயரிட்டார். தன் வீரத்தின் அடையாளமாகத் தான் வேட்டையாடிய ஒரு புலியின் முகத்தினைக் கோட்டை வாசலில் பொருத்தியிருந்தார். முன்னோர் தலைநகரான ஆவுடையார்புரம் தலைநகரை மாற்றி, நெற்கட்டுஞ் செவ்வலில் கோட்டையைத் தலைநகராகக் கொண்டு ஆட்சி செய்தார். பின் பனையூரிலும் களக்காட்டிலும் புதிய கோட்டைகளை

உருவாக்கினார். களக்காட்டுக்கோட்டைக்கும் வீரபாண்டியன் கோட்டை என்ற பெயரை பூலித்தேவர் இட்டார். வாசுதேவநல்லூர், ஊத்துமலை, கொல்லங்கொண்டான் ஆகிய பகுதிகளில் இருந்த கோட்டைகளை வலுப்படுத்தினார்.

புலியின் வம்சம்

பூலித்தேவர் தன்னுடைய மாமன் மகள் கயல்கன்னி என்ற லட்சுமி நாச்சியாரை மணந்தார். கயல்கன்னியின் சகோதரர் சவுணத்தேவரும் பூலித்தேவரும் இணைபிரியாத நண்பர்கள். பூலித்தேவர் - கயல்கன்னி தம்பதியருக்கு கோமதி முத்துத் தலவாச்சி, சித்திரபுத்திரத் தேவன் மற்றும் சிவஞானப் பாண்டியன் என்று மூன்று குழந்தைகள் பிறந்தனர்.

பாளையத்திலிருந்து வரும் வருமானத்தை அவர் நிர்வாகத்துக்கும், மக்களுக்கும் பயன்படுத்தி எஞ்சியதைக் கோயில் திருப்பணிக்காகவும் செலவுசெய்தார்.

நாமக்கல் மாவட்டம் திருச்செங்கோடு என்ற இடத்தில் ஒரு செப்பேடு கிடைத்துள்ளது. அது கி.பி. 1748ஆம் ஆண்டைச் சேர்ந்தது. அது 27 செ.மீட்டர் நீளம், 15 செ.மீட்டர் அகலம் உடையது. ஒரு கிலோ எடையுள்ளது. அதில் ஒரு பக்கத்தில் மட்டும் 40 வரிகள் எழுதப்பட்டுள்ளன. புலித்தேவர் அளித்த கொடை பற்றி அதில் கூறப்பட்டுள்ளது.

தன்னுடைய குலதெய்வம் உள்பட சங்கரன்கோயில், பால்வண்ணநாதர் கோயில், வாசுதேவநல்லூர் அர்த்தநாரீசுவரர் கோயில், நெல்லைவாகையாடி அம்மன் கோயில் மற்றும் மதுரை சொக்கநாதர் கோயில் என்று திருநெல்வேலிச் சீமையில் உள்ள பல கோயில்களுக்கும் பூலித்தேவர் திருப்பணி செய்துள்ளார்.

நெற்கட்டுஞ் செவ்வலில் ராமகோவிந்தப்பேரி என்ற பெயரில் பெரிய குளம் இருந்தது. அக்குளம் உடைந்து சிதைந்து பல ஆண்டுகள் பாசனம் இல்லாமல் இருந்தது.தலைநகர்ப் பகுதி வளம் பெற அக்குளத்தைப் புதுக்குளமாகக் கட்டிப் பாசனம் செய்து பயிரிட புலித்தேவர் கேட்டுக்கொண்டதனால், நெற்கட்டுஞ் செவ்வலில் உள்ள பிறக்குடையாக் குடும்பன் என்பவர், தன் செலவில் ராம கோவிந்தப்பேரிக் குளத்தைப் புதுக்குளமாக அமைத்தார்.

விப வருடம் ஆடி மாதம் 25ஆம் நாள் புலித்தேவர், பிறக்குடையாக் குடும்பனுக்கு மானிய பூமி நன்செய் நிலம் வழங்கியதோடு அவர் நிலங்களுக்குச் சில ஆண்டுகள் வரிச் சலுகையும் அளித்த விவரம் செப்பேட்டில் கூறப்பட்டுள்ளது.

குளத்தில் உள்ள மீன்களைப் பிடிப்பதன்மூலம் வருகின்ற வருவாயி லிருந்து குளம் பராமரிப்பும், தூர் வாருதலும் நடைபெறவேண்டும் என்றும், இவற்றுக்குக் கணக்கெழுதி ஒப்பிக்க வேண்டும் என்றும் செப்பேட்டில் எழுதப்பட்டுள்ளது.

நிலங்கள் அளக்கப்பட்டு அடையாளமாக அவற்றுக்கு எண்கள் இடப்பட்டிருந்தது. 85, 86, 87, 88ஆம் எண் நிலங்கள் செப்பேட்டில் குறிக்கப்பட்டுள்ளன. நெல் கோட்டை, பாட்டம் என்ற அளவில் குறிக்கப்பட்டுள்ளது.

விதை நெல் விரை என்று கூறப்பட்டுள்ளது. பொதுவாக அக்காலச் செப்பேட்டில் வழக்கமாகப் பயின்று வரும் வடமொழிச் சொற்கள் இன்றித் தனித் தமிழில் செப்பேடு எழுதப்பட்டுள்ளது. குளம், மடை விருத்திக்குத் தனி மானியமும் விடப்பட்டிருந்தது. புலித்தேவர் 'நம்மிட மனோ ராசியில்' இச்செப்பேட்டை எழுதிக் கொடுத்ததாகக் கூறப்பட்டுள்ளது.

புலியின் மறம்

1736ஆம் ஆண்டு மதுரை நாயக்கர்களின் ஆட்சி முடிவுக்கு வந்தது. பூலித்தேவர் அனைத்துப் பாளையக்காரர்களையும் ஒன்றுகூட்டி அரசியல் மாற்றங்கள் பற்றித் தீவிரமாக விவாதித்து பாளையக்காரர்கள் ஒற்றுமையாக இருக்கவேண்டியதன் அவசியத்தை உணர்த்தினார். பூலித்தேவர் திட்டப்படி அனைத்து பாளையக்காரர்களும் நாயக்கராட்சிக்குக் கப்பம் கட்டுவதைத் தவிர்த்தனர்.

1750ஆம் ஆண்டு ராபர்ட் கிளைவ் திருச்சிக்கு வந்து பிரிட்டிஷ் கொடியை ஏற்றி, தென்னாட்டுப் பாளையக்காரர்கள் தன்னைப் பேட்டி காண வேண்டுமென்ற அறிவிப்பை வெளியிட்டார். இதனால் சினம்கொண்ட பூலித்தேவர், படையுடன் திருச்சி சென்று போரிட்டார். இப்போரில் பூலித்தேவர் வெற்றிபெற்றார். இத்தகவல் பூலித்தேவன் சிந்து என்ற கதைப்பாடலில் கூறப்பட்டுள்ளது.

பாளையக்காரர்கள் திறை செலுத்த மறுத்து, தனித்துச் செயல்படத் தொடங்கினர். மதுரையை வெற்றிகொண்ட ஆற்காட்டு நவாப் முகமது அலி தனது சகோதரன் அப்துல் ரஹீம் என்பவர் தலைமையில் கி.பி.1751ஆம் ஆண்டு 2500 குதிரைப் படைகளையும் 300 காலாட்படைகளையும் 30 பிரிட்டிஷ் பட்டாளத்தையும் அனுப்பி பாளையங்களை அடக்கி, வரியைப் பறித்துவர ஆணையிட்டார். இப்படையைப் பிரிட்டிஷ் தளபதி லெஃப்டினெண்ட் இன்னிஸ் வழிநடத்தினார். இதை அறிந்த பூலித்தேவர் சுற்றுவட்டாரப்

பாளையங்களை ஒன்று திரட்டி அப்படையினை எதிர்த்தார். பிரிட்டிஷாரின் படை பின்வாங்கியது.

ஆற்காட்டு நவாப் நெல்லைச்சீமையில் வரிவசூலிக்கக் கிழக்கிந்திய கம்பெனிக்கு உரிமை வழங்குவதாகக் கூறி உதவியை நாடினான். இதனையே பெரும்வாய்ப்பாகக் கருதி, திருச்சியில் முகாமிட்டிருந்த கர்னல் அலெக்சாண்டர் கெரான் கி.பி.1755ஆம் ஆண்டு பிப்ரவரி மாதத்தில் பீரங்கிகளுடனும், 2000 சிப்பாய்களுடனும், 500 ஐரோப்பியர்களுடனும் படை நடத்தி வந்தான்.

கர்னல் அலெக்சாண்டர் கெரானுடன் நவாபின் அண்ணன் மபுசூக் கானும், முகமது யூசுப்கானும் (மருதநாயகம் பிள்ளை) இணைந்து வந்தனர். வரும் வழியில் திண்டுக்கல்லுக்கும் மணப்பாறைக்கும் இடையில் இருந்த லக்கநாயக்கன் பாளையத்தைக் கைப்பற்றி மதுரைக்குள் நுழைந்தான். மதுரை அப்போது சந்தாசாகிப் ஆதரவாளர் களிடமிருந்தது. அவர்களுடைய எதிர்ப்பின்றியே மதுரையைக் கைப்பற்றி பாஞ்சாலங்குறிச்சியை நோக்கிப் படைகளை நகர்த்திப் பாஞ்சாலங்குறிச்சியை முற்றுகையிட்டான்.

அப்போது அங்கு வீரபாண்டிய கட்டபொம்முவின் பாட்டன் பொல்லாப்பாண்டியன் ஆட்சிபுரிந்து வந்தார். பொல்லாப்பாண்டியன் ஒருபகுதி கப்பத்தைக் கட்டிவிட்டு மீதித்தொகைக்குப் பாளையத்தின் வறுமைநிலையை எடுத்துக் கூறினார். கர்னல் அலெக்சாண்டர் கெரான் அதற்கு இணங்காமல் அவனது இரு மகன்களையும் பிணைக் கைதிகளாகப் பிடித்துவைத்து, மீதித்தொகை கிடைத்தவுடன் விடுவித்தான்.

கர்னல் அலெக்சாண்டர் கெரான் நத்தக்கோட்டை பாளையத்தை முற்றுகையிட்டுக் கப்பத்தை வசூலித்தான். இதனிடையே மபுசூக்கான் பூலித்தேவரின் நெற்கட்டாஞ்செவ்வல் கோட்டையைத் தாக்கிடப் படையுடன் புறப்பட்டான். இதை அறிந்த பூலித்தேவர் அப்படையை வழியிலேயே இடைமறித்து விரட்டினார்.

பல பாளையங்களைப் பிடித்த வேகத்தில் திரும்பிட நினைத்த கர்னல் அலெக்சாண்டர் கெரானை மபுசூக்கான் பூலித்தேவர் மீது படையெடுக்க வற்புறுத்தினான். இதனால் கர்னல் அலெக்சாண்டர் கெரான் நெற்கட்டாஞ்செவ்வல் கோட்டை மீது படையெடுத்தான்.

ஆறு பவுன்ட் பீரங்கிகளைக் கொண்டு தாக்கினான். கல்லாலான கோட்டை கம்பீரமாக நின்றது. நான்காயிரம் படை வீரர்கள்

கோட்டையின் பாதுகாப்புக்காக இருந்தனர். இதனால் விரக்தி அடைந்த கர்னல் அலெக்சாண்டர் கெரான், சமாதான முறையில் பேசிப் பணியவைக்க துபாசு முதலியார் என்பவரைத் தூது அனுப்பினான். ஒரு பகுதி கப்பம் கட்டினால் முற்றுகை நீக்கப்படும் என்று தெரி வித்தான். ஆனால் பூலித்தேவர் இதற்குச் சம்மதிக்கவில்லை.

கெரானின் படைகள் களைத்திருந்ததையும். உணவுநெருக்கடியில் இருந்ததையும் அறிந்துகொண்ட பூலித்தேவர் தாக்குதல் தொடுத்து கர்னல் அலெக்சாண்டர் கெரானின் படைகளை விரட்டினார். 22 மே 1755ஆம் நாள் கர்னல் அலெக்சாண்டர் கெரான் நெற்கட்டுஞ் செவ்வலிலிருந்து தன் படைகளை விலக்கிக் கொண்டான்.

கி.பி.1755ஆம் ஆண்டு நவாபின் திருச்சி பிரதிநிதியாக இருந்த முடோமியா தனக்கு இருந்த அதிகாரத்தைப் பயன்படுத்தி களக்காட்டுக் கோட்டையைத் திருவிதாங்கூர் மன்னன் மார்த்தாண்ட வர்மனுக்கு விற்பனை செய்தான். மார்த்தாண்ட வர்மன் அங்கு 2000 படைவீரர்களை நிறுத்திவைத்தான். நவாபின் மபுசூக்கான் திடீர்த்தாக்குதல் நடத்தி களக்காடு கோட்டையைக் கைப்பற்றினான்.

மபுசூக்கான் மதுரை சென்றிருந்த சமயம் பார்த்து பூலித்தேவரும், மார்த்தாண்ட வர்மனும் இணைந்து களக்காடு கோட்டையைக் கைப்பற்றினர். கடுங்கோபமுற்ற மபுசூக்கான் 600 குதிரைப்படை களுடனும் 1000 சிப்பாய்களுடனும் சில பாளையக்காரர்களையும் இணைத்துக்கொண்டு கோட்டையைத் தாக்கினான். இப்போரில் பூலித்தேவர் வெற்றிபெற்று களக்காட்டைத் தக்கவைத்துக் கொண்டார்.

பூலித்தேவர் தன்னுடைய பாதுகாப்பு எல்லையை விரிவுபடுத்த எண்ணி, திருவில்லிபுத்தூர் கோட்டையைக் கைப்பற்றத் திட்ட மிட்டார். மதுரைக்கும் நெல்லைக்கும் இடையிலே அது இருப்பதால் அது தன்வசம் இருக்க வேண்டியது முக்கியம் எனக் கருதினார்.

இக்கோட்டை ஆற்காடு நவாபின் தம்பி ரஹீம் மேற்பார்வையில் 3000 சிப்பாய்களுடனும், 30 பிரிட்டிஷாரின் துணைப்படையுடனும் பாது காப்பாக இருந்தது. தக்க சமயத்தில் பார்த்து பூலித்தேவர் பல ஆயிரம் காலாட்படையுடனும் 1000 குதிரைப்படையுடனும் தாக்குதலைத் தொடுத்து கோட்டையைக் கைப்பற்றினார். ரஹீம் விரட்டப்பட்டான்.

புலியின் தொடர் தோல்விகள்

மபுசூக்கான் தங்கியிருந்த திருநெல்வேலியைக் கைப்பற்றி மபுசூக்கானை ஒழித்துவிடத் திட்டமிட்டார். 21.03.1756ஆம் நாள் திருநெல்வேலி மீது

பூலித்தேவர் படையெடுத்தார். பூலித்தேவரை நெல்லைக்கு அருகிலிருந்த பாளையங்கள் ஆதரிக்கவில்லை. பூலித்தேவர் படைகள் சிதறின. பூலித்தேவர் 2000 வீரர்களைப் பறிகொடுத்து நெற்கட்டுஞ்செவ்வலுக்குத் திரும்பினான்.

மபுசூக்கானைச் சென்னைக்குத் திரும்பிட நவாப் உத்திரவிட்டார். மபுசூக்கான் மறுத்தான். ஆங்கிலேயத் தளபதியுடன் கருத்து வேறுபாடு ஏற்பட்டது. இதனிடையே முகமது யூசுப்கான் நெல்லைப் பாளையங் களை அடக்கி வரிவசூலிக்கப் பணிக்கப்பட்டான். பூலித்தேவரிடம் மபுசூக்கான் அடைக்கலம் பெற்று அவருக்காகப் போர்புரியத் தொடங்கினான். மபுசூக்கானைப் பூலித்தேவர் சிறைபிடித்து வைத்துள்ளதாகவே யூசுப்கான் கருதினான். அத்துடன் பூலித்தேவரை அடக்கிடவும் வரிவசூலித்திடவும் முடிவெடுத்தான்.

06 மே 1756 ஆம் நாள் 1400 குதிரைப்படையுடனும் 18 பவுன்ட் சக்திவாய்ந்த 4 பீரங்கிகளுடனும், திருவிதாங்கூர் மன்னனின் ஆதரவுடன் படை நடத்தி திருவில்லிபுத்தூர் கோட்டையைத் பூலித்தேவரிடமிருந்து கைப்பற்றினான்.

10 ஆகஸ்ட் 1756ஆம் நாள் வந்தியத்தேவனையும் வாண்டையத் தேவனையும் தோற்கடித்து கொல்லங்கோட்டைப் பாளையத்தைக் கைப்பற்றினான். 01 டிசம்பர் 1756ஆம் நாள் அன்று கங்கைகொண்டான் என்ற இடத்தில் பூலித்தேவர் படைகளும் யூசுப்கான் படைகளும் மோதிக்கொண்டன. இதில் பூலித்தேவர் தோற்று நெற்கட்டுஞ் செவ்வலுக்குத் திரும்பினார்.

கி.பி.1756ஆம் ஆண்டு ஜூலை மாதத்தில் பிரிட்டிஷ் படைகள் மீண்டும் யூசுப்கான் தலைமையில் புறப்பட்டன. 6400 காலாட்படைகளுடனும். 600 குதிரை வீரர்களுடனும் ஊத்துமலை பாளையத்தைக் கைப்பற்றினான். இவனுடன் திருவிதாங்கூர் மார்த்தாண்ட வர்மனின் படைகளும் இணைந்தன.

23 செப்டெம்பர் 1756ஆம் நாள் வடகரை பாளையத்தைக் கைப் பற்றினர். வடகரை தீயிட்டு, அழிக்கப்பட்டது. 06 நவம்பர் அன்று பூலித்தேவரின் நெற்கட்டுஞ்செவ்வல் கோட்டையை யூசுப்கான் தாக்கினான். அங்கே நிலைகொண்டு வாசுதேவநல்லூர் கோட்டையை யும் தாக்கத் துவங்கினான். சந்தர்ப்பத்தை எதிர்பார்த்துக் காத்திருந்த பூலித்தேவரின் 3000 சிப்பாய்கள் யூசுப்கானின் படைக்குள் புகுந்து சிதறடித்தனர். திடீர்த்தாக்குதலில் 200 வீரர்களை இழந்து பிரிட்டிஷ் படை சிதறுண்டது. கோட்டை பாதுகாக்கப்பட்டது.

புலியின் ஒற்றன்

ஒண்டிவீரன் என்று அழைக்கப்படும் ஒண்டிப்பகடை செருப்புத் தைக்கும் தொழிலாளி. பூலித்தேவரின் அந்தரங்க ஒற்றன். நம்பிக்கைக் குரிய தளபதியாகவும் இருந்தார். வேலுநாச்சியாருக்கு ஒரு குயிலி போல பூலித்தேவருக்கு இந்த ஒண்டிவீரன். பூலித்தேவரின் பல வெற்றிகளுக்குக் காரணமாக இருந்தவர்.

நெற்கட்டுஞ்செவ்வலுக்கு அருகில் இருந்த நடுவக்குறிச்சிப் பாளைய மும் 2000 வீரர்களும் பிரிட்டிஷார் பக்கம் மாறினர். இவர்களின் உதவியுடன் நெற்கட்டுஞ்செவ்வலைச் சுற்றியுள்ள காடுகளில் பிரிட்டிஷாரின் முகாம்கள் அமைக்கப்பட்டுத் தாக்குதலுக்குத் தயாராகின. இதை அறிந்த பூலித்தேவரின் படைத்தளபதிகளில் ஒருவனான வெண்ணிக்காலடி பிரிட்டிஷ் முகாம்களை ஒழிக்க, இரவோடு இரவாகத் தாக்கிப் பலவீரர்களைப் பலிகொண்டு தானும் பலியானான். பூலித்தேவர் வெண்ணிக்கொடிக்கு வீரக்கல்லில் வல்லயத்தை வைத்தான். அவன் போரிட்ட இடம் 'காலாடிமேடு' என்று அழைக்கப்படுகிறது.

கி.பி.1760ஆம் ஆண்டு டிசம்பர் மாதம் முதல் யூசுப்கான் பூலித்தேவரின் கோட்டையைத் தாக்கத் தொடங்கினான். நான்கு மாதங்கள் இத் தாக்குதல் நடைபெற்றது. கி.பி.1761ஆம் ஆண்டு மே மாதம் வாசு தேவநல்லூர் கோட்டை, நெற்கட்டுஞ்செவ்வல், நல்லூர்கோட்டை ஆகியவை யூசுப்கானால் கைப்பற்றப்பட்டன. பூலித்தேவர் ராமநாதபுரத்திலுள்ள கடலாடிக்குத் தப்பிச்சென்றார். பூலித்தேவரைப் பிடிக்க முடியாத விரக்தியில், அவருக்கு ஆதரவான 29 கோட்டைகளை யூசுப்கான் தகர்த்தான்.

மீண்டும் பாய்ந்த புலி

கி.பி.1764ஆம் ஆண்டு யூசுப்கான் மதுரையில் மரணமடைந்தான். கி.பி.1766ஆம் ஆண்டு பூலித்தேவர் கடலாடியிலிருந்து திரும்பி வந்து வாசுதேவநல்லூர் கோட்டையைப் புதுப்பித்து ஆட்சி செய்தார். இதை அறிந்த பிரிட்டிஷார் கி.பி.1766ஆம் ஆண்டு அக்டோபர் மாதத்தில் தாக்குதலைத் தொடங்கினர். அத் தாக்குதல் கி.பி.1767ஆம் ஆண்டு மே மாதம் வரை நீடித்தது.

கி.பி.1766ஆம் ஆண்டு அக்டோபர் மாதம் கேப்டன் பௌட்சன் தலைமையில் வாசுதேவநல்லூர் கோட்டை தாக்கப்பட்டது. கி.பி.1766ஆம் ஆண்டு டிசம்பர் மாதம் மேஜர் பிளின்ட் மற்றும் கேப்டன்

பெயின்டர் தலைமையில் கொல்லங்கொண்டான் கோட்டை தாக்கப்பட்டது. ஐந்து ஆங்கிலத்தளபதிகளும் ஏராளமான சிப்பாய்களும் இறந்ததால் பிரிட்டிஷ் படை பின்வாங்கி, நெல்லைக்குச் சென்றது.

29 ஏப்ரல் 1767ஆம் நாள் கர்னல் டொனால்டு கேம்பெல் பெரும் படையுடன் கொல்லங்கொண்டான் கோட்டையைத் தாக்கித் தரைமட்டமாக்கினான். சேத்தூரையும் கைப்பற்றினான். 13 மே 1767ஆம் நாள் வாசுதேவநல்லூர் கோட்டையைத் தாக்கினான். ஒரு வாரப் போருக்குப் பின்னர் கோட்டை கைப்பற்றப்பட்டது. பூலித்தேவரும் அவர் வீரர்களும் காட்டுக்குள் தப்பிச்சென்றனர்.

கடவுளாக்கப்பட்ட புலி

பிரிட்டிஷார் அவரைத் தீவிரமாகத் தேடினர். ஆரணிக் கோட்டையின் தலைவன் அனந்த நாராயணன் என்பவனின் மாளிகைக்கு பூலித் தேவரை வரச் செய்து அங்கு கைது செய்தனர். பின்னர் தூக்கிலிட்டனர். பூலித்தேவரின் மறைவுக்குப் பின்னர் ஒரு குடிசையில் ஒளிந்து வாழ்ந்த அவரது மனைவி கயல்கன்னி என்ற லட்சுமி நாச்சியாரை பிரிட்டிஷ் படைவீரர்கள் அக்குடிசையோடு சேர்த்து எரித்துக்கொன்றனர்.

பூலித்தேவர் பற்றிய கதைப்பாடல் கைதுசெய்யப்பட்ட பூலித் தேவரைப் பாளையங்கோட்டைக்குக் அழைத்துச்செல்லும் வழியில், சங்கரன் கோயிலில் உள்ள இறைவனை வழிபட வேண்டும் என்று பூலித்தேவர் விரும்பியதாகவும், அதன்படி பிரிட்டிஷ் போர் வீரர்கள் அவரை அனுமதித்ததாகவும் அப்போது பெரிய புகை மண்டலமும் ஜோதியும் தோன்றிக் கைவிலங்குகள் அறுந்துவிழ அவர் ஜோதியில் கலந்தார் என்றும், பூலித்தேவர் சிவஞானத்துடன் ஐக்கியமானதால் ‘பூலிசிவஞானம்’ ஆனார் என்றும் நாட்டுப்புறப் பாடல்கள் கூறுகின்றன. சங்கரன்கோவிலில் உள்ள சங்கர நாராயணன் கோவிலில் பூலித்தேவர் மறைந்த இடம் இன்றும் பாதுகாக்கப்பட்டு வருகின்றது.

பிரிட்டிஷாருக்கு எதிராக முதன்முதலில் குரல் கொடுத்த, வாளெடுத்த தென்னகத்து வீரனின் வாழ்வு காற்றில் கலந்து இந்தியா முழுவதும் பரவத் தொடங்கியது.

தன் தலைவனான பூலித்தேவரை இழந்த பாளையத்து மக்களுக்குத் தானே தலைவனாகப் பொறுப்பேற்றார் ஒண்டிவீரன். அடுத்த கட்டத் தாக்குதலுக்குச் சமயம் பார்த்துக் காத்திருந்தார். அப்போது பிரிட்டிஷார் ‘உங்களில் எவனாவது வீரனாயிருந்தால், எங்கள் முகாமுக்குள் ஊடுருவிப் பட்டத்துக் குதிரையையும் பட்டத்து வாளையும் எடுத்துக்

கொண்டு, நாங்கள் கட்டித் தொங்கவிட்டிருக்கின்ற வெங்கல நகராவை ஒலிக்க வைத்துவிட்டால் நாங்கள் நெற்கட்டும் செவ்வயல்பாளையத்தை உங்களிடமே தந்து விடுகிறோம்' என்று ஒரு சவால் விடுத்தனர்.

இதுதான் சரியான தருணம் என்று உணர்ந்த ஒண்டிவீரன், தன்னந் தனியாக, ஒரு சாதாரணக் கூலித் தொழிலாளியைப் போல் பிரிட்டி ஷாரின் முகாமுக்குள் ஊடுருவினார். யாரென வினவிய பிரிட்டி ஷாருக்கு, குதிரைக்கு வார் தைக்கக் கூடியவன், போர்வீரர்களின் பூட்சுகளைச் சரிசெய்யக் கூடியவன் என்று பதில் கூறி ஒண்டிவீரன் உள்ளே புகுந்தார். சில நாட்கள் அந்த முகாமில் தங்கிப் பட்டத்துக் குதிரை மற்றும் வாள் போன்றவை வைக்கப்பட்டிருந்த இடத்தை முதலில் அறிந்தார். வெங்கல நகரா கட்டி விட்டிருப்பதையும், மணி ஒலித்தவுடன் எதிரிகளைத் தாக்கக்கூடிய பீரங்கிகள் தயார் நிலையில் இருப்பதையும் உணர்ந்த ஒண்டிவீரன் சவாலில் வெல்ல அமாவாசை இருளைத் தேர்வு செய்தார்.

முதலில் முகாமின் எல்லையில் நிறுத்தப்பட்டிருந்த பீரங்கிகளை பிரிட்டிஷார் பக்கமே திருப்பி அமைத்தார் ஒண்டிவீரன். தடுக்க முயன்ற காவலர்களைக் குத்திக் கொன்றார். பட்டத்து வாளை எடுத்துத் தன் இடுப்பில் செருகிக்கொண்டு, குதிரையைக் கிளப்ப முயன்றபோது குதிரை ஒத்துழைக்க மறுத்துக் கனைத்து ஓடியது. அச் சப்தம் கேட்டு அங்கு குதிரை வீரர்கள் வந்தனர். வீரர்களின் வருகையை உணர்ந்த ஒண்டிவீரன் குதிரைக்குத் தீனி போடுகின்ற காடியில் படுத்துப் புற்களைத் தன்மேல் பரப்பி, தன்னை ஒளித்துக் கொண்டார். இருட்டில் யாரெனக் கண்டறிய முடியாத சூழலில் குதிரையை மீண்டும் காடிக்குப் பக்கத்திலேயே ஒரு ஈட்டியை அறைந்து, அதில் குதிரையைக் கட்டி விட்டுச் சென்றனர் குதிரை வீரர்கள்.

ஈட்டி தரையில் அறையப்படும்போது ஒண்டிவீரனின் கையும் சேர்த்து அறையப்பட்டது. ஒண்டிவீரன் அந்த வலியையும் பொறுத்துக் கொண்டு காடியிலேயே படுத்துக் கிடந்தார் என்பது அந்த வீரர் களுக்குத் தெரியவில்லை. வீரர்கள் கண்ணயர்ந்த நேரத்தில் ஒண்டி வீரன் கையை ஈட்டியில் இருந்து பிடுங்க முயன்றார். முடியவில்லை. மீண்டும் குதிரை கனைத்து விட்டால் ஆபத்து என்பதை உணர்ந்து தன் இடுப்பில் செருகியிருந்த பட்டத்து வாளால் தன் கையைத் தானே வெட்டிக்கொண்டு எழுந்தார்.

குதிரையைக் கிளப்பிக்கொண்டு வெங்கல நகராவை ஒலித்து விட்டுப் புறப்பட்டார் ஒண்டிவீரன். எதிரிகள் வந்துவிட்டார்கள் என்று நினைத்துக் கொண்டு பீரங்கியை இயக்கினார்கள் வீரர்கள். பீரங்கிக்

குண்டுகள் தங்கள் முகாம் மீதே வெடிப்பதைக் கண்டு அதிர்ந்தது பிரிட்டிஷார் படை. அழிந்தது பிரிட்டிஷார் முகாம். ஆயிரக்கணக்கான வீரர்கள் மடிந்தனர்.

'கையை இழந்து விட்டாயே' என்று கதறிய குடும்பத்தினரிடமும் பாளையத்து மக்களிடமும் 'இந்தக் கை போனால் என்ன? எனக்குத் தங்கக் கை கொடுப்பீர்கள் நீங்கள்' என நம்பிக்கை ஊட்டினார் ஒண்டிவீரன். பூலித்தேவர் கி.பி. 1767ஆம் ஆண்டு மறைந்த பின்னரும் கி.பி. 1771 ஆம் ஆண்டு வரையில் எதிரிகளுக்குச் சிம்ம சொப்பனமாகத் திகழ்ந்தவர் ஒண்டிவீரன்.

5

ஹைதர் அலி : முரட்டுச் சிங்கம்

மன்னரின் மகன் மன்னராவதுதான் இந்திய மரபு. விதிவிலக்காக அரச மரபில் பிறக்காதவர்களும் தங்களின் அறிவுத்திறத்தால், உடல்வலிமையால் ஆட்சியைப் பிடித்து மன்னராவதும் உண்டு. எளியவர்கள் தங்களின் அறிவால், துணிவால் அரியணையேறினாலும் அவர்கள் முழுவதுமாகத் தங்களை மன்னர்களாகவே கருதுவதில்லை. அவர்கள் தாம் என்றும் ஒரு சாதாரணக் குடிமகன்தான் என்று நினைத்து குடிமக்களின் மன்னராகவே வாழ்வர்.

அத்தகையோருள் ஒருவர் ஹைதர் அலி மற்றொருவர் திப்பு சுல்தான். இவர்களுள் ஒருவர் சிங்கம் என்றால் மற்றொருவர் புலி. ஹைதர் என்பதற்குச் சிங்கம் என்று அர்த்தம். ஹைதர் அலி உண்மையிலேயே சிங்கம்தான். ஆனால் கொஞ்சம் முரட்டுச் சிங்கம். திப்பு சுல்தானுக்கு ஜாகோபியன்கள் 'குடிமகன்' என்ற பட்டத்தினை வழங்கினர். மன்னர் மரபினர் அல்லாத மன்னர்கள் மக்களின் மனத்தில் வாழும் நல்ல குடிமகன்கள்தான் என்பதற்கு இந்தச் சிங்கமும் புலியுமே சான்று.

சூஃபி மரபு

ஹைதர் அலியின் முன்னோர்கள் 'அகவிழிப்புடைய மனிதர்கள்' என்று அழைக்கப்படும் சூஃபி குடும்பத்தினர். அவர்களுள் ஒருவர் ஃபட்டா முகம்மது. சூஃபி மரபினர் போர் வீரராவது ஒரு வகையில் முரண்தான். சூஃபி இஸ்லாமின் அடிப்படைக் கொள்கை சுல்ஹ்-இ-குல் என அழைக்கப்படுகிறது. இதன் பொருள் 'அனைத்துடனும் சமாதானம்' என்பதாகும். சமாதானத்தை விரும்பும் மரபில் போர் வீரர் உருவாவது முரண்தானே? பத்தே முகம்மது ஆற்காடு நவாபின் முதன்மைத் தளபதியாக இருந்தவர். அவருக்கு இரண்டாவது மகனாக கி.பி.1720ஆம் ஆண்டு ஹைதர் அலி பிறந்தார்.

படை வீரர்

மைசூரை ஆண்ட இளம்வயது அரசர் கிக்க கிருஷ்ணராசாவிடம் படை வீரர்களாக ஹைதர் அலியும், அவரது அண்ணன் ஷாபாஸ் சாஹிபும் சேர்ந்தனர். கி.பி. 1749ஆம் ஆண்டு நடைபெற்ற தேவனஹள்ளிப் போரில் இவர்கள் காட்டிய வீரம் கிருஷ்ணராசாவை வியப்பில் ஆழ்த்தியது. அப்போரில் பெற்ற வெற்றிக்குக் கைமாறாக கிருஷ்ணராசா ஹைதர் அலியைக் குதிரைப்படைத் தளபதியாக்கினார்.

1750ஆம் ஆண்டு பிரிட்டிஷாருக்கும் பிரெஞ்சுக்காரர்களுக்கும் இந்திய மண்ணில் கடும்போர் ஏற்பட்டது. இந்நிலையில் அரசர் கிக்க கிருஷ்ணராசா பிரெஞ்சுக்காரர்களுக்கு ஆதரவாக இருந்தார். இப்போரில்தான் ஹைதர் அலி பிரிட்டிஷாரை எதிர்த்து முதல் முதலில் மோதினார். தன் அணியினரான பிரெஞ்சுக்காரர்களிட மிருந்து நவீன போர் நுணுக்கங்களையும் ஆயுதங்களையும் அறிந்துகொண்டார்.

பிரிட்டிஷாரை ஹைதர் அலி எதிர்கொண்ட விதத்தையும் வீரத்தைக் கண்டு வியந்த மைசூர் அமைச்சர் நஞ்ஞராஜர் மைசூர் ஆட்சியின் ஒரு பகுதியாக இருந்த திண்டுக்கல்லை நிர்வகிக்கும் பொறுப்பினை ஹைதர் அலிக்கு வழங்கினார். திண்டுக்கல்லில் ஹைதர் அலி தன் முழுத் திறமையையும் வெளிப்படுத்தினார். அங்கு ராணுவ ஆய்வுக் கூடத்தை உருவாக்கி பிரிட்டிஷ் படையை எதிர்கொள்ளும் வகையில் பீரங்கிப் படையை அமைத்தார்.

மைசூர் படையில் வீரர்களுக்கு ஊதிய நிலுவை, ஊதிய உயர்வு சார்ந்த சிக்கல்கள் எழுந்தன. அது பெருஞ்சிக்கலாகி கி.பி.1758ஆம் ஆண்டில் வீரர்களுக்கும் மன்னருக்கும் இடையில் ஒரு கலகமாக உருவெடுத்தது. அக்கலகத்தை அடக்கும் பொறுப்பை அரசர் கிக்க கிருஷ்ணராசா ஹைதர் அலியிடம் ஒப்படைத்தார்.

ஹைதர் அலி தன் சாட்டையைச் சொடுக்கிக் கலவரத்தை அடக்கி, நிலைமையைக் கட்டுக்குள் கொண்டுவந்தார். தன் முயற்சியால் கிருஷ்ணராசாவிடம் பணம்பெற்றும் தன் சொந்தப் பணத்தைக் கொண்டும் வீரர்களின் பண, மனத்துயரைத் துடைத்தார். இதனால் படைவீரர்கள் மத்தியில் ஹைதர் அலிக்குச் செல்வாக்கு ஏற்பட்டது.

வெற்றிச்சிங்கம்

1759ஆம் ஆண்டு மராட்டியப் படை மைசூரைத் தாக்கியது. மைசூர் படைக்கு ஹைதர் அலியைத் தலைமையேற்குமாறு அரசர் கிக்க கிருஷ்ணராசா கட்டளையிட்டார். மைசூர் படை ஹைதர் அலியின்

தலைமையில் மராட்டியப் படையினை எதிர்த்தது. மகத்தான வெற்றியினைப் பெற்றது.

அரசர் கிக்க கிருஷ்ணராசா அவ்வெற்றியைக் கொண்டாடும் வகையிலும் ஹைதர் அலியைப் பாராட்டும் வகையிலும் ஹைதர் அலிக்கு 'பதே ஹைதர் பஹதூர்' என்ற பட்டத்தை வழங்கினார். அதாவது 'தைரியம் உடைய வெற்றிச் சிங்கம்' என்று பொருள்.

அரசர் கிக்க கிருஷ்ணராசா இளம் வயதினர் என்பதால் அவரை ஏய்த்தபடியே தேவராஜர் மற்றும் நஞ்ஞுராஜர் ஆகிய இரண்டு அமைச்சர்களும் சுகவாழ்வு வாழ்ந்தனர். ஆனால், மறைமுகமாக ஹைதர் அலி மக்கள் மனத்தில் பெருவாழ்வு வாழ்ந்து வந்தார்.

பிரிட்டிஷாரைப் பொறுத்தவரை மைசூரில் அவர்களுக்கு இணையான வீரராக ஹைதர் அலியை மட்டுமே கருதினர். ஆதலால், பிரிட்டிஷ் அரசு ஹைதர் அலிக்கு எதிராக ஒரு பெரும் கூட்டணியை உருவாக்கியது. அக்கூட்டணியில் மராத்தியர்களும் நிஜாம்களும் இருந்தனர். இதனை அறிந்த ஹைதர் அலி பிரெஞ்சுக்காரர்களைத் தன்வசப்படுத்திக்கொண்டார். அவர்களுடைய வீரர்களின் உதவியுடன் தன் படைவீரர்களுக்குப் போர் நுட்பப் பயிற்சியினை அளித்தார்.

இந்நிலையில் பிரிட்டிஷார் அமைச்சர்கள் தேவராஜர் மற்றும் நஞ்ஞுராஜர் ஆகியோரைத் தன்வசப்படுத்திக்கொண்டு ஹைதர் அலிக்கு எதிராக அவர்களைச் செயல்படத் தூண்டினர். ஆனால், ஹைதர் அலி முந்திக்கொண்டார். அவர் தேவராஜர் மற்றும் நஞ்ஞுராஜர் ஆகியோரைக் கைதுசெய்தார். அரசர் கிக்க கிருஷ்ணராசாவை ஆட்சிப் பொறுப்பிலிருந்து நீக்கினார். மைசூரின் அரசராகத் தன்னை அறிவித்துக் கொண்டார். வீரர்களும் மக்களும் அவரைத் தம் அரசராக ஏற்றனர்.

மைசூர் சிம்மாசனத்தில் அமர்ந்த ஹைதர் அலி முதல்வேலையாகத் தன் படையைச் சீர்படுத்தினார். தன்படையினருள் புதிதாக இருநூறுக்கும் மேற்பட்ட பிரெஞ்சு வீரர்களை இணைத்துக்கொண்டார். அவர்கள் வழியாகத் தன் படையினரை நவீன வீரர்களாக மாற்றினார். 1.8 லட்சம் வீரர்களைக் கொண்ட பெரும் படையினைத் தயார்செய்தார்.

உலக அளவில் ஏவுகணை தயாரிப்பு வரலாற்றில் ஹைதர் அலிக்கு முக்கியப் பங்குண்டு. அட்டைக்குப் பதிலாக உலோகக் குழாய்களைக் கொண்டு, 10 அடி உயரமுள்ள மூங்கில்களைப் பயன்படுத்தி ஆறு கிலோகிராம் எடையுள்ள, நூற்றுக்கணக்கான ஏவுகணைகளைத் தயாரித்தார்.

அடுத்ததாக அவர் வேளாண்மையில் கவனம் செலுத்தினார். வயல் விளைந்தால்தான் அரசுக்கு வரி கிடைக்கும் என்ற தத்துவத்தைப் புரிந்துகொண்டார். ஒரு நாட்டுக்குப் படையும் பணமும் அதிமுக்கியம் என்பது அவரது கோட்பாடு. அவ்விரண்டையும் அதிகப்படுத்திக் கொண்டார்.

முதல் மைசூர் யுத்தம்

எப்போதும் எதற்கும் தயார்நிலையில் இருந்த ஹைதர் அலிக்குப் போர் புரியும் வாய்ப்பு கிடைத்தது. போர் என்றால் சில நாள்கள் அல்ல, சில ஆண்டுகள். பிரிட்டிஷ் தளபதி ஜெனரல் ஜோசப் ஸ்மித் தலைமையில் ஹைதர் அலிக்கு எதிராகக் கி.பி. 1767ஆம் ஆண்டு ஏப்ரல் மாதத்தில் போர் தொடங்கியது. அப்போரைக் கண்டு அஞ்சிய ஹைதராபாத் நிஜாம் 23 பிப்ரவரி 1768ஆம் நாள் பிரிட்டிஷாருடன் அமைதி ஒப்பந்தம் செய்துகொண்டார்.

ஹைதர் அலி தொடர்ந்து மோதினார். மராட்டியரை வென்று மங்களூரைக் கைப்பற்றினார். ஈரோட்டில் பிரிட்டிஷ் படைகளைத் தோற்கடித்தார். பிரிட்டிஷ் தளபதி நிக்ஸன் தோல்வியை ஒப்புக் கொண்டார். கி.பி.1767ஆம் ஆண்டு முதல் கி.பி.1769ஆம் ஆண்டு வரை நடைபெற்ற இப்போர் முதல் மைசூர் யுத்தம் என வரலாற்றில் குறிக்கப்பெற்றது.

இப்போரின் முடிவில் பிரிட்டிஷார் ஹைதர் அலியுடன் ஓர் உடன் படிக்கை செய்துகொண்டனர். அவரவர் ஆக்கிரமித்த நிலங்களைத் திருப்பியளிப்பது என்றும், மைசூர் ஆட்சிக்கு ஆபத்து எனில் பிரிட்டிஷ் படை உதவிக்கு வரும் என்றும் ஒப்பந்தமானது.

ஹைதர் அலியின் ஆணைப்படி, சென்னை செயின்ட் ஜார்ஜ் கோட்டையின் கதவுகள் மீது ஆணி அடித்து, ஹைதர் அலி நொறுக்கப்பட்ட பீரங்கிகளின் குவியல் மீது அமர்ந்திருப்பதைப் போலவும், தன் காலடியில் மண்டியிட்டிருக்கும் பிரிட்டிஷ் அதிகாரி டூப்ரேயின் மூக்கைப் பிடித்து ஹைதர் அலி உலுக்குவதுபோலவும் டூப்ரே தங்க நாணயங்களைக் கக்குவதைப் போலவும் பிரிட்டிஷ் ராணுவ அதிகாரியின் பதக்கத்தை அணிந்த ஒரு நாய் ஹைதர் அலியின் பின்புறத்தை நக்கிக்கொண்டு இருப்பதைப்போலவும் உடைய ஓர் ஓவியத்தைப் பதித்தனர்.

ஆற்காடு நவாப் பிரான்ஸின் ஆதரவில் இருந்தார். இவர் கல்கத்தாவின் மீது போர் தொடங்கி, பல பிரிட்டிஷாரைக் கொன்றார். அதற்குப் பழிவாங்கும் நடவடிக்கையாக பிரிட்டிஷார் வங்காளத்தைத் தாக்கினர்.

ஹைதர் அலியைப் போல், கிழக்கிந்தியாவில் பிரிட்டிஷாரை எதிர்த்த வங்காளத்தின் நவாப் சிராஜ் உத்-தெளலாவுக்கும் பிரிட்டிஷாருக்கும் இடையே கடுமையான போர் 23 ஜூன் 1757ஆம் நாள் பிளாஸி என்ற இடத்தில் நடைபெற்றது.

பிரிட்டிஷ் படைகளுக்கு ராபர்ட் கிளைவ் தலைமை தாங்கினார். நவாபின் படைகள் எண்ணற்றதாக இருந்ததால் ராபர்ட் கிளைவ் சூழ்ச்சி செய்தார். நவாபின் தளபதி மீர் ஜாஃபருடன் ஓர் ரகசிய உடன்படிக்கை செய்துகொண்டார். அதன்படி போரில் மீர் ஜாஃபருக்கு உட்பட்ட படைப்பிரிவு பிரிட்டிஷாருடன் போரிடாமல் ஒதுங்கிகொண்டது. கிளைவ் வெற்றிபெற்றார். நவாப் சிராஜ் உத்-தெளலாவைக் கைதுசெய்த பிரிட்டிஷார் அவரைக் கல்கத்தா துறைமுகத்தில் தூக்கிலிட்டனர்.

இச்செய்தி ஹைதரைத் துன்பத்தில் ஆழ்த்தியது. தன் தேசத்தின் சகப் போராளி வீழ்ந்ததை அவரால் தாங்கிக்கொள்ள முடியவில்லை. பிரிட்டிஷாரிடம் இந்திய மன்னர்கள் தோற்கக்கூடாது எனக் கருதி, மராத்தியர்கள் மற்றும் ஹைதராபாத் நிஜாம் மீதான எதிர்ப்புகளைக் கைவிட்டார். மராட்டியர்களை இந்துக்கள் என்பதற்காக அவர் எதிர்க்கவில்லை. பிரிட்டிஷாருடன் அவர்கள் இணைந்திருந்த காலகட்டங்களில், தேச நலனுக்காகவே அவர்களை எதிர்த்தார்.

இரண்டாம் மைசூர் யுத்தம்

மராட்டியர்கள், மைசூர் மீது மீண்டும் போர் தொடுத்தனர். ஒப்பந்தப்படி, பிரிட்டிஷ் படைகள் ஹைதருக்கு உதவிபுரிய வர வில்லை. கொதித்துப்போன ஹைதர் அலி பிரிட்டிஷ் படைகள்மீது கி.பி. 1780ஆம் ஆண்டு முதல் ஒரு நெடும்போரினைத் தொடங்கினார்.

100 பீரங்கிகள், 90,000 வீரர்களுடன் ஹைதர் அலி தாக்குதலை நடத்தினார். ஆற்காடு, பரங்கிப்பேட்டை, வந்தவாசி உள்ளிட்ட இடங் களில் யுத்தம் தீவிரமாக நடந்தது. பேரம்பாக்கம் என்ற இடத்தில் பிரிட்டிஷ் படைகளை வழிமறித்து ஹைதர் அலியின் படை சிதறடித்தது. அப்போரில் 2,000 பிரிட்டிஷார் உள்பட 7,000 எதிரிப்படைகள் கொல்லப்பட்டனர். 2,000 பிரிட்டிஷார் சிறைப் படுத்தப்பட்டனர்.

கல்கத்தாவில் பிரிட்டிஷ் கவர்னர் ஜெனரலாக இருந்த வாரன் ஹேஸ்டிங்ஸ் சென்னை கவர்னரைப் பதவியிலிருந்து விலக்கினார். சர் அயர் கூட் என்னும் படைத்தலைவர் தலைமையில் ஒரு பெரும் படையை ஹைதர் அலியின் மீது ஏவினார். அப்படை சிதம்பரத்தை

அடுத்த பறங்கிப் பேட்டையில் கி.பி.1781 ஆம் ஆண்டு ஹைதர் அலியை எதிர்கொண்டது. இப்போரில் ஹைதர் அலி தோல்வியுற்றார்.

தன் படைவீரர்கள் நெடிய போரைக் கண்டு மனம் தளரக் கூடாது என்பதற்காக ஹைதர் அலி தன்னுடைய நீண்ட நெடிய போர்த் திட்டம் குறித்து தன் தளபதிகளிடம் இவ்வாறு உரையாற்றினார். 'பிரிட்டிஷாரை நாம் பலமுறை வென்றுவிட்டோம். ஆனால் ஓரிடத்தில் தோற் கடிப்பதன் மூலம் அவர்களை நாம் வீழ்த்திவிட முடியாது. காந்தகார் (இன்றைய ஆப்கனிஸ்தான்) மற்றும் பாரசீக (இரான்) மன்னர்களை வங்காளத்தின் மீதும், மராட்டியர்களை பம்பாயின் மீதும் படை யெடுக்கச் செய்யவேண்டும். பிரெஞ்சுக்காரர்களையும் இணைத்துக் கொண்டு நாம் அனைவரும் கூட்டாக ராணுவ நடவடிக்கை எடுத்து, எல்லா முனைகளிலும் பிரிட்டிஷாரைத் தாக்க வேண்டும்.' 1782ஆம் ஆண்டு ஜனவரி மாதம் அவர் இவ்வாறு உரையாற்றினார். இந்த யுத்தத் தின்போது மராட்டியர்களையும் ஹைதராபாத் நிஜாமையும் இணைத்து ஐக்கியக் கூட்டணி அமைத்தார்.

அந்த ஆண்டு டிசம்பர் மாதம் ஆந்திர மாநிலம் சித்தூரில் ஹைதர் அலி போர் செய்துகொண்டிருந்தார். அப்போது, கேரளாவின் மலபார் பகுதியில் அவரது மகன் திப்பு சுல்தான் பிரிட்டிஷாரை எதிர்த்துப் போரிட்டுக் கொண்டிருந்தார். அப்போது போர் குறித்தும், இந்திய தேசத்தின் விடுதலை குறித்தும் இந்தியாவின் பெருமை குறித்தும் அவர் தன் மகன் திப்பு சுல்தானுக்கு எழுதிய கடிதம் சிறந்த ஆவணம்.

'அன்பு மகனே, அதிகாரம் குறித்தும் மைசூர் ஆட்சியின் பாதுகாப்பு குறித்தும் நான் கவலைப்படவில்லை. நமது முன்னோர் முகலாயர் ஆட்சியில் ஆசியா கண்டத்தில் நமது இந்திய தேசம் கௌரவமான இடத்தை வகித்தது. ஆனால் இன்று நமது தாய்நாடு சிதறிப்போய் கிடக்கிறதே... நமது இந்திய மக்களுக்குத் தேசத்தின் மீதான நேசம் குறைந்துப் போய்விட்டதே!'

1780ஆம் ஆண்டு முதல் ஹைதர் அலி தொடங்கிய இந்த யுத்தம் 1784ஆம் ஆண்டு வரை அவரது மகன் திப்பு சுல்தான் தலைமையிலும் தொடர்ந்தது. இதனை இரண்டாம் மைசூர் யுத்தம் என்று வரலாற்றாசிரியர்கள் குறிப்பிட்டனர்.

சிங்கத்தின் மீளாத்துயில்

இரண்டாம் மைசூர் யுத்தத்தின்போது ஹைதர் அலிக்கு வயது 60. திப்பு சுல்தான் தமிழ்நாட்டில் கும்பகோணம், கடலூர் ஆகிய பகுதிகளை வென்ற செய்தியை ஆந்திராவில் உள்ள சித்தூரில் இருந்த ஹைதர்

அறிந்தார். இந்நிலையில் ஹைதர் அலி முதுகுத்தண்டு புற்றுநோய் காரணமாக 03 டிசம்பர் 1782ஆம் நாள் காலமானார்.

அவரது உடலை அங்கிருந்து 60 மைல் தொலைவில் உள்ள கோலாருக்கு ரகசியமாக அனுப்ப ஹைதர் அலியின் மதிமந்திரி பூர்ணையா திட்டமிட்டார். அங்குதான் ஹைதர் அலியின் தந்தை ஃபட்டா முகம்மதுவின் சமாதி உள்ளது. அங்கு கொண்டு செல்லப் பட்ட ஹைதர் அலியின் உடல் நல்லடக்கம் செய்யப்பட்டது.

6

வேலு நாச்சியார் : பெண்சிங்கம்

பெண்ணின் வீரத்தை ஜான்சி ராணியின் வழியாக உலகம் அறிந்தது. ஜான்சி ராணிக்கும் முன்னோடியாக ஒரு பெண் தமிழகத்தில் இருந்தார். அவர்தான் வேலு நாச்சியார். அவர் வீரத்தின் பெண் உருவம். அவர் சிவகங்கையின் பெண்சிங்கம்.

அசல் வீரனே மறவன். வீரப்பண்பின் அடையாளச் சொல்லாக இருந்த மறவர் என்ற சொல் பிற்காலத்தில் சாதியப் பெயராகச் சுருங்கிவிட்டது. தென் தமிழகத்தில் போர் வீரர் தொழில் புரிந்த மறவர்கள் மிகுதியாக வாழ்ந்த இடங்கள் தற்போதைய ராமநாதபுரம், சிவகங்கை, திருநெல்வேலி, மதுரையைச் சுற்றியுள்ள சில பகுதிகள் மற்றும் புதுக்கோட்டை மாவட்டத்தில் உள்ள அறந்தாங்கி போன்றனவாகும். சீர்மை என்ற சொல்லே பிற்காலத்தில் மருவி சீமை என்றானது.

மறவர் சீமை என்பது, முகவை மாவட்ட வெள்ளாற்று வடக்குக் கரையான அறந்தாங்கியிலிருந்து தெற்கே சாயல்குடி வரையிலும் கிழக்கே கடற்கரை வரையிலும், மேற்கே நாயக்கர் பேராட்சி வரையிலும் பரவியிருந்தது. சிவகங்கையின் முன்னாள் பெயர் குழுந்தாபுரி. குழுந்தாபுரியைச் சிவகங்கையாக்கிய பெருமை போர் மறவர்களுக்கே உரியது.

பெரிய மறவர் நாடான முகவைச் சீமையைக் கிழவன் சேதுபதி கி.பி. 1674 ஆம் ஆண்டு முதல் 1710ஆம் ஆண்டு வரை ஆட்சிபுரிந்தார். தனக்கு அடங்கியிருக்காமல் தஞ்சை மன்னனுக்குத் துணையாக நின்ற தொண்டை மண்டல மன்னன் பல்லவராயனை அழித்து, அந்நாட்டை விஜயரகுநாத தொண்டைமானுக்கு அளித்தார். அவரது சகோதரி காதலி நாச்சியாரைத் திருமணம் புரிந்துகொண்டார்.

சிறுவாளை பாளையக்காரன் தாதியத் தேவன் என்பவர் இவருக்குச் சிக்கல்களை உருவாக்கிக் கொண்டிருந்தார். அவரை அடக்கிவைக்க மன்னர் கிழவன் சேதுபதி தன் உறவினரான நாலுக்கோட்டை கன்று மேய்க்கி என்ற பெரிய உடையாத்தேவனை அப்பகுதிக்குத் தலைவனாக்கி 300 படை வீரர்களையும், அவர்களைப் பராமரிக்க நிலங்களையும் அளித்தார்.

நாலுக்கோட்டை பெரிய உடையாத்தேவனின் மறைவுக்குப் பின்னர் இவரது மகன் சசிவர்ண பெரிய உடையாத் தேவனுக்குத் தன் சகோதரி மகள் அகிலாண்டேஸ்வர நாச்சியாரைத் திருமணம் செய்து கொடுத்து, இவரை வெள்ளிக்குறிச்சி கோட்டையில், சிவகங்கைக்கு ஆளுநராக நியமனம் செய்தார்.

ராமநாதபுரத்து சேதுபதிகளும் தம் நாட்டுக்குள் பாளையங்களை ஏற்படுத்தினர். அவற்றில் நாலு கோட்டைப் பாளையமும் ஒன்று. இதனால் சசிவர்ணத்தேவரின் பாளையம் பெருகியது. பிரான்மலை, திருப்பத்தூர், சோழபுரம் திருப்பூவணம் என்ற நான்கு கோட்டைகளும் அவருக்குத் தரப்பட்டன. கிழவன் சேதுபதியின் வைப்பு மனைவியின் மகன் பவானி சங்கரன் விசய ரகுநாத சேதுபதிக்குத் தொல்லைகள் தந்தார்.

பவானி சங்கரனை சசிவர்ணத் தேவர் எதிர்த்ததால் அவரது பாளையமும் பறிக்கப்பட்டது. நாடிழந்த சசிவர்ணத் தேவர் தன் சின்ன மாமனார் காத்தத் தேவருடன் போய் தஞ்சை மன்னரிடம் படை உதவி கேட்டார். வேங்கைப் புலியை அடக்கும் போட்டியில் தஞ்சை மன்னரைச் சதிகாரர்களிடமிருந்தும் காப்பாற்றி மன்னரின் உதவியைப் பெற்றார். பவானிசங்கரனை வென்று தன் நாட்டை மீட்டபோது அவரை ராமநாதபுரம் சிவகங்கை இரண்டுக்கும் அரசராக முடிசூடிக் கொள்ள வலியுறுத்தியபோது சசிவர்ணத் தேவர் மறுத்துவிட்டார். சிவ கங்கைச் சீமையை மட்டும் சசிவர்ணத் தேவர் 1730 முதல் ஆளத் தொடங்கினார்.

குளம் வெட்டி, ஈசன் சிவகங்கை என்று பெயரிட்டு அந்தக் குளத்துக் கன்னி மூலையில் அரண்மனையும் ஆஸ்தான கோட்டையும் கட்டினார். குழுந்தாபுரியைச் சிவகங்கைச் சீமை ஆக்கிய பெருமை சசிவர்ணத் தேவருக்கே உரியது. கிழக்கே கடற்கரையில் தொடங்கி, மேற்கே மேலூர், வடக்கே நத்தம், தெற்கே ராமநாதபுரம் என இதன் எல்லைகள் அமைந்தன. அவர் மறைந்த பின் அவரது நினைவாக அவர் மறைந்த இடம் சசிவர்னேஸ்வரன் ஆலயமாக நிறுவப்பெற்று இன்றும் உள்ளது.

வீரம் பெண்ணாகப் பிறந்தது

ராமநாதபுரம் செல்லமுத்து சேதுபதிக்கும் சக்கந்தி என்னும் ஊரைச் சேர்ந்த முத்தாத்தாள் நாச்சியாருக்கும் 1730ல் பிறந்த பெண் குழந்தைக்கு வேலு நாச்சியார் என்று பெயரிட்டனர். வீரத்தேவரின் உடன் பிறந்தவருடைய மகள்தான் வேலு நாச்சியார், இவரைத் தத்து எடுத்து வளர்த்து ஆளாக்கிப் பட்டத்து ராணியாக்கிய பெருமை வீரத்தேவரையே சாரும்.

சேதுபதி தனது மகள் வேலு நாச்சியாருக்குப் போர்க்களம் சென்று வாளெடுத்துப் போர்புரியும் பயிற்சியும் கொடுத்தார். அவரும் ஒரு சிறந்த வீராங்கனையாக உருவாக்கப்பட்டார்.

வளரி என்ற ஆயுதத்தைக் கையாளுதல், வாள் வீச்சு, குதிரை ஏற்றம், சிலம்பம் போன்ற வீர விளையாட்டுகளில் பயிற்சி, மகாபாரதம், கம்பராமாயணம், சிலப்பதிகாரம், சங்க இலக்கியம் ஆகியவற்றில் புலமை எனத் தமது பதினாறாம் வயதுக்குள்ளாகவே வேலு நாச்சியார் சிறந்து விளங்கினார்.

உருது, சமஸ்கிருதம், தெலுங்கு, மலையாளம், கன்னடம், ஆங்கிலம், பிரெஞ்சு ஆகிய மொழிகளில் பேசவும் எழுதவும் கற்றுக் கொண்டார்.

சிவகங்கைச் சீமையின் மன்னர் சசிவர்ணத்தேவரின் மகன் முத்துவடுக நாதரை வேலு நாச்சியார் 1746ஆம் ஆண்டு திருமணம் செய்து பட்டத்து ராணியானார். முத்துவடுகநாதர் சிவகங்கைச் சீமையைச் சிறப்பாக ஆண்டு வந்தார். தாண்டவராய பிள்ளையும் மருது பாண்டியடிகளும் அவருக்குத் துணையிருந்தனர்.

வந்தார்கள் சுட்டார்கள்

நேரம் பார்த்துக் கொண்டிருந்த நவாபுக்கு ஓர் அரிய வாய்ப்பு கிடைத்தது. சிவகங்கையைத் தாக்க பிரிட்டிஷ் படைகள் நவாபுக்கு உதவ முன்வந்தன. அவர்களிடம் நவீனரக ஆயுதங்கள் இருந்தன. அவற்றைக் கொண்டு சிவகங்கையைத் தாக்கி தன் கட்டுக்குள் கொண்டுவரத் திட்டமிட்டார் நவாப்.

21 ஜூன் 1772 ஆம் நாள் நவாபின் மகன் உம்தத்-உம்ரா, ஜெனரல் ஜோசப் ஸ்மித் தலைமையில் சிவகங்கை மீது படை எடுத்தான். மேற்குப் பக்கமிருந்து லெஃப்டினெண்ட் கர்னல் ஆபிரகாம் பான்ஜோர் தலைமையில் இன்னொரு அணியும் வந்தது. இரு அணிகளும் சிவகங்கையில் சந்தித்தன. பின்னர் பிரிந்து ஓர் அணி சோழபுரம் ராணுவ நிலையைப் பிடித்தது. காளையார் கோயிலைப் பிடிக்கத் திட்டமிட்டனர்.

முத்துவடுகநாதரோ மான்வேட்டைக்காக இளைய ராணியோடு சென்றார். வேலு நாச்சியார் கொல்லங்குடியில் தங்கியிருந்தார். மருது பாண்டியர் ஒற்றன்மூலம் செய்தியை அறிந்து நவாப் படையை மங்கலத்திலேயே மறித்துப் போரிட்டார்கள். பெரும்படையோடு வந்தும் நவாபால் வெல்ல முடியவில்லை. காளையார் கோயில் கோட்டையைக் கள்ளத்தனமாகக் கைப்பற்றத் திட்டம் தீட்டினார் நவாப். கயவன் ஒருவன் உதவ கள்ளவழியாகக் காளையார் கோயிலை அடைந்தனர்.

இரவில் தன் அரண்மனையில் முத்துவடுகநாதர் தூங்கி கொண்டிருந் தார். நவாப் படையினர் வேட்டுச் சத்தம் மூலம் அவரை எழுப்பி வெளியே கொண்டுவர முயன்றனர். அரசரும் இளைய ராணியுடன் வெளியே வந்தனர். காப்டன் பூரிதுரை அவர்களைச் சுட்டுக் கொன் றான். காளையர் கோயில் கோட்டை நவாப் படைகளின் வசமாகியது.

வந்தது ஆபத்து

திடீர் தாக்குதலில் கோட்டை வீழ்ந்து மன்னர் இறந்துவிட்டார் என்ற செய்தி வேலு நாச்சியாருக்கு எட்டியது. கதறி அழுதார். கணவரின் உடலைப் பார்க்க வேண்டும் என்று துடித்தார். தானிருந்த இடத்திலிருந்து காளையர் கோயிலுக்குச் செல்ல விரும்பினார்.

இந்தச் சமயத்தில் நாச்சியாரைக் கைது செய்ய படை ஒன்றை அனுப்பினான் நவாப். அந்தப் படை வேலு நாச்சியாரை வழியிலேயே மடக்கியது. ஆனால் நாச்சியார் மடங்கவில்லை. ஆவேசத்துடன் போரிட்டார். எதிரிப்படைகளைச் சிதறி ஓடச் செய்தார்.

இறந்த கணவரைச் சென்று பார்த்துவிட வேண்டுமென்பதுதான் அவரது ஒரே இலக்காயிருந்தது. ஆனால் தளபதிகளாயிருந்த மருது சகோதரர்கள் அவருக்கு வேறு ஆலோசனை வழங்கினார்கள். ‘கோட்டை வீழ்ந்துவிட்டது. அரசர் இறந்துவிட்டார். நீங்களும் போய் சிக்கிவிட்டால் நம்மால் நவாபை பழிவாங்கமுடியாது. நாட்டைக் கைப்பற்றவும் நாட்டின் பெருமையைக் காப்பாற்றவும் நீங்கள் வாழ்ந்தாக வேண்டும். அதனால் அங்கே போகக் கூடாது’ என்றார்கள். ஆனால் நாச்சியார் கேட்கவில்லை. கணவரின் உடலைக் காண காளையர் கோயில் சென்றார். இதற்குள் நவாப் கூட்டமும் பிரிட்டிஷ் படைகளும் சிவகங்கைக்குள் நுழைந்துவிட்டன.

வேலு நாச்சியார் காளையர் கோயிலில் கண்ட காட்சி கொடூரமானது. எங்கெங்கும் பிணக் குவியல். கோயில் திடலின் நடுவே அரசரும் இளையராணியும் ரத்தம் வடிந்து கிடந்தார்கள். காணக் கூடாத காட்சி

அது. கதறி அழுதார் நாச்சியார். கணவருடன் உடன்கட்டை ஏறி விடலாமா என்று யோசித்தார். ஆனால், அவ்வாறு செய்யாமல் கண வனைக் கொன்றவர்களைப் பழிவாங்கவேண்டும் என்று சபதமிட்டார்.

தப்பித்தலும் ராஜதந்திரமே

பல்லக்கு ஒன்றில் ஏறி மருது சகோதரர்களின் பாதுகாப்போடு சிவகங்கையிலிருந்து தப்பிச் சென்றார். விடிய விடிய குதிரையில் பயணம் செய்து மேலூர் சென்றார்கள். வேலு நாச்சியார் வீரத்தில் மட்டுமல்ல, விவேகத்திலும் கெட்டி. நவாபையும் பிரிட்டிஷ் படையினரையும் வீழ்த்த மைசூர் மன்னர் ஹைதர் அலி உதவியை நாடுவது என்று தீர்மானித்தார். காரணம் பிரிட்டிஷாருக்கும் நவாபுக்கும் பரம எதிரி ஹைதர் அலி.

பான்ஜோர் காளையார் கோவில் நகரையும் சூரையாடினான் 50,000 ரூபாய் பெறக்கூடிய நகைகளையும் கொள்ளையிட்டான். சிவகங்கை மக்கள் மன்னரின்றித் தவித்தனர்.

நவாப் சிவகங்கை சீமையில் வரிச்சுமையை அதிகப்படுத்தினார். நவாபின் மகனின் செல்லப் பெயரைச் சிவகங்கைக்கு உசைன்பூர் என்று வைத்தார். வரி செலுத்தப்படாத நிலங்களைப் பறிமுதல் செய்து நவாப் தனக்கு வேண்டியவர்களுக்குத் தந்தார்.

1780ஆம் ஆண்டில் நவாப் மைசூர் போரில் தோற்றுப் போகவே, நவாப் கும்பினியாரிடம் பொருள் எல்லாம் இழந்து கடனாளி ஆனார். அதனால் நாடும் பாதிக்கப்பட்டது.

தான் ஒளிந்திருந்த காடுகளிலிருந்து ஹைதர் அலிக்கு உதவி கேட்டுக் கடிதம் எழுதினார். அப்போது ஹைதர் அலி திண்டுக்கல்லில் இருந் தார். ஹைதர் அலியின் அரண்மனையின் முன்பு மூன்று குதிரை வீரர்கள் வந்து நின்றார்கள். வேலு நாச்சியாரிடமிருந்து வருவதாகச் சொன்னார்கள்.

ஹைதர் அலி அவர்களை உள்ளே வரவழைத்தார். 'வேலு நாச்சியார் வரவில்லையா?' என்று ஹைதர் அலி கேட்க, தன் தலைப் பாகையைக் கழற்றினான், ஒரு வீரன். அது வேலு நாச்சியார். ஹைதர் அலியுடன் உருது மொழியைச் சரளமாகப் பேச அவருக்கு மேலும் ஆச்சரியம். தன் வேதனைகளையும் லட்சியத்தையும் ஹைதர் அலியிடம் விளக்கினார் வேலுநாச்சியார். அவரிடமிருந்த வீரத்தைக் கண்ட ஹைதர் அலி தன்னுடைய கோட்டையிலேயே தங்கிக் கொள்ள அனுமதி தந்தார்.

ஹைதர் அலிக்கு நாச்சியாரின் அறிவுநுட்பமும் மனத்திடமும் பிடித்திருந்தது. தன் மொழியைப் பேசும் பிறமொழிக்காரர்களை நாம் விரும்புவோம் அல்லவா! அத்தகைய விருப்பமே நாச்சியார் மீது ஹைதர் அலிக்கு இருந்தது. நாச்சியாருக்கும் ஹைதர் அலிக்கும் இடையில் நட்புறவு வலுவாக இருந்தது.

வேலு நாச்சியார் தனக்கு வேண்டிய பணிப் பெண்களுடனும், வீரர்களுடனும், விருப்பாட்சி கோட்டை மற்றும் திண்டுக்கல் கோட்டைகளில் பாதுகாப்பாகத் தங்கினார். அங்கிருந்து தனது போர்ப் படைகளைப் பெருக்கத் தொடங்கினார். வேலு நாச்சியாரின் லட்சியம் பிரிட்டிஷ் படையை அழிப்பது, நவாபை வீழ்த்துவது. சிவகங்கை சீமையில் தனது பரம்பரை சின்னமான அனுமன் கொடியைப் பறக்க விடுவது.

உதவி கிடைத்தது

வேலு நாச்சியாரை விருப்பாட்சியில் பாதுகாப்பான இடத்தில் இருத்திவிட்டு, மருது பாண்டியர்கள் தம் சீமையின் எல்லைக்கு அடிக்கடி சென்று மக்களை நவாபின் ஆட்சிக்கு எதிராகத் தட்டி எழுப்பும் பணியில் ஈடுபட்டனர். கெரில்லாப் போர் முறையில் நவாபின் படைகளைத் தாக்குவதற்குத் தயார்படுத்தினார்கள். ஹைதர் அலியின் உதவியுடன் நவாபை வெல்ல முயன்றனர்.

நவாப் ஆட்சிக்கு எதிராக சிவகங்கைச் சீமையில் கிளர்ச்சிகள் தொடர்ந்தன. மக்கள் எழுச்சி நாளுக்கு நாள் வலுத்தது. நவாப் ஒரு செப்புக் காசுகூட வரியாக வசூலிக்க முடியவில்லை. நவாபின் படைகள் கோட்டைகளுக்குள் முடங்கிக் கிடந்தன.

மன்னர் ஹைதர் அலி ஆயிரம் துருப்புகளும், ஆயிரம் குதிரைப் படைகளும், 12 பீரங்கிகளும் கொடுத்து உதவினார். அத்துடன் படைகளின் பராமரிப்புக்கு ஒரு லட்சம் பொன்னும் கொடுத்தார்.

ராணியின் மெய்க்காப்பாளர்

குயிலிக்கு வயது பதினெட்டு. பிறந்த மண்ணையும், வேலு நாச்சியாரையும் உயிரென மதிப்பவள். வேலுநாச்சியாரின் சிலம்பு வாத்தியார் வெற்றிவேல் ஒருநாள் குயிலியிடம் வந்தார்.

‘குயிலி! எனக்கொரு உதவி செய்வாயா?’ என்றார். ‘நீ உன் ஊரான பாசாங்கரைக்குச் செல்லும்போது இந்தக் கடிதத்தை, சிவகங்கை அரண்மனைக்கருகில் இருக்கும் வீட்டில், மல்லாரிராயன் என்பவனிடம் சேர்ப்பிக்க வேண்டும். செய்வாயா?’

சரி என்றபடி, குயிலி வாங்கிக் கொண்டாள். அன்றிரவு குயிலி குத்தீட்டியைக் கையில் எடுத்துக்கொண்டு சிலம்பு வாத்தியாரின் இருப்பிடம் விரைந்தார். அடுத்த நிமிடம் சிலம்பு வாத்தியாரின் குடிசையிலிருந்து அலறல் சத்தம். ரத்த வெள்ளத்தில் மிதந்துகிடந்த சிலம்பு வாத்தியாரின் உடலையும் அருகே ஒரு கையில் குத்தீட்டி யோடும் மறு கையில் சிலம்பு வாத்தியாரின் கடிதத்தோடும் கண்கள் சிவக்க தலைவிரி கோலமாக நின்ற குயிலியையும் வேலு நாச்சியார் உள்ளிட்ட அனைவரும் கண்டார்கள்.

குயிலி ஓடிவந்து நாச்சியாரின் காலில் விழுந்து கதறியழுதாள். கடிதத்தை நீட்டினாள். கடிதத்தை வாங்கிப் படித்த வேலுநாச்சியாரின் முகம் உணர்ச்சியில் துடித்தது. கடிதத்தில், வெற்றிவேல் வாத்தியார் மல்லாரிராயன் என்பவனுக்கு வேலு நாச்சியார் குறித்த சில விஷயங்களை எழுதியிருந்தார்.

நம்பிக்கைக்குரியவராக இருந்த சிலம்பு வாத்தியார் தன் காலைச் சுற்றியிருந்த நச்சுப்பாம்பு என அறிந்து வேலுநாச்சியார் அதிர்ச்சியுற்றார். தன் மீதும் நாட்டின் மீதும் கொண்ட பற்றின் காரணமாக ஒரு பெண் துணிச்சலாக மேற்கொண்ட செயலைக் கண்டு மகிழ்ந்தார். அன்றுமுதல் குயிலி ராணி வேலுநாச்சியாரின் மெய்க் காப்பாளரானாள்.

குயிலி அருந்ததியர் வகுப்பைச் சேர்ந்தவள் என்பதனைக் காரணம் காட்டி ஒரு கும்பல், குயிலியின் மேல் துவேஷத்தை வளர்க்க முனைந்தது. வேலு நாச்சியாரோ குயிலிக்குத் தம் ஆதரவுக் கரத்தை இரும்பு அரணாக வைத்து காத்து வந்தார்.

ஒருநாள் இரவு வேலு நாச்சியார் தன் கட்டிலில் அயர்ந்து உறங்கிக் கொண்டிருந்தார். குயிலி தூக்கம் வராமல் அங்குமிங்கும் நடைபயின்று கொண்டிருந்தாள். வெளியே காலடிச் சத்தம் கேட்டு உஷாரானாள். மறைந்து நின்று கொண்டாள். ஒரு உருவம் சாளரத்தின் வழியே குதித்து இறங்கியது. அங்குமிங்கும் பார்த்தபடி வேலுநாச்சியாரின் மஞ்சத் தினருகே மெதுவாகப் போனது. கையை ஓங்கி, கத்தியால் வேலு நாச்சியாரை குத்த முனைய மறைந்திருந்த குயிலி ஓடி வந்து தன் கைகளால் அந்தக் கத்தியை இறுக்கமாகப் பிடித்துக் கொண்டாள். அந்த உருவம் திமிற, கத்தியில் வெட்டுப்பட்ட குயிலியின் கரங்களில் ரத்தம் பெருக்கெடுத்தது. சத்தம் கேட்டு வேலு நாச்சியார் விழித்தெழுந்தார். அவன் தப்பி ஓடிவிட்டான். மயங்கிச்சரிய இருந்த குயிலியைத் தாங்கிப் பிடித்துக் கொண்டார் வேலுநாச்சியார். அன்று முதல் குயிலி, வேலு நாச்சியாரின் நெஞ்சில் பன்மடங்கு உயர்ந்தார். மெய்க்காப்பாளராக விளங்கிய குயிலி, பெண்கள் படைக்குத் தளபதியாக்கப்பட்டார்.

இறுதிப்போரை நோக்கி

போருக்குத் தேவையான தளவாடங்கள் சிறுகச்சிறுகச் சேகரித்தார் நாச்சியார். பன்னிரண்டு பீரங்கி வண்டிகள், நூற்றுக்கணக்கான துப்பாக்கிகள் திப்பு சுல்தானால் வேலு நாச்சியாருக்குக் கிடைத்தன.

1780ஆம் ஆண்டு ஐப்பசி மாதம் 5ஆம் நாள் விருப்பாச்சி பாளை யத்திலிருந்து சிவகங்கையை நோக்கி வேலு நாச்சியாரின் படை புறப்பட்டது. உடையாள் பெண்கள் படைக்குத் தலைமையேற்று குயிலி கம்பீரமாக வந்து கொண்டிருந்தார்.

முத்துவடுகநாதரின் படுகொலையில் பெரும்பங்கு வகித்த மல்லாரி ராயன், முதலாவதாக வேலுநாச்சியாரின் படையை மதுரை கோச்சடையில் எதிர்த்து நின்றான். ஒரு மணிநேரப் போரிலேயே மல்லாரி ராயன் குத்திக் கொலை செய்யப்பட்டான். ஆங்கிலத் தளபதி ஜோசப் சுமித் காளையார் கோவிலில் வேலுநாச்சியாரின் படையை எதிர்கொண்டான். அங்கும் தமிழர் படை வெற்றிக்கொடி நாட்டியது. ஆங்கிலப் படைகள் புறமுதுகிட்டு ஓடின.

வேலுநாச்சியாரின் படைகள் சிவகங்கைச் சீமையில் வெற்றி முழக்கத்துடன் நுழைந்தன. ஆனால் அங்குதான் யாரும் எதிர்பாராத ஆபத்து காத்துக்கொண்டிருந்தது.

தனது நயவஞ்சகத்தால் மறைந்திருந்து வேலு நாச்சியாரின் கணவரது உயிரைப் பறித்த கொடுங்கோலன் பிரிட்டிஷ் தளபதி பாஞ்சோர் காளையார் கோவிலிலிருந்து சிவகங்கை அரண்மனை வரையிலும் ஓர் அடிக்கு ஒரு போர் வீரனை நிறுத்தியிருந்தான். அனைவரது கைகளும் துப்பாக்கி ஏந்தியிருந்தன. பீரங்கிகளும் அரண்மனையைச் சுற்றி நிறுத்தப்பட்டிருந்தன. ஆயிரக்கணக்கான துப்பாக்கிகளும் வெடி பொருள்களும் அரண்மனைக் கிட்டங்கியில் பதுக்கி வைக்கப் பட்டிருந்தன.

என்னதான் வீரமறவர்கள் வேலுநாச்சியாரின் படையில் இடம் பெற்றிருந்தாலும் பிரிட்டிஷாரின் நவீன ஆயுதங்கள் மிகப்பெரிய சவாலாக இருந்தன. விருப்பாச்சியிலிருந்து தொடர் வெற்றிகளைக் குவித்து வந்த வேலுநாச்சியாருக்கு இறுதிப் போரில் தோற்றுவிட்டால் என்ன ஆவது என நினைப்பதற்கே அச்சமாக இருந்தது. இருப்பினும் நம்பிக்கையைக் கைவிடவில்லை.

அந்த நேரம் அங்கே ஒரு தள்ளாத கிழவி வந்து கொண்டிருந்தாள். சபையின் நடுவே தடுமாறி நடந்து வந்த அவள், வேலுநாச்சியாரை வணங்கிவிட்டு, பேசத் தொடங்கினாள்.

‘தளவாய் பெரிய மருது அவர்களே, இப்போது நவராத்திரி விழா நடந்து வருகிறது. நாளை மறுநாள் விஜயதசமி. அன்று சிவகங்கைக் கோட்டையில் உள்ள ராஜராஜேஸ்வரி அம்மன் கோயிலில் கொலு வைக்கப்படுகிறது. இதைப் பார்ப்பதற்காக அன்று ஒருநாள் காலை மட்டும் மக்களுக்கு, அதுவும் பெண்களுக்கு மட்டுமே அனுமதி அளிக்கப்பட்டு உள்ளது. இதைப் பயன்படுத்தி ராணியாரின் தலைமையில் பெண்கள் படை உள்ளே கோட்டைக்குள் புகுந்துவிடும். பிறகு என்ன? வெற்றி, நம் பக்கம்தான்.’

அவள் மூச்சுவிடாமல் சொல்ல, அனைவரின் கண்களும் வியப்பில் விரிந்தன.

பெரிய மருதுவின் சந்தேகப் பார்வையைக் கண்டதும் அந்தப் பெண் சிரித்தபடியே, ‘பேராண்டி பெரிய மருது, இப்போது என்னைத் தெரிகிறதா?’ என்றபடியே மெல்லத் தனது தலையில் கை வைத்து வெள்ளை முடியை விலக்கினாள். அந்த முடி, கையோடு வந்தது. குயிலி குறுஞ்சிரிப்புடன் நின்றிருந்தாள்.

அப்போதுதான் சிவகங்கைக் கோட்டையை உளவு பார்க்க குயிலி மாறுவேடத்தில் சென்றாள் என்ற செய்தி அனைவருக்கும் தெரிய வந்தது.

‘என்ன பெரிய மருது, உங்கள் சந்தேகம் தீர்ந்ததா? நாளை மறுநாள் நமது படைகள் போர்முரசு கொட்டட்டும், இந்த முறை ஒலிக்கும் முரசு, பிரிட்டிஷாரின் அடிமை விலங்கை ஒடித்து, விடுதலை வெளிச்சத்தைக் கொண்டுவரும் முரசாக ஒலிக்கட்டும்!’ ஆணையிட்டார் வேலுநாச்சியார்.

வழிபாடும் வாள்வீச்சும்

ஆண்டுதோறும் விஜயதசமி அன்று சிவகங்கை அரண்மனைக்குள்ளே இருக்கும் ராஜராஜேஸ்வரி தெய்வத்தைக் கூட்டம், கூட்டமாகப் பெண்கள் சென்று வழிபடுவது வழக்கம். வெளியே பிரிட்டிஷ் படை காவல் காத்துக் கொண்டிருக்கும். விஜயதசமி, நவராத்திரியை முன்னிட்டு சிவகங்கை அரண்மனையில் உள்ள ராஜ ராஜேஸ்வரியை வணங்க முன்வாயில் திறந்து விடப்பட்டது.

ராணி குறித்தது போலப் படைகள் இரண்டு பிரிவாகப் பிரிந்து, முரசறைந்து போர் முழக்கமிட்டுப் புறப்பட, ராணி வேலுநாச்சியாரின் தலைமையில் பெண்கள்படை சிவகங்கை நகருக்குள் புகுந்தது. அம்மனுக்கு சாத்தி வழிபட அவர்கள் கையில் பூமாலைகளோடு அணிவகுத்தனர்.

பூமாலைக்குள் கத்தியும், வளரியும் பதுங்கி இருந்தது பரங்கியருக்குத் தெரியாது. வேலுநாச்சியாரும் தனது ஆபரணங்களை எல்லாம் களைந்துவிட்டு சாதாரணப் பெண்போல மாறுவேடத்தில் கோயிலுக்குள் புகுந்தார்.

எட்டு ஆண்டுகளுக்கு முன்பு கணவரோடு கோட்டைக்குள் இருந்து வெளியேறிய பிறகு, இன்று தான் மட்டும் தனியே மாறுவேடத்தில் வரவேண்டி வந்துவிட்டதே என்று எண்ணி வேலு நாச்சியார் ஒரு கணம் கலங்கினார். ஆனால், ஒரே நொடியில் அந்தக் கலக்கம் காலாவதி யானது. 'என் கணவரை மாய்த்து நாட்டை அடிமைப்படுத்திய நய வஞ்சகரை ஒழிப்பேன். விடுதலைச் சுடரை நாடு முழுக்க விதைப் பேன்!' என்ற வீரசபதம் நினைவில் எழுந்தது.

முதல் தற்கொலைப் படைப் போராளி

அவரது கண்கள் கோட்டையின் ஒவ்வொரு பகுதியையும் அலச ஆரம்பித்தது. விஜயதசமி என்பதால் ஆயுதங்கள் அனைத்தையும் கோட்டையின் நில முற்றத்தில் வழிபாடு நடத்த குவித்து வைத்திருந்தனர். ஒரு சில வீரர்களின் கையில் மட்டுமே ஆயுதங்கள் இருந்தன.

ராணி கோட்டையை அளவெடுத்தது போலவே குயிலியின் கண்களும் அளவெடுத்தன. நிலா முற்றத்தில் குவிக்கப்பட்டிருந்த ஆயுதங்களைக் கண்டதும், அவளது மனதில் ஒரு மின்னல் யோசனை தோன்றி மறைந்தது.

ஆனால், இந்தத் திட்டத்தை வெளியே சொன்னால் செயல்படுத்த அனுமதி கிடைக்காது என்பதை அறிந்திருந்த குயிலி, மெதுவாக வேலுநாச்சியாரைப் பிரிந்து கூட்டத்தோடு கலந்துகொண்டாள்.

அதே நேரத்தில் கோட்டையில் பூஜை முடிந்தது. அனைவரும் கோட்டையை விட்டு வெளியேற ஆரம்பித்தனர். பொதுமக்கள் கூட்டமும் மெதுவாகக் கலையத் தொடங்கியது. வேலுநாச்சியார் தனது போரைத் தொடங்க இதுவே தருணம் என்பதை உணர்ந்தார். அவரது கை மெல்ல தலைக்குமேல் உயர்ந்தது. மனத்துக்குள் ராஜராஜேஸ்வரியை வணங்கியபடியே, 'வீரவேல்! வெற்றிவேல்!!' என்று விண்ணதிர முழங்கினாள்.

அந்த இடிக்குரல் அரண்மனையே கிடுகிடுக்கும் அளவுக்கு முழங்கியது. ராணியின் குரலோசையைக் கேட்டதும் பெண்கள் படை புயலாய்ச் சீறியது. புது வெள்ளமாகப் பாய்ந்தது. ஒரு நொடியில் பெண்களின் கைகளில் வாளும் வேலும் தோன்றின.

ஆயுதங்கள் அனைத்தையும் மின்னலெனச் சுழற்றி பிரிட்டிஷ் காரர்களைச் சிவகங்கைப் பெண்கள் படை வெட்டிச் சாய்த்தது. இந்தக் காட்சியை மேல்மாடியில் நின்று பார்த்துக் கொண்டிருந்த பிரிட்டிஷ் தளபதி பான்சோருக்கு இடிவிழுந்தது போலாயிற்று.

'சார்ஜ்!' என்று பான்சோர் தொண்டை கிழியக் கத்தியபடியே, தனது இடுப்பில் இருந்த 2 கைத்துப்பாக்கிகளை எடுத்து சரமாரியாகச் சுட ஆரம்பித்தான். பிரிட்டிஷ் சிப்பாய்கள் ஆயுதக் குவியலை நோக்கி ஓடிவர ஆரம்பித்தார்கள்.

வேலு நாச்சியார் பான்சோரைப் பிடிக்க மேல்மாடத்துக்குச் செல்வதற்குள் அங்கிருந்த யாரோ ஒரு பெண் தனது உடல் முழுக்க கொழுந்துவிட்டு எரியும் தீயோடு, 'வீரவேல், வெற்றிவேல்' என்று, கத்தியபடியே ஆயுதக்கிடங்கை நோக்கிக் கீழே குதித்தாள். நிலா முற்றத்தில் இருந்த ஆயுதங்கள் அனைத்தும் வெடித்தும், தீ பிடித்தும் எரிந்தன.

ஆயுதக் குவியலில் பற்றிய தீயைக் கண்டதும் பான்சோரும், அவனது வீரர்களும் நிராயுதபாணியாகி பயந்து நின்றனர். இதற்கிடையில் பான்ஜோரை வேலு நாச்சியார் நேர்கொண்டார். அவனது துப்பாக்கிக் குண்டிலிருந்து தப்பத் தூணில் மறைத்து மறைந்து நாச்சியார் போக்குக் காட்டினார். குண்டுகள் தீர்ந்ததும் பான்ஜோரும் வாள் ஏந்தினார். இதற்காகவே காத்திருந்தது போல் வேலு நாச்சியார் சில விநாடிகளில் பான்ஜோரை மண்டியிடச் செய்தார். தனது கணவனைக் கொன்றவரைத் தோற்கடித்தபின் அவரின் உயிரைப் பறிக்க விரும்பவில்லை. இதை பிரிட்டிஷ் படைகள் எதிர்பார்க்கவில்லை. வெட்டுண்டு விழுந்தார்கள். பிழைத்தவர்கள் நாட்டைவிட்டு ஓடினார்கள். கோட்டை மீண்டும் ராணியின் கைக்கு வந்தது.

இதே நேரத்தில் பெரிய மருது வெற்றியோடு வந்தார். திருப்பத்தூர் கோட்டையை வென்ற சின்ன மருதுவும் தனது படைகளோடு வந்து சேர்ந்தார். வெற்றி முழக்கம் எங்கும் ஒலித்தது. ஆனால் வேலுநாச்சி யாரின் கண்களோ தன் உயிரான தோழியும், இந்த வெற்றிக்கு வித்திட்ட பெண்கள் படை தளபதியுமான குயிலியைத் தேடியது. போர் தொடங்கியபோது குயிலியின் எண்ணம் ஆயுதக் கிடங்கின் மேல் நின்றது. அப்போது அவள் எண்ணினாள். நமது விடுதலைக்கான இறுதிப்போர் இது. இதில் நாம் தோல்வி அடைந்தால் இனி எத்தனை ஜென்மம் எடுத்தாலும் வெற்றி பெற முடியாது. நான் வெற்றிக்கு வழி காட்ட ஒளியூட்டப் போகிறேன் என்று கூறியபடியே உடல் முழுவதும் நெய்யை ஊற்றிக்கொண்டு, கோயிலில் இருந்த எரியும் பந்தத்தோடு அரண்மனையின் உப்பரிகையை நோக்கிப் பறந்தாள்.

அரண்மனை உப்பரிகையை அடைந்ததும் தீப்பந்தத்தால் தனது உடலில் தனக்குத்தானே தீவைத்துக் கொண்டு, அந்த ஆயுதக் குவியலில் குதித்துவிட்டாள். பிரிட்டிஷாரை ஆயுதம் அற்றவர்களாக்கி தன் தலைவிக்கு வெற்றியை அள்ளித்தர, தன்னையே பலியிட்டுக் கொண்டாள். மறவர் சீமையின் விடுதலைக்காக குயிலி தன்னையே பலி கொடுத்தார். இந்திய விடுதலைப் போரின் முதல் தற்கொலைப் படைப் போராளியானார். இவரின் பாணியைத்தான் பாஞ்சாலங்குறிச்சியில் சுந்தரலிங்கமும், வடிவும் கையாண்டு இந்திய விடுதலைப் போரின் இரண்டாவது தற்கொலைப் படைப் போராளிகள் என்ற பெயரினைப் பெற்றனர்.

சிவகங்கை கோட்டை மீது பறந்த பிரிட்டிஷ் கொடி இறக்கப்பட்டது. வேலு நாச்சியாரின் அனுமன் கொடி ஏற்றப்பட்டது. அவரது சபதம் நிறைவேறியது. வேலு நாச்சியார் சிவகங்கையின் அரசியானார்.

1780ஆம் ஆண்டு நாச்சியார் தன் மகள் வெள்ளச்சி நாச்சியாரைச் சிவகங்கையின் அரசியாக மிகவும் எளிமையான ஒரு விழாவில் அரியணையில் அமரச் செய்தார். பெரிய மருதுவைப் படைத்தளபதியாகவும் சின்ன மருதுவை முதலமைச்சராகவும் நியமனம் செய்து வேலு நாச்சியார் ஆணைகள் பிறப்பித்தார். இளவரசி வெள்ளச்சி நாச்சியாரின் பிரதிநிதியாக வேலு நாச்சியார் 1780 முதல் சிவகங்கையை ஆட்சி செய்து கொண்டிருந்தார்.

ராணி வேலுநாச்சியார் பல்லக்கில் ஏறிவந்தார். மருதிருவர் குதிரைமேல் ஏறி வந்தனர். சுல்தான் படை நான்கு பிரிவாக அணிவகுத்துப் புறப்பட்டது. திண்டுக்கல்லைக் கடந்து வந்தபோது திருப்புவனத்து மல்லாரிராவ் எதிர்த்தார். அவர்களின் பீரங்கி வண்டிகள் வடகரைக்கால் அருகில் சேற்றில் மாட்டிக் கொண்டது. ஒரு வளரி மூலமே மல்லாரிராவைக் கொன்று போரின்றியே வெற்றி பெற்றனர். ராணியும் மருதிருவரும் சோழவந்தானைக் கடந்து வண்டியூர் வழியில் சிலைமானுக்குப் போய்ச் சேர்ந்தனர்.

மல்லாரிராவின் தம்பி ரெங்கராவ் எதிர்க்கத் துணிந்தான். சின்ன மருது தனது கைவளரியால் அவனது தலையை அறுத்து விட்டார். பின்னர் அவர்கள் திருப்பாச்சேத்தி கடந்து முத்தனேந்தலுக்கு வந்து முகாமிட்டனர். மக்கள் படையும் வந்து சேர்ந்து கொண்டது.

வெற்றிமேல் வெற்றி

ஹைதர் அலி தந்த நவீன ரக ஆயுதங்களுடன் வேலு நாச்சியார் நவாப் படைகளுடன் போர் செய்யப் புறப்பட்டார். முதலில் காளையர் கோயிலைக் கைப்பற்றினார். சிவகங்கையிலும் திருப்பத்தூரிலும்

நவாபின் படைகளும் ஆங்கிலப் படைகளும் பரவி நின்றன. அவற்றைத் தோற்கடித்தால்தான் சிவகங்கையை மீட்க முடியும். வேலு நாச்சியார் தன் படைகளை இரண்டாகப் பிரித்து ஒரு படைக்குச் சின்ன மருதைத் தளபதியாகவும், இன்னொரு படைக்குப் பெரிய மருதுவுடன் இணைந்து வேலு நாச்சியார் தலைமை வகித்தார். சின்ன மருது தலைமையிலான படை திருப்பத்தூரில் இருந்த பிரிட்டிஷ் படைகளை வீழ்த்தியது.

கர்னல் மார்ட்டிசின் படை மானாமதுரையில் இருப்பதை அறிந்து ஒரு படைப்பிரிவை அங்கு அனுப்பி வைத்தார் வேலு நாச்சியார். மானாமதுரையில் கர்னலே கலங்கும்படிப் போர் நடந்தது. பிரான்மலை கோட்டைக்குள் இருந்து ராணுவத்தினரும் போரில் வேலு நாச்சியாருக் காக வந்து கலந்து கொண்டனர். 1781ஆம் ஆண்டு நவாப் மற்றும் ஆங்கிலப்படைக்கு எதிராக நடந்த புரட்சிப் போர் வேலு நாச்சியாரை வீராங்கனையாக வெளிப்படுத்திற்று.

வரும் வழியில் மதுரை கோச்சடை என்னுமிடத்தில் நவாபின் படை களும் பிரிட்டிஷ் படைகளும் தடைகளை அமைத்தன. வேலு நாச்சியாரது படைகள் அப்படைகளைப் பாய்ந்து தாக்கித் தவிடு பொடியாக்கின.

போரில் வெற்றிபெற, சிவகங்கை படைப்பிரிவுக்குத் தான் தலைமை தாங்கியும், திருப்பதூர் படைப்பிரிவுக்கு நன்னிலம் அம்பலமும், காளையார் கோயில் படைப்பிரிவுக்கு மருது சகோதரர்களைத் தலைமை தாங்கச் செய்தும், வேலு நாச்சியார் தனது படைகளை மூன்று பிரிவுகளாகப் பிரித்துப் போரில் ஈடுபடுத்தினார். வெற்றிபெற்றார்.

வேலு நாச்சியார் அதிகாலையில் எழுந்துவிடுவார். வீரர்களுக்கு அளிக்கப்படும் போர்ப் பயிற்சிகளைப் பார்வையிடுவார். தான் ஏற்படுத்திய உடையாள் படை என்ற பெண்களின் படைக்குப் போர்ப் பயிற்சி அளிப்பார். அவர்கள் வளரியை எப்படி லாவகமாக வீசுவது என்பது பற்றியும் விளக்கமாக விவரிப்பார். அச்சீமையில் உள்ள புரட்சியாளர்களுக்கு ஓலை அனுப்புவார். நேரில் வந்து பேசுகிற கிளர்ச்சி தலைவர்களுடன் பகைவர் படையின் பலம் பலவீனம் குறித்து கேட்டு அறிந்துகொள்வார். விடுதலையை விரும்பிய வீரர்கள், உறவுகளை இழந்தவர்கள் அனைவரும் வேலு நாச்சியாரின் பக்கம் வந்து சேர்ந்தனர். விடுதலைப் படைகளின் எண்ணிக்கை ஆயிரத்துக்கும் அதிகமாக வளர்ந்தது.

வேலு நாச்சியார் பிரிட்டிஷாரை வீழ்ந்த 3000 வீர நங்கையர்களாகிய பெண்கள் படையைத் திரட்டி அதனை இரு அணிகளாக வகுத்து

ஒன்று வீரப்படை, மற்றொன்று சோரப்படை என்று பெயர் சூட்டி, அப்படைகளில் ஒரு அணிக்குத் தாமே தலைமை தாங்கி ஆங்கிலப் பரங்கியர் படைகளோடு ஆவேசத்தோடு போர்புரிந்தார்.

காளையார் கோவிலிலிருந்து வேலு நாச்சியார் தப்பிச் சென்றபோது, அவரைக் கொல்லக் கருதிய பிரிட்டிஷாரைப் பின் தொடர்ந்து விரட்டிச் சென்றனர். அரியாகுறிச்சி அய்யனார் கோவிலுக்குப் பின், வழி தெரியாமல் விழித்தனர். அப்போது கோவில் வாசலில் நின்ற உடையாள் என்ற பெண்ணிடம், வேலு நாச்சியார் சென்ற திசை பற்றி பிரிட்டிஷார் கேட்டனர். அப்பெண் வேலு நாச்சியாரைக் காட்டிக் கொடுக்க விரும்பவில்லை. ஆதலால், அவளைத் தலைவேறு உடல் வேறாக பிரிட்டிஷார் வெட்டிக் கொன்றனர்.

இதனை அறிந்த வேலு நாச்சியார் அரியாகுறிச்சி அய்யனார் கோவிலுக்குச் சென்றார். தம்மைக் காட்டிக் கொடுக்க மறுத்து பிரிட்டிஷாரால் வெட்டப்பட்டு மாண்ட உடையாளுக்கு வீரக்கல் ஒன்றை நட்டு அஞ்சலி செலுத்தினார். உடையாளுக்குத் தொடர் பூஜை செய்ய வேண்டிய ஏற்பாடுகளைச் செய்துவிட்டு, தமது திருமாங்கல்யத்தை வேலு நாச்சியார் முதல் காணிக்கையாகச் செலுத்தினார். இந்தக் கோவில் கொல்லங்குடி வெட்டுடையார் காளியம்மன் என்று அழைக்கப்படுகிறது. வேலு நாச்சியார் வழங்கிய வைரத்தாலி இப்போதும் இந்தக் கோவிலில் உள்ளது.

உடையாள் கோவிலுக்கு நாள்தோறும் பூசை நடத்த அருகில் உள்ள உடைவயல், கொல்லங்குடி, அரியாக்குறிச்சி ஆகிய கிராமங்களைத் தானமாக வழங்கினார் வேலு நாச்சியார். காரைக்குடி கருப்ப வேளாளரையும் காரி வேளாளரையும் பூசாரிகளாக நியமித்தார்.

நாச்சியாரின் பொற்கால ஆட்சி

நரிக்குடி, பாம்பன், அழகன் குளம், குடியூர், மானாமதுரை, குன்றக் குடி, திருப்பத்தூர் முதலிய ஊர்களில் போக்குவரத்து சாலைகளைச் சிறப்பாக அமைத்தார். சாலையோரங்களில் நிழல்தரும் மரங்களை நடச்செய்தார். வழிபோக்கர்கள் தங்க அன்ன சத்திரங்களைக் கட்டினார். தனது ஆட்சியின் கீழ் அமைந்துள்ள எல்லாப் பகுதிகளிலும் உள்ள குளம் குட்டைகளையும் ஊருணிகளையும் செப்பனிட்டார்.

காளையார் கோவில் கோபுரத்தை உயரமாகக் கட்டி முடித்தார். அக்கோவிலுக்கு மருத மரத்தாலேயே தேர் ஒன்றைச் செய்து காளீஸ்வரனுக்குக் காணிக்கையாக்கினார். திருவாச்சி தீத்தை நாள் முழுவதும் ஒளிரச் செய்தார்; அதற்கு ஏற்படும் செலவுகளுக்காகச் சில கிராமங்களை மானியமாக வழங்கினார்.

ராமேஸ்வரத்திலுள்ள திருக்கோயில்களுக்குப் பொன்னையும் பொருளையும் அள்ளிக் கொடுத்தார். ஏழை, எளியவர்களுக்கு இலவசத் திருமணம் செய்து வைத்து அவர்களுக்கு வேலைவாய்ப்பு வசதிகளையும் வழங்கினார்.

மத நல்லிணக்கத்துடன் சருகணியில் மசூதி ஒன்றைக் கட்டினார். அதன் பக்கத்திலேயே மாதா கோயில் ஒன்றையும் கட்டிக் கொடுத்தார்.

மருமகனால் வந்த வினை

வேலு நாச்சியார் மகள் வெள்ளச்சி நாச்சியார் மணமுடிக்கும் வயதை எட்டினார். ராமநாதபுரத்தோடு சம்பந்தம் பேச வேலு நாச்சியார் விரும்பினார். ஆனால் மருது சகோதரர்கள் அவரைச் சக்கந்தி வேங்கண் பெரிய உடையத் தேவருக்கு மணமுடிக்க ராணியை வற்புறுத்தினர். அதனால் வெள்ளச்சிக்கும் சக்கந்தி வேங்கண் உடையத் தேவருக்கும் திருமணம் செய்து வைத்தார் ராணி.

இவர்களுக்குக் குழந்தை நாச்சியார் என்ற ஒரு வாரிசு இருந்தது. பெரிய உடையத்தேவர் பெரிய மருதுவின் மகளை இரண்டாம் தார மாகத் திருமணம் செய்து கொண்டார். இது ராணியைச் சோகத்தில் ஆழ்த்தியது. வயதாகிவிட்டதாலும் நோயுற்றதாலும் அவர் பதவி விலக வேண்டுமென்று வலியுறுத்தப்பட்டது. வேலு நாச்சியார் தலைமையில் ஓர் அணியும் அவரது மருமகன் மற்றும் மருது சகோ தரர்கள் மற்றொரு அணியாகவும் பிரிந்தனர்.

அதிகாரம் யாருக்கு என்ற கேள்வி எழுந்தது. பஞ்சாயத்துப்பேசி நட்புறவை ஏற்படுத்தித்தருவதாகக் கூறிக்கொண்டு பிரிட்டிஷார் நுழைந்தனர். ஆறு மாதம் வேலு நாச்சியாரையும் ஆறுமாதம் மரு மகனையும் ஆதரித்து தமக்குச் சாதகமான நாச்சியாருக்குப் பாதகமான தீர்ப்பினை அளித்தனர். அதனால் 1789ஆம் ஆண்டு மருமகனுக்கு ஆட்சிப்பொறுப்பை வேலு நாச்சியார் மாற்றிக் கொடுத்தார்.

1790ஆம் ஆண்டு வெள்ளச்சி நாச்சியார் மர்மமான முறையில் மரணமடைந்தார். வேலு நாச்சியார் இதய நோயாளி ஆனார். சிகிச்சைக்காகப் பிரெஞ்சு நாட்டுக்குச் சென்றார். 1793ஆம் ஆண்டு பேத்தி குழந்தை நாச்சியாரும் இறந்தார்.

தன் கணவரின் வீரமரணத்துக்குப் பின் தன்னிடம் விசுவாசிகளாக இருந்தவர்கள் எல்லாம் வஞ்சக எண்ணத்தில் எதிரிகளாகவும், துரோகிகளாகவும் மாறியதால் மனம் வெதும்பி ராணி, துறவி வாழ்க்கையை மேற்கொண்டு திண்டுக்கல் கோட்டையிலும், மதுரை மீனாட்சி தபோவனத்திலும் தனது இறுதி நாள்களைக் கழித்தார்.

தகவல் அறிய ஒரு திட்டம்

ராணி 1795ஆம் ஆண்டு விருப்பாட்சியில் தங்கியிருக்கும் காலத்தில் தன்னுடைய அடைப்பக்காரி பழையனூர் இருளாயி மறத்தி என்பவளைச் சிவகங்கைக்கு அனுப்பி மருது சகோதரர்கள் நிர்வாகத்தை வேவு பார்க்கப் பணிந்தார்.

அதன்படி சிவகங்கை கௌரி விலாசம் கோட்டையின் இடதுபக்கம் முன்புறத்தில் தெப்பக்குளத்தின் தென்கரை அருகில் ஒரு பிள்ளையார் கோவிலைக் கட்டிக்கொண்டே சிவகங்கை சீமையின் நிலை பற்றி விருப்பாட்சியில் தங்கி இருக்கும் வேலுநாச்சியார் அவர்களுக்கு இருளாயி மறத்தி செய்திகளை அனுப்பி வைத்தார். இவள் கட்டிய பிள்ளையார் கோவிலில் உள்ள சுவற்றின் வாசலில் கல்வெட்டு ஒன்று உள்ளது.

மகளின் மரணமும் பேத்தியின் மரணமும் இவரைப் பெரிதும் பாதித்தது. மனம் நொந்து, விருப்பாட்சி அரண்மனையில் தங்கினார். தன்னுடைய 66ஆம் வயதில் 25 டிசம்பர் 1796ஆம் நாள் சிவகங்கையில் இறந்தார். சிவகங்கை குளத்தங்கரையில் சேரிப் பெண் பழையனூர் ராணி கட்டிய ஆனைமுகக் கடவுள் ஆலயத்துக்குக் கிழக்கே அவருடல் அடக்கம் செய்யப்பட்டது. அவரது மருமகன் வேங்கன் பெரிய உடையாத்தேவரே மகன் ஸ்தானத்தில் இருந்து இறுதிச் சடங்குகளைச் செய்தார். இவரே வாரிசும் ஆனார்.

இக்கோவிலின் முன்பு கிழக்கே 100 அடி தூரத்தில் ராணி வேலு நாச்சியாரின் மாலையீடு (சமாதி) கீழ்த்திசை நோக்கிக் கம்பீரமாக உள்ளது. அந்தப் பெண்சிங்கம் ஓய்வு எடுத்துக்கொண்டது இங்கேதான்.

7

தீரன் சின்னமலை : அடிபணியாத மலை

பிரிட்டிஷ் இந்தியாவில் பிரிட்டிஷாரின் ஆட்சிக்கு உட்பட்டு அடிமையாக இருக்கச் சம்மதித்தால் வளமான வாழ்வு கிடைக்கும். மறுத்தால் வீர மரணம் காத்திருந்தது. அவ்வகையில் தமிழகத்தின் குறுநில மன்னர்கள், பாளையக்காரர்கள் தன்மானமிழந்து வளமான வாழ்வுபெற்றனர். தன்மானம் கருதி வாழ்ந்த சிலர் மட்டும் வீரமரணம் பெற்றனர். அவ்வாறு வீரமரணம் பெற்றவர்களுள் ஒருவர் தீர்த்தகிரி என்ற தீரன் சின்னமலை. அவர் யாருக்கும் எதற்கும் அசையாத மலையாக அடிபணியாத மலையாக பிரிட்டிஷாருக்குத் தடையாக விளங்கிய கொங்கு வீரர்.

கொங்குக் குடியேற்றம்

அக்காலத்தில் பொன், பொருள், ஆநிரை, குதிரை, யானை போன்ற சீதனங்களோடு பெண்ணுக்கு ஆதரவாக மிகுதியான எண்ணிக்கையில் குடிகளையும் அனுப்புவது வழக்கம். இதன் உள்நோக்கம் பெண்ணுக்கு ஒரு தாய்வீட்டு ஆதரவு கரமாகவும், ராஜ்ஜியத்தில் ஆதரவு கோஷ்டியாகவும் அவர்களின் ஆட்கள் இருக்கவேண்டும் என்பதே.

கி.மு. 60 ஆம் ஆண்டு முதல் கி.மு.10ஆம் ஆண்டு வரை ஆண்டதாக அறியப்படும் கரிகாலச்சோழன் சோழ நாட்டின் இளவரசியான தன் மகளை ஆட்டனத்தி சேரனுக்குத் திருமணம் செய்துகொடுத்தபோது அவளோடு சேர நாட்டுக்கு அனுப்பப்பட்ட 5,000 வேளாண் குடிகளே இன்றைய கொங்கு வேளாள கவுண்டர்கள். கொங்கு நாட்டைக் காடு கொடுத்து நாடு ஆக்கியவன் கரிகாலன். கொங்கு நாட்டு மக்களைக் கொண்டு காவிரிக்குக் கரையும் கல்லணையையும் கட்டினான்.

கி.பி. 1033ஆம் ஆண்டில் ராஜேந்திர சோழன் ஆட்சியில் கொங்கு நாடு என்பது கொங்கு மண்டலம் என வழங்கப்பட்டது. பிற்காலச் சோழர்கள் தங்கள் நாட்டை ஏழு மண்டலங்களாகப் பிரித்தனர்.

கொங்கு நாட்டை அதிரா மண்டலம் என்று பெயரிட்டு கொங் காள்வான் ஆண்டான். கி.பி.13 ஆம் நூற்றாண்டில் விஜய நகரப் பேரரசு தோன்றியது. அப்பேரரசு கொங்கு நாட்டை முதலில் 24 நாடுகளாக்கி, பின்னர் தாராபுரம், சங்ககிரி, தணயாக்கன் கோட்டை ஆகிய மூன்று இடங்களை மையமாக வைத்துப் பிரித்தது. நாயக்க மன்னர்கள் பிரதிநிதிகளாக இருந்து ஆண்டனர்.

ஈரோடு, சேலம், திருப்பூர், கரூர், நாமக்கல், கோவை, தருமபுரி, கிருஷ்ணகிரி ஆகிய மாவட்டங்களையும், திருச்சி மாவட்டத்தில் குளித்தலை, திண்டுக்கல் மாவட்டத்தில் பழனி ஆகிய வட்டங் களையும் உள்ளடக்கியதுதான் கொங்கு மண்டலம். தமிழ்நாட்டில் மூன்றில் ஒரு பங்கு கொங்கு நாடு.

கொங்கு நாட்டில் 51 கோட்டைகள் உள்ளன. கி.பி. 14 ஆம் நூற்றாண்டு வரை இந்தக் கோட்டைகள் பெருமையுடன் இருந்தன. குறுநில மன்னர்கள் ஆண்டனர். கி.பி.15 ஆம் நூற்றாண்டுக்குப் பின் முகமதிய, ஆங்கிலேயப் படையெடுப்பால் அழிந்தன. திண்டுக்கல், நாமக்கல், கோட்டைகள் மட்டும் அழியாமல் இருக்கின்றன. சங்ககிரி, கிருஷ்ணகிரி, மகராஜக் கடை ஆகிய கோட்டைகள் சிதைந்துள்ளன. பின்னாளில் முழு தும் சிதைந்தன. குறுநில மன்னர்களுடன் கோட்டைகளும் அழிந்தன.

தீரன் பிறந்தான்

கொங்குநாட்டின் 24 நாடுகளுள் ஒன்றான காங்கேய நாட்டைக் 1708ஆம் ஆண்டு முதல் 1731 ஆண்டு வரை கொற்றவேல் சர்க்கரை உத்தமகாமீண்ட மன்றாடியார் என்பவர் ஆண்டுவந்தார். அவரது குடும்ப வளர்ப்பு வாரிசு ரத்தின சர்க்கரை அந்நாட்டின் மேலப் பாளையம் என்ற சிற்றூரில் வாழ்ந்து வந்தார். அவர் பயிரன் கூட்டத்தைச் சார்ந்தவர்.

அவருக்கும் ஓதாலன் கூட்டத்தைச் சார்ந்த பெரியாத்தாவுக்கும் 17 ஏப்ரல் 1756 ஆம் நாள் இரண்டாவது ஆண் குழந்தையாக தீர்த்தகிரி கவுண்டர் பிறந்தார். இவர்தான் பின்னாளில் தீரன் சின்னமலை என்று அறியப்பட்டார். இவருக்கு இரண்டு தம்பியர்களும் ஒரு சகோதரியும் உண்டு.

1750களில் கொங்குநாடு மைசூர் உடையார்களின் ஆளுகையில் இருந்தது. தீர்த்தகிரி போர்ப் பயிற்சிகளைச் சிவந்தாரையர் என்பவரிடம்

முறைப்படிக் கற்றுத் தேர்ந்தார். மைசூர் மன்னருக்கு உட்பட்ட திண்டுக்கல்லில் குதிரைப் படைத் தளபதியாக நியமிக்கப்பட்டிருந்த ஹைதர் அலி தன் பராக்கிரமம் மிக்க வலிமையாலும், அறிவுக் கூர்மை யாலும் மைசூர் உடையார் மன்னர்களைக் கைப்பொம்மைகளாக்கி விட்டு, அரசை ஆளும் உரிமை பெற்றான்.

ஹைதர் அலியின் அதிகாரிகளில் ஒருவன் கீழ்க்கரைப் பூந்துறை நாட்டில் சங்ககிரி என அழைக்கப்படுகின்ற குன்றத்தூர்ச் சாவடியில் இருந்து அதிகாரம் செலுத்தி வந்தான். கொங்கு நாட்டின் பல்வேறு பகுதிகளில் இருந்து வரிவசூல் செய்து வரும் பணம் சங்ககிரிக் கோட்டைக்குக் கொண்டுவரப்பட்டு, அங்கிருந்து மைசூர், சீரங்கப் பட்டணம் ஹைதர் அலியின் கஜானாவை அடைந்துவிடும்.

பூந்துறை வாரணவாசி கவுண்டனுக்கும், தாரமங்கலம் கெட்டி முதலிக்கும் இடையில் நடைபெற்ற போரில் இடையில் புகுந்து நயவஞ்சகமாக கொங்கு நாட்டை ஆளும் உரிமை பெற்றான் மைசூர் மன்னன். இதன் பின்னர் கொங்கு நாடு மைசூர் உடையார்களுக்கு வரிசெலுத்தி அவன் ஆளுகைக்குட்பட்டது.

கொங்குநாட்டின் தாராபுரம் பகுதிகளில் வரிவசூல் செய்த பண மூட்டைகளை மைசூர் மன்னன் ஹைதர் அலியின் சிப்பந்திகள் அறச்சலூர், மேலப்பாளையம் வழியாக சங்ககிரி கோட்டையிலுள்ள திவான் மீராசாஹிபுக்கு எடுத்துச் செல்வதைக் கண்டு தீர்த்தகிரி வேதனைப்பட்டார்.

சங்கரிகோட்டை ஒரு மலைக்கோட்டை. 1500 அடி உயரமுள்ளது. இதற்குச் சங்குகிரி, சங்கிலிகிரி, குன்றத்தூர் துர்க்கம் ஆகிய பெயர்கள் உள்ளன. ஹைதர் அலி தன் ரகசிய கஜானாவாக இக்கோட்டையைப் பயன்படுத்தியுள்ளார். திப்பு சுல்தான் இக்கோட்டையை விரிவு படுத்தினார். சங்ககிரிமலை செங்குத்தாக இருப்பதால் மூன்று பக்கங்களிலிருந்தும் யாரும் எளிதில் ஏறிவர இயலாது. இக் கோட்டைக்குப் பத்து அரண்களும் பத்து வாயில்களும் உள்ளன. இங்கிருந்து மைசூர் பகுதிக்குச் செல்ல சுரங்கவழியும் உண்டு.

ஒருநாள் வேட்டைக்குச் சென்ற தீர்த்தகிரி மைசூர் அரசுக்குச் செல்லும் வரிப்பணத்தைப் பிடுங்கி ஏழைகளுக்கு விநியோகித்தார். அப் பொழுது, வரி கொண்டு சென்ற வரி தண்டல்காரரிடம் 'சென்னி மலைக்கும் சிவன்மலைக்கும் இடையில் ஒரு சின்னமலை பறித்ததாகச் சொல்' என்று சொல்லி அனுப்பினார். அதுமுதல் தீர்த்தகிரிக்குச் சின்னமலை என்ற பெயர் ஏற்பட்டது.

முதல் போர்

மீண்டும் வரிப்பணம் வசூலிக்கப்பட்டு சங்ககிரிக் கோட்டைக்கு எடுத்துச்செல்லப்பட்டது. இதனை அறிந்த சின்னமலை, அங்கு வந்து அதனைப் பிடுங்கி மீண்டும் ஏழைகளுக்குக் கொடுத்தார். இதனை அறிந்து சங்ககிரி திவான் கடுங்கோபம் கொண்டான். நூறு பேர் கொண்ட குதிரைப்படையை மேலப்பாளையம் அனுப்பி, சின்ன மலையைக் கைது செய்து வரும்படி ஆணையிட்டான்.

சின்னமலை மற்றும் கருப்பசாமி சேர்வை, வேலப்பன் ஆகியோர் இணைந்து திவான் அனுப்பிய குதிரைப்படையைத் திணறடித்துப் புறமுதுகிட்டு ஓடச்செய்தனர். இந்தியாவில் பிரிட்டிஷ் அரசின் ஊடுருவல் சின்னமலைக்குப் பிடிக்கவில்லை. இன்றைய கேரளத் திலும் கொங்கு நாட்டின் சேலம் பகுதியிலும் இருந்த கிழக்கிந்திய கம்பெனிப்படை ஒன்றுசேராவண்ணம் இடையில் பெரும் தடையாக சின்னமலை விளங்கினார்.

07 டிசம்பர் 1782ஆம் நாள் ஹைதர் அலி மறைந்த பின்னர் திப்பு சுல்தான் பிரிட்டிஷ் அரசுக்குப் பரம எதிரியாக விளங்கினார். அவர் மைசூர் சீரங்கப் பட்டணத்தில் ஆட்சிக்கு வந்து கிழக்கிந்தியக் கம்பெனியிரை எதிர்த்துக் கடும் போர் செய்து வந்தார்.

18 ஏப்ரல் 1792ஆம் நாள் தான் வாங்கிய சிவன்மலை - பட்டாலிக் காட்டில் சின்னமலை வீரர்களுக்குப் பயிற்சி அளித்தார். ஆயுதங்கள் தயாரித்தார். ஓடாநிலையில் பிரெஞ்சுக்காரர்களின் துணையோடு பீரங்கிகளும் தயாரிக்கப்பட்டன. கருப்பசேர்வை, ஓமலூர் சேமலைப் படையாச்சி, முட்டுக்கட்டைப் பெருமாத்தேவன், ஃபத்தே முகம்மது உசேன் ஆகியோர் பலர் சின்னமலை படையில் முக்கியம் பெற்றிருந்தனர்.

பிரிட்டிஷ் ஆதிக்கத்தை வேருடன் அகற்ற ஆந்திரா, கேரளா, மகா ராஷ்டிரா, கர்நாடகா, திருநெல்வேலி எனப் பரந்து விரிந்த கூட்டிணைவை உருவாக்க மராட்டியப் போராளி துந்தாஜிவாக்கைச் சந்திக்கச் சென்ற மூன்று தூதுக்குழுவில் சின்னமலையின் பெருந் துறைப்பாளையமும் பங்கேற்றது.

கொங்குப் பகுதி மைசூர் ஆட்சியின்கீழ் வரிவசூல் பகுதியாக இருந்தாலும் பொது எதிரியான பிரிட்டிஷ் ஆட்சியை வீழ்த்த நாம் ஒன்றுபட வேண்டும் என்ற திப்புவின் வேண்டுகோளை சின்னமலை ஏற்றார்.

திப்பு சுல்தான் சின்னமலையிடம் படையுதவி கோரினார். உடனே சின்னமலை ஆயிரக்கணக்கான கொங்கு இளைஞர்களைத் திரட்டி மைசூர் சென்றார். அங்கு ஜாக்கோபியன்கள் என்ற பிரெஞ்சுப் புரட்சி வீரர்களால் சின்ன மலையின் வீரர்களுக்குப் போர்ப் பயிற்சி அளிக்கப் பட்டது. சின்னமலையின் கொங்குப்படை சித்தேசுவரம், மழவல்லி, சீரங்கப்பட்டணம் போர்களில் திப்பு சுல்தானின் வெற்றிக்குப் பெரிதும் உதவியது.

குறிப்பாக 40,000 வீரர்களோடு மழவல்லியில் போரிட்ட வெள்ளையர் படைகளுக்குக் கொங்குப்படை பெரும் சேதத்தை உண்டாக்கியது. நெப்போலியனிடம் படை உதவி கேட்டு திப்பு சுல்தான் அனுப்பிய தூதுக்குழுவில் சின்னமலையின் மெய்க்காப்பாளர் கருப்பசேர்வையும் இடம் பெற்றிருந்தார். இதன்வழியாக திப்பு சுல்தானிடம் சின்ன மலைக்கு இருந்த செல்வாக்கினை அறியமுடிகின்றது.

புதிய பாளையக்காரர்

நான்காம் மைசூர்ப் போர் 04 மே 1799ஆம் நாள் நடைபெற்றது. அதில் திப்பு சுல்தான் மாண்டார். சின்னமலை கொங்கு நாடு வந்து ஓடாநிலை என்னும் ஊரில் கோட்டை கட்டிப் போருக்குத் தயார் ஆனார். 'தீர்த்தகிரிச் சர்க்கரை உத்தமக் காமிண்ட மன்றாடியார்' என்று சின்ன மலை தன்னைப் பாளையக்காரராக அறிவித்துக் கொண்டு கொங்கு நாட்டுப் பாளையக்காரர்களை ஓரணியில் சேர்க்க முற்பட்டார்.

போராளிகளின் கூட்டமைப்பை ஏற்படுத்தி விருப்பாச்சி கோபால நாயக்கர், திப்புவிடம் பணியாற்றிய மராட்டிய மாவீரர் தூண்டாஜிவாக், பரமத்தி அப்பாச்சி ஆகியவர்களோடு இணைந்து 03 ஜூன் 1800 ஆம் நாள் கோவைக் கோட்டையைத் தகர்த்து அங்கிருந்து லெப்டினெண்ட் கர்னல் கே. க்ஸிஸ்டரின் கம்பெனியின் 5 ஆம் பட்டாளத்தை அழிக்க கோவைப் புரட்சிக்குச் சின்னமலை திட்டமிட்டார். முந்தைய நாளே போராளிகள் அணியில் சிலர் அறிவிப்பின்றிச் சண்டையைத் தொடங்கியதால் கோவைப்புரட்சி தோல்வியுற்றது.

1801ஆம் ஆண்டில் ஈரோடு காவிரிக்கரையிலும் 1802ஆம் ஆண்டு ஓடாநிலையிலும் 1804ஆம் ஆண்டில் அறச்சலூரிலும் பிரிட்டிஷ் படைகளோடு சின்னமலை மோதி, வெற்றிபெற்றார்.

சின்னமலையின் ஓடாநிலைக் கோட்டையைத் தகர்க்கக் கள்ளிக் கோட்டையிலிருந்து மிகப்பெரும் அளவில் பீரங்கிப்படை ஒன்று ஜெனரல் ஹாரிஸ் தலைமையில் வந்தது. சுபேதார் வேலப்பன் அறிவுரைப்படி, சின்னமலை ஓடாநிலையிலிருந்து காங்கேயம்

சென்றார். அங்கிருந்து வாழை வியாபாரி வேடம் புனைந்து, பழனி மலைத்தொடரில் உள்ள ஒருவீட்டில் தங்கி பாளையக்காரர்களுடன் இணைந்து பிரிட்டிஷ்காரர்களை எதிர்த்து வந்தார்.

வீரத்தால் சின்னமலையை வெல்லமுடியாது என்பதை அனுபவத்தால் புரிந்துகொண்ட பிரிட்டிஷார் சூழ்ச்சி மூலம், சின்னமலையைக் கைது செய்யத் திட்டமிட்டனர்.

சின்னமலையின் சமையல்காரன் நல்லப்பனைக் கைக்குள் போட்டுக் கொண்டனர். அவன் சின்னமலை பழனியில் இருப்பதாகக் காட்டிக் கொடுத்தான். அங்குசென்ற பிரிட்டிஷார் சின்னமலையைக் கைது செய்தனர்.

அவரைச் சங்ககிரி கோட்டைக்குக் கொண்டுசென்று வெற்றுவிசாரணை செய்து, அவரைத் தங்களின் ஆட்சிக்கு உடன்பட்டு கொங்குநாட்டு நிர்வாகப் பொறுப்பை ஏற்று, வரிவசூல் செய்யும் பணத்தில் பத்தில் மூன்றுபங்கைப் பெற்றுக்கொண்டு சுதேச சமஸ்தானம் போல வாழ வலியுறுத்தினர். அடிமை வாழ்வுக்காகவா சின்னமலை இத்தனை நாள் போராடினார்? சின்னமலை அடிமை வாழ்வினை வெறுத்தார். உடன் பாட்டுக்குத் தீவிரமாக மறுத்தார்.

ஆதலால், பிரிட்டிஷார் அவரையும் அவரது தம்பியர் பெரியதம்பி, கிலேதார் மற்றும் சின்னமலையின் மெய்க்காப்பாளர் கருப்ப சேர்வை ஆகியோரையும் 31 ஜூலை 1805ஆம் நாள் சங்ககிரி மலைக் கோட்டையின் உச்சியில் உள்ள ஆலமரத்தில் தூக்கிலிட்டனர்.

8

கட்டபொம்மன் : வீரத்தின் விளைநிலம்

கட்டபொம்மன் பற்றிய கதைப்பாடல் மற்றும் கட்டபொம்மன் பற்றிய திரைப்படங்கள் கட்டபொம்மனை ஒரு வீர, தீரப் பேரரசனாகக் காட்டுகின்றன. ஆனால், ஆவணங்கள் வேறுவிதமாக அவனைக் காட்சிப்படுத்துகின்றன.

கட்டபொம்மனின் முன்னோர்களின் செயல்பாடுகள் மெச்சத் தக்கவையாக இல்லை. கட்டபொம்மனின் நிர்வாக முறைமை போற்றத்தக்கதல்ல. நீங்கள் இதுநாள் வரை கட்டபொம்மன் மீது கொண்ட வியப்பும் ஒருவிதத்தில் மாயையும் பின்வருபவற்றை வாசிக்கும்போது உங்களிடமிருந்து விலக வாய்ப்புள்ளது.

அவரது பிரிட்டிஷ் எதிர்ப்புணர்வு இந்திய விடுதலைக்குக் கணிசமான அளவில் உதவியது என்பது உண்மையே. ஆனால், கொண்டாடும் அளவுக்கு இல்லை.

பாஞ்சாலங்குறிச்சி - ஒரு பின்னோட்டம்

மதுரை நாயக்கர் பரம்பரை மறைந்த பின்னர் அவர்களுக்கு வரி கொடுத்தும் படைவீரர்களைத் திரட்டி வழங்கியும் வந்த பாளையக் காரர்கள் தனிக்காட்டு ராஜாக்களாக மாறினர். இந்நிலையில் ஆர்காட்டு நவாப் வெறும் பொம்மை மன்னராக கர்நாடகத்தில் வசித்து வந்தார். நாட்டின் முழு நிர்வாகமும் பிரிட்டிஷாரிடம் இருந்தது.

கிழக்கிந்திய கம்பெனியினர் ஆர்காட்டு நவாபுடன் செய்துகொண்ட உடன்படிக்கையின்படி திருநெல்வேலிச் சீமையின் வரி பெறும் உரிமையைத் தம் வசம் மாற்றிக்கொண்டனர். நான்கு ஆண்டுகள் கழித்து நவாப் அந்த உரிமையை கி.பி. 1785ஆம் ஆண்டு தனதாக்கிக்

கொண்டார். ஐந்தாண்டுகளுக்குப் பின்னர் கி.பி. 1790ஆம் ஆண்டு பிரிட்டிஷார் அந்த உரிமையை நவாபிடமிருந்து பறித்துக்கொண்டனர்.

இக்காலக்கட்டத்தில் திருநெல்வேலிச் சீமையின் பாளையப்பட்டுகள் இரண்டாகப் பிளவுபட்டன. கிழக்குப் பகுதியில் தெலுங்கர்களின் கை ஓங்கியிருந்தது. இப்பகுதியிலுள்ள பாளையப்பட்டுகளுக்குப் பாஞ்சாலங் குறிச்சி தலைமையிடமாக இருந்தது.

பஞ்சாயத்துக்காரர்கள்

பாஞ்சாலங்குறிச்சியைத் தலைமையிடமாகக் கொண்ட பாளையப் பட்டுகளைக் கம்பளத்து நாயக்கர்கள் ஆண்டனர். கம்பளத்தை விரித்து அதன்மீது அமர்ந்து நீதி வழங்கியதால் இந்த இனத்தவர்கள் இப் பெயரினைப் பெற்றனர். இந்தக் கம்பளத்து நாயக்கமார்களுக்குப் போடி நாயக்கனூர், பேரையூர், சாப்டூர், தேவாரம், தொட்ட நாயக்க னூர், செக்க நாயக்கனூர், ஆயக்குடி, கண்டம நாயக்கனூர், அம்மைய நாயக்கனூர், இடையக்கோட்டை செங்குறிச்சி, பாஞ்சாலங்குறிச்சி ஆகிய பதினொரு பாளையங்கள் உரிமையுடையனவாக இருந்தன.

வீரபாண்டியபுரம்

இன்றைய ஒட்டப்பிடாரம் அக்காலத்தில் அழகிய வீரபாண்டியபுரம் என்ற பெயரில் இருந்தது. அங்கு ஆட்சிபுரிந்து வந்த நாயக்க வம்ச மன்னர் ஜெகவீரபாண்டியனின் அவையில் அமைச்சராக பொம்மு என்கிற கெட்டி பொம்மு இடம்பெற்றிருந்தார். இவரது பூர்வீகம் ஆந்திர மாநிலம், பெல்லாரி ஆகும். தெலுங்கு மொழி பேசும் ராஜகம்பளம் நாயக்கர் இனத்தைச் சார்ந்தவர். வீரமிகுந்தவர் என்ற பொருளை தெலுங்கில் உணர்த்தும் கெட்டி பொம்மு எனும் சொல் நாளடைவில் கட்டபொம்மு என்று மாறி பின்னர் தமிழில் கட்டபொம்மன் என்றாயிற்று.

பொல்லாப்பாண்டியன்

கி.பி. 1744ஆம் ஆண்டு நாயக்க பரம்பரையின் இறுதி வாரிசு விஷம் குடித்து மாண்டபின்னர் பாஞ்சாலங்குறிச்சியின் பாளையக்காரராக இரண்டாம் கட்டபொம்மு தன்னை சின்ன நவாப் என்று அறிமுகப்படுத்திக்கொண்டு ஆட்சிபுரியத் தொடங்கினார். இவருக்குப் பொல்லாப்பாண்டியன் என்ற பெயரும் உண்டு.

கி.பி. 1755ஆம் ஆண்டு பிரிட்டிஷ் தளபதி கர்னல் ஹெரோன் பாஞ் சாலங்குறிச்சியின் மேல் போர் தொடுத்தார். அவருடன் இணைந்து நவாபின் முழுஅதிகாரம்பெற்ற படைத்தளபதி யூசுப்கானும் வந்தான். போரைத் தவிர்ப்பதற்காக பொல்லாப்பாண்டியன் ஆர்காட்டு நவாபுக்கு

வரிசெலுத்த ஒப்புக்கொண்டார். பாஞ்சாலங்குறிச்சி பஞ்சத்தில் இருப்பதால் தவணைமுறையில் வரிசெலுத்துவதாக வாக்குக்கொடுத்தார். ஆனால், அவர் வரியை முழுமையாகச் செலுத்தும் வரை பொல்லாப்பாண்டியனின் சில முக்கியமான ஆள்களைப் பிணைக் கைதிகளாக யூசுப்கான் அழைத்துச் சென்றுவிட்டான்.

இந்நிலையில் பூலித்தேவன் பாளையக்காரர்களைத் திரட்டி வரிகொடா இயக்கத்தை நடத்தினார். அதில் பொல்லாப்பாண்டியன் கலந்து கொள்ளவில்லை. ஆனால், யூசுப்கானுடன் இணைந்து பூலித்தேவனுக்கு எதிராகப் போர்புரிந்தார். 21 மார்ச் 1756 இல் நடைபெற்ற இப்போரில் பூலித்தேவன் தோற்றார்.

பின்னர் திருநெல்வேலிச் சீமையின் வரிபெறும் உரிமையை 11 லட்ச ரூபாய்க்குக் குத்தகையாக அழகப்ப முதலியாருக்குக் கிழக்கிந்திய கம்பெனி வழங்கியது. வரி பெறுதலில் குழப்பம் நிலவியது. வரிபெறும் பொறுப்பிலிருந்து நவாப் மபூஸ்கான் என்பவரை நீக்கினார். அவர் திருவிதாங்கூர் மன்னனின் உதவியுடன் பிரிட்டிஷாரின் ஆளுகைக்குட்பட்ட பாளையங்களின்மீது போர்தொடுத்தார். அப்போரில் பொல்லாப்பாண்டியன் பிரிட்டிஷாருக்கு ஆதரவாகப் போரிட்டார். இதற்காக அவருக்குச் சில கிராமங்களை பிரிட்டிஷார் பரிசளித்தனர். ஆனாலும், இவர் தரவேண்டிய வரிப்பணத்தை முழுமையாகப் பெற்றுக்கொண்ட பின்னரே பிணைக்கைதிகளாக அழைத்துச் சென்றவர்களை யூசுப்கான் விடுவித்தான்.

ஜெகவீர பாண்டிய கட்டபொம்மு

1760ஆம் ஆண்டு பொல்லாப்பாண்டியன் இறந்தான். இவருக்குப்பின் பாஞ்சாலங்குறிச்சியின் தலைமையை ஜெகவீர பாண்டிய கட்டபொம்மு ஏற்றார். 1766ஆம் ஆண்டு பிரெஞ்சுப் படை டிலாந்த் என்பவரின் தலைமையில் பூலித்தேவர் மற்றும் அவருக்கு வேண்டிய பாளையங்களின்மீது போர்தொடுத்தது. அந்நிலையில் பூலித்தேவர் ஜெகவீர பாண்டிய கட்டபொம்முவின் உதவியைக் கோரினார். ஆனால், ஜெகவீர பாண்டிய கட்டபொம்மு மறுத்துவிட்டார். தந்தை செய்த அதே தவறினைத் தானும் செய்தார். பூலித்தேவர் இப்போரிலும் தோற்றார்.

யூசுப்கான், நவாபுக்கும் பிரிட்டிஷாருக்கும் எதிராகச் செயல்படத் தொடங்கியதால் 15 அக்டோபர் 1764ஆம் நாள் கொலை செய்யப்பட்டார். கூட்டணிகள் மாறின. காலம் கடந்தது.

1767ஆம் ஆண்டு பிரிட்டிஷ் கர்னல் கோம்பெல் முன்னறிவிப்பின்றி கொல்லம் கொண்டான் கோட்டையை முற்றுகையிட்டார். மூன்று நாள்

முயன்று கோட்டையைக் கைப்பற்றினார். ஆனால் அங்கு யாரும் இல்லை. கோபம் கொண்ட கர்னல் கோம்பெல் சேத்தூர், சிவகிரி ஆகிய பாளையங்களைத் தாக்கினார். அங்கும் மக்களோ, செல்வமோ, ஆயுதங்களோ இல்லை. ஏமாற்றமே மிஞ்சியது.

ஜெகவீர பாண்டிய கட்டபொம்மு தன் கோட்டையை விட்டுத் தப்பி யோடினார். பின்னர் டச்சுக்காரர்களின் உதவியுடன் தன் கோட்டைக்குத் திரும்பி, கோட்டையைப் பலப்படுத்தினார். இவர்களின் செயல்பாடுகள் குறித்து லார்ட் இர்வின் பிரபு தன் தலைமையிடத்துக்குக் கடிதம் எழுதினார்.

1783ஆம் ஆண்டு பிரிட்டிஷ் தளபதி புல்லர்டன் தலைமையில் ஒரு பெரும் படையுடன் புறப்பட்டு வந்தார். புல்லர்டனின் ஆள்கள் 08 ஆகஸ்ட் 1783ஆம் நாள் ஜெகவீர பாண்டிய கட்டபொம்முவைச் சந்தித்தனர். திறைப்பணத்தைத் செலுத்தக் கோரினர். தமக்கு டச்சுக்காரர்கள் துணைபுரிவதால் துணிவுடன் திறை செலுத்த மறுத்தார்.

ஒருநாள் ஜெகவீர பாண்டிய கட்டபொம்மு நாயக்கன் சொக்கம்பட்டி என்ற பாளையத்தின்மீது போர் தொடுக்கச்சென்றார். அச் சூழலைப் பயன்படுத்தி பிரிட்டிஷ் தளபதி புல்லர்டன் பாஞ்சாலங்குறிச்சியின்மீது போர் தொடுத்து, கைப்பற்றினார். அங்கு 40,000 டச்சு வராகன்களும் துப்பாக்கிகளும் ஆயுதங்களும் வெடி மருந்துகளும் புல்லர்டனுக்குக் கிடைத்தன.

இதனை அறிந்த ஜெகவீர பாண்டிய கட்டபொம்மு பாளையங் கோட்டை வழியாகச் சென்று சிவகிரி பாளையத்தில் ஒளிந்து கொண்டார். அங்கு சென்ற புல்லர்டன் கோட்டையை முற்றுகை யிட்டார். பின்னர் 1,500 டச்சு வராகன் கொடுத்து பாஞ்சாலங்குறிச்சி கோட்டையை மீட்டுக்கொள்ளுமாறு தூது அனுப்பினார். அதற்கு ஜெகவீர பாண்டிய கட்டபொம்மு ஒப்புக்கொண்டார். பாஞ்சாலங் குறிச்சிக் கோட்டையைத் திரும்பப் பெற்றார்.

யார் இந்த நவாப்?

தமிழகப் பகுதிகளில் வரிவசூல் செய்வதற்காக மொகலாய மன்னர் ஔரங்கசீப்பால் 1698ஆம் ஆண்டு உருவாக்கப்பட்டதுதான் நவாப் எனும் பதவி. முதலில் மொகலாய வம்சாவழியினரான நேவாயெட்ஸ் நவாப் ஆகப் பதவி வகித்தனர். முகலாயப் பேரரசு நலிவுற்ற காலத்தில் வாலாஜா எனப்படும் வம்சா வழியினர் நவாப் பட்டத்துக்கு வந்தனர்.

கி.பி.1750ஆம் ஆண்டில் நேவாயெட்ஸ் வம்சத்தைச் சேர்ந்த சந்தாசாகிபுக்கும், வாலாஜா வம்சத்தைச் சேர்ந்த முகமது அலிக்கும்

நடந்த பதவிச் சண்டையில், சந்தாசாகிப் பிரெஞ்சுக்காரர்களையும், முகமது அலி பிரிட்டிஷ்காரர்களையும் அடியாள் படையாக அழைத்தனர். கர்நாடகப் போர் மூண்டது. முகமது அலி வென்றார். தன் வெற்றிக்குத் துணையாக இருந்த பிரிட்டிஷ்காரர்களுக்கு நன்றிக் கடன்பட்டார் முகமது அலி. இந்த நன்றிக்கடன் நாளடைவில் முகமது அலியின் பேராசையால் பணக்கடனாகியது.

பிரிட்டிஷாரின் படையைப் பயன்படுத்தியே இலங்கை உள்ளிட்ட தென்னிந்தியாவின் சக்கரவர்த்தியாகிவிடலாம் என்பது முகமது அலியின் கனவு. எனவே, பாளையக்காரர்களுடன் வரிவசூல் தொடர்பாக எழும் சிக்கல்கள் தொடங்கி, எல்லா விவகாரங்களுக்கும் பிரிட்டிஷ் படைகளையே கூலிப்படையாகப் பயன்படுத்த ஆரம்பித்தார். காலப்போக்கில் பிரிட்டிஷ் படைச்செலவுக்கு அடைக்கவேண்டிய கடன் தொகை மிகுந்தது. ஒரு கட்டத்தில் நவாப் திவால் அடையும் நிலைக்குச் சென்றார். இறுதியில் வேறுவழியின்றி தன் ஆளுகைக்குட்பட்ட பகுதிகளை ஒவ்வொன்றாக முகமது அலி பிரிட்டிஷாருக்கு எழுதிக் கொடுக்கத் தொடங்கினார்.

கி.பி. 1785 ஆண்டுக்கும் கி.பி. 1790ஆம் ஆண்டுக்கும் இடைப்பட்ட காலத்தில் திருநெல்வேலிச் சீமையின் வரிவசூல் செய்யும் உரிமையை நவாப் தாமே எடுத்துக்கொண்டார். கி.பி. 1790 ஆண்டுக்கும் கி.பி. 1795ஆம் ஆண்டுக்கும் இடைப்பட்ட காலத்தில் பிரிட்டிஷார் நவாபின் உரிமைகளைப் பறித்துக்கொண்டனர். பாஞ்சாலங்குறிச்சிக் கோட்டை சீர்கெடத் தொடங்கியது. இந்நிலையில் ஜெகவீர பாண்டிய கட்டபொம்மு மாண்டார்.

கெட்டிபொம்மு மரபின் ஏழாவது மன்னர்

ஜெகவீர பாண்டியனின் மறைவுக்குப்பின் அரியணை ஏறிய கட்டபொம்மு பின் ஆதி கட்டபொம்மன் என்று மக்களால் அழைக்கப்பட்டார். இவரே பொம்மு மரபினரின் முதல் கட்டபொம்மன். இந்த பொம்மு மரபில் வந்தவர்களே (திக்விஜய கட்டபொம்மன்) ஜெகவீர கட்டபொம்மன், ஆறுமகத்தம்மாள் தம்பதியர்.

இவர்களுக்கு 03 ஜனவரி 1760ஆம் நாள் பிறந்த மகனே வீரபாண்டியன் அல்லது கருத்தையா எனும் இயற்பெயர் கொண்ட வீரபாண்டிய கட்டபொம்மன். கட்டபொம்மனுக்கு குமாரசுவாமி என்ற சிவத்தையா, துரைசிங்கம் என்ற ஊமைத்துரை ஆகிய தம்பியர்களும் ஈசுவர வடிவு, துரைக்கண்ணு என்ற இரு சகோதரிகளும் இருந்தனர்.

இவர் நாயக்க வம்ச அரசாட்சியில் தொடர்ந்து வருவதால் இவர் பொம்மு நாயக்கர் என்று மக்களால் அழைக்கப்பட்டார். கெட்டி

பொம்மு மரபின் ஏழாவது மன்னரான வீரபண்டிய நான்காம் கட்டபொம்மு 9 ஆண்டுகள், 8 மாதம், 14 நாட்கள் அரசுப் பொறுப்பிலிருந்தார்.

பாஞ்சாலங்குறிச்சிக் கோட்டையைப் புதுப்பித்தபோது அதற்கு நிதியாக மக்களிடம் 84 சதவிகித மகசூலைப் பெற்றார். மக்களின் உடைமைகளையும் பணத்தையும் பறித்தார். இவரது கொள்ளைகள் குறித்து 1818ஆம் ஆண்டு கால்டுவெல் பாதிரியார் எழுதிய திருநெல்வேலியின் அரசியல் என்ற நூல் விரிவாக விளக்கியுள்ளது. இவரின் ஆட்சி மக்கள் விரோத அரசாட்சியாகவே இருந்துள்ளது.

பாளையத்து எல்லையை நிர்ணயித்த ஆங்கிலேயர்கள் அருங்குளம், சுப்பலாபுரத்தை எட்டையபுரத்துக்கு வழங்கியதாலும், ஆற்காடு நவாப்பிடம் ஒப்பந்தம் செய்து பாஞ்சாலங்குறிச்சியில் ஆதிக்கம் செலுத்தியதாலும் கட்டபொம்மன் பிரிட்டிஷார்மீது கடுப்பில் இருந்தார்.

இந்நிலையில், 1797ஆம் ஆண்டில் பிரிட்டிஷார் கட்டபொம்மனிடம் கப்பம் கேட்டனர். கட்டபொம்மன் மறுத்தார். ஆண்டு இறுதியில் பிரிட்டிஷ் ஆலன் துரை பாஞ்சாலங்குறிச்சியை முற்றுகையிட்டார். அப்போரில் கட்டபொம்மன் வென்றார். அதே ஆண்டு ராமநாதபுரத்தில் பாளையக்காரர்கள் கலகம் செய்தனர். அதனை அடக்க பிரிட்டிஷ் அரசு டபிள்யு. எல். ஜாக்ஸன் என்பவரை திருநெல்வேலி கலெக்டராக நியமித்து, அனுப்பி வைத்தது.

அவர் தன்னை வந்து சந்திக்குமாறு கட்டபொம்மனுக்கு ஆணை பிறப்பித்தார். அவரைச் சந்திப்பதற்காக கட்டபொம்மன் தன்னுடன் சிறிய படையுடன் பல மைல்கள் பயணித்தார். டபிள்யு.எல். ஜாக்ஸனைச் சந்திக்க இயலவில்லை. ஜாக்ஸன் கட்டபொம்முவைச் சொக்கம்பட்டி, தேற்றூர், ஸ்ரீவில்லிபுத்தூர், பேறையூர், பாவாலி, பள்ளிமடை, கமுதி ஆகிய ஊர்களுக்கு அலைக்கழித்தார். அவரை ராமநாதபுரம் வரவழைத்துச் சிறையிலடைப்பதே அவருடைய திட்டம்.

டபிள்யு.எல். ஜாக்ஸன் - கட்டபொம்முவின் சந்திப்பு 05 செப்டெம்பர் 1798ஆம் நாள் நடைபெற்றது. வாக்குவாதம் முற்றி, கைக்கலப்பில் முடிந்தது. பிரிட்டிஷ் படைத்தலைவன் கிளார்க் இறந்தார். கட்டபொம்முவையும் அவருடைய சிறு படையினரையும் பாதுகாப்பாக அங்கிருந்து தப்பிவர வெள்ளைத்தேவன் அல்லது பாதர் (பகதூர்) வெள்ளை என்பவர் உதவினார். ஆனால், பாஞ்சாலங்குறிச்சியின் செயலர் சுப்பிரமணிய பிள்ளை பிரிட்டிஷாரால் கைதுசெய்யப்பட்டு திருச்சி சிறையில் அடைக்கப்பட்டார்.

டபிள்யு. எல். ஜாக்ஸனின் இச்செயல்பாடு பிரிட்டிஷ் அரசுக்குப் பிடிக்கவில்லை. ஜாக்ஸ் நீக்கப்பட்டார். அவருக்குப் பதிலாக லூஷிங்டன் என்பவரை நியமித்தது. சுப்பிரமணிய பிள்ளை விடுவிக்கப்பட்டார். கட்டபொம்முவின் போக்கு லூஷிங்டனுக்குப் பிடிக்கவில்லை. மீண்டும் போர்ச் சூழல் ஏற்பட்டது.

கெட்ட நேரம்

இந்நிலையில் மேஜர் பானர்மன் தலைமையில் பெரும்படை 1799ஆம் ஆண்டு பாஞ்சாலங்குறிச்சியின் மீது மோதியது. ஆனால், அப்போது திருச் செந்தூர் விசாக விழாவை முன்னிட்டு கட்டபொம்முவின் சகோதரர்கள் பாதிப் படையுடன் திருச்செந்தூர் சென்றிருந்தனர். சுப்பிரமணிய பிள்ளை ஸ்ரீ வைகுண்டத்தில் இருந்தார். கட்டபொம்முவுடன் வீரபத்திரபிள்ளை யும் கணக்கன் பொன்னைப் பிள்ளையும் மீதிப் படையினரும் இருந்தனர்.

பாஞ்சாலங்குறிச்சியை முற்றுகையிட்ட பிரிட்டிஷ் படைக்கு லெஃப்டி னெண்ட் டல்லஸ் தலைமை தாங்கினார். காலின்ஸ், ஓரெய்லி, புரூஸ், டக்ளஸ் டார் மிக்ஸ், பிளேக் பிரெய்ன் ஆகிய பிரிட்டிஷ் தளபதிகளும் உடனிருந்தனர்.

05 செப்டம்பர் 1799 ஆம் நாள் அதாவது டபிள்யு.எல். ஜாக்ஸன் - கட்டபொம்முவின் சந்திப்பு நிகழ்ந்த ஓராண்டு கழித்து பிரிட்டிஷ் பிரங்கிகளால் பாஞ்சாலங்குறிச்சி பாதி தகர்க்கப்பட்டது. இரண்டு நாள்கள் கழித்து 12 பவுண்டு திறனுள்ள பீரங்கிகளால் தாக்கினர். மண்கோட்டை தகர்ந்தது. ஆனால், அங்கிருந்து கட்டபொம்மனும் அவனுடைய ஆட்களும் தப்பிவிட்டனர். கோட்டை தாக்கப்படும் தகவல் அறிந்த சுப்பிரமணிய பிள்ளையும் கட்டபொம்மன் தம்பியரும் வேறு வழியாக வந்து கட்டபொம்மனுடன் இணைந்துகொண்டனர்.

மேஜர் பானர்மனின் வீரர்களும் எட்டையபுரப் பாளையக்காரரும் கட்டபொம்மனைத் தேடும் பணியில் ஈடுபட்டனர். கோலார் பட்டிக்கோட்டையில் கட்டபொம்மன் இருப்பதை அறிந்த பிரிட்டிஷார் அங்குசென்றனர். கட்டபொம்மன் அவர்களுடன் போரிட்டபடியே தன்னுடைய முதன்மையான ஆறு நபர்களுடன் தப்பிவிட்டார். கட்டபொம்மனின் 34 வீரர்களும் சுப்பிரமணியபிள்ளையும் பிரிட்டிஷா ரால் கைது செய்யப்பட்டனர். பின்னர் சுப்பிரமணியபிள்ளை தவிர்த்து மற்றவர்கள் விடுவிக்கப்பட்டனர்.

கட்டபொம்மனுக்குத் துணையாக இருந்த நாகலாபுரம், கோலார்பட்டி, ஏழாயிரம் பண்ணை, காடல்குடி, குளத்தூர் ஆகிய பாளையக் காரர்களுள் காடல்குடி பாளையக்காரர் மட்டும் தப்பியோடினார். மற்றவர்கள் பிரிட்டிஷாரிடம் சரணடைந்தனர்.

சரணடைந்தோரில் சுந்தரபாண்டிய நாயக்கரை மட்டும் மன்னிக்காமல் அவரின் தலையைத் துண்டிக்கத் துணிந்தனர். சுப்பிரமணிய பிள்ளை நாகலாபுரத்தில் தூக்கிலிடப்பட்டார். பிரிட்டிஷ் படைத்தலைவன் காலின்ஸைக் கொன்ற வெள்ளைத்தேவனை பிரிட்டிஷாரால் கண்டுபிடிக்கமுடியவில்லை. ஆதலால் அவரைக் காட்டிக்கொடுப்பவருக்கு 1000 வெள்ளி பரிசு என்று அறிவித்தனர். இந்தியப் பணத்தில் ரூபாய் 5,000. வெள்ளைத்தேவனின் மாமன் அப்பரிசுத்தொகைக்கு ஆசைப்பட்டு தன் மருமகனைக் காட்டிக்கொடுத்தான். ஆற்றூரில் தானாபதி பிள்ளை குடும்பத்தைச் சிறை பிடித்து சென்னைக்குக் கொண்டு சென்றனர்.

இரண்டாவது தற்கொலைப் படை

பாஞ்சாலங்குறிச்சிக்கு அருகில் உள்ள ஒரு சிறிய கிராமம் கெவிணகிரி. இங்கு ஒரு விவசாயிக்கு மகனாகப் பிறந்தவர் சுந்தரலிங்கம். இவரது வீரத்தைக் கேள்விப்பட்ட கட்டபொம்மன் தன் ஒற்றர் படைக்கு அவரைத் தளபதியாக்கினார். விரைவில் அனைத்துப் படைகளுக்கும் தளபதியாக உயர்ந்தார் சுந்தரலிங்கம்.

சுந்தரலிங்கத்தின் பொறுப்பில்தான் கட்டபொம்மனின் தானியக் கிடங்கும் வெடிமருந்துக் கிடங்கும் இருந்தன. கட்டபொம்மனுக்கும் பிரிட்டிஷாருக்கும் முட்டல், உரசல் உருவானபோது வெள்ளையத் தேவனும் சுந்தரலிங்கமும் கட்டபொம்மனுக்கு பக்கபலமாக விளங்கினர்.

கட்டபொம்மனை பல நாட்கள் அலைக்கழித்து ராமநாதபுரம் அரண்மனையில் ஜாக்சன் துரை சந்தித்தபோது சுந்தரலிங்கமும் உடனிருந்தார். அந்தச் சந்திப்பு பெரும் சண்டையாக மாறியபோது சுந்தரலிங்கத்தின் வாளுக்குப் பல பிரிட்டிஷ் சிப்பாய்கள் இறை யாயினர்.

இதையடுத்து கட்டபொம்மனை அழிக்க பிரிட்டிஷார் கி.பி. 1799ஆம் ஆண்டு பாஞ்சாலங்குறிச்சி மீது படையெடுத்தார்கள். பிரிட்டிஷ் படை பாஞ்சாலங்குறிச்சிக்கு வெளியே கரிசல் காட்டில் முகாமிட்டிருந்தது. பீரங்கிகள், வெடிகுண்டுகள், துப்பாக்கிகளுடன் பிரிட்டிஷ் படை குவிந்திருந்தது.

08 செப்டெம்பர் 1799ஆம் நாள் சுந்தரலிங்கம் தன் முறைப்பெண்ணான வடிவுடன் ஆடு மேய்ப்பவர்களைப் போல வேடமிட்டு பிரிட்டிஷாரின் வெடிமருந்து கிடங்குப் பகுதிச் சென்றார். தீப்பந்தத்தைக் கொளுத்திய படி சுந்தரலிங்கமும், வடிவும் வெடிமருந்துக் கிடங்குக்குள்

பாய்ந்தார்கள். பலத்த வெடிச்சத்தத்துடன் கிடங்கு தீப்பிடித்து எரிந்தது. சுந்தரலிங்கமும், வடிவும் வேலுநாச்சியாரின் மெய்க்காப்பாளர் குயிலியின் பாணியினைக் கையாண்டு சுதந்தரப் போரின் இரண்டாவது தற்கொலைப் படைப் போராளிகளாகப் பெயரெடுத்தனர்.

சூழ்ச்சி விருந்து

கட்டபொம்மன் காட்டில் ஒளிந்திருப்பதை அறிந்த புதுக்கோட்டை மன்னர் விஜய ரகுநாத தொண்டைமான், தன் தளபதி முத்துவைர அம்பலக்காரன் வழியாக அவரை விருந்துக்கு அழைத்து, அடைக்கலம் அளிப்பதுபோல் நாடகமாடி அவரை 01 அக்டோபர் 1799ஆம் நாள் பிரிட்டிஷாரிடம் ஒப்படைத்தார்.

கட்டபொம்மனைக் கைதுசெய்த பிரிட்டிஷார் அவரை 16 ஆம் தேதி பாஞ்சாலங்குறிச்சிக்கு அருகில் உள்ள பழைய கயத்தாறு கோட்டைக்கு அருகில் உள்ள ஒரு புளியமரத்தில் தூக்கிலிட்டனர். கட்டபொம்மனின் தம்பி சிவத்தையாவும் ஊமைத்துரையும் சிறைபிடிக்கப்பட்டு பாளையங்கோட்டையில் அடைக்கப்பட்டார்.

பின்னர் ஆழ்ந்து சிந்தித்த பிரிட்டிஷ் மேன் பானர்மன் கோட்டைகள் இருப்பதனால்தானே இவர்கள் நம்மை வந்துபார் என்கிறார்கள்? கோட்டைகளை அழித்துவிட்டால் என்ன? என்று முடிவெடுத்தனர். தென் தமிழகத்தில் இருந்த பாளையக்காரர்களைப் பத்து நாள்கள் தம்முடன் வைத்துக்கொண்டு அவர்களின் ஆணையின்பேரில் 42 கோட்டைகளை பீரங்கிகளின் உதவியால் தரைமட்டமாக்கினர். அவர்கள் படைக்களங்களைப் பறிமுதல்செய்தான். கோட்டைகளைக் கட்டுவதும் படைக்களம் வைத்திருப்பதும் பிரிட்டிஷ் அரசுக்கு எதிரானது என்று அறிவித்தார்.

சிறைக் கலவரம்

அச்சிறையில் 02 பிப்ரவரி 1801ஆம் நாள் கலகம் விளைவித்துத் தப்பிய ஊமைத்துரையும் அவரது வீரர்களும் மீண்டும் பாஞ்சாலங்குறிச்சியில் கோட்டையை வலுப்படுத்தத் திட்டமிட்டனர். கண்டிக்குப் போவதாகக் கடிதம்மூலம் பிரிட்டிஷாருக்குத் தகவல் அனுப்பிவிட்டு, பாஞ்சாலங் குறிச்சிக்கு வந்தார். அங்கு தொழிலாளிகளோடு தொழிலாளியாக நின்று ஆறு நாள்களில் கோட்டையைச் சீரமைத்தார். ஆளவும் தொடங்கினார்.

இதனை அறிந்த மேஜர் மெக்காலே பெரும்படைகொண்டு பாஞ்சாலங்குறிச்சிக் கோட்டையைத் தாக்கினார். முடியவில்லை. மீண்டும் அவரது தலைமையில் ஒரு பெரும்படை 30 மார்ச் முதல் 24 மே 1801ஆம் நாள் வரை முற்றுகையிட்டது.

ஊமைத்துரையுடன் போரிட்ட பேக்கார்ட் என்ற அதிகாரி போர் கைதியாக மாட்டிக்கொண்டார். அவர் மனைவி உயிர்ப் பிச்சை கேட்க அவரை ஊமைத்துரை விடுவித்தார். பின்னர், திருச்சியிலிருந்து வந்த பிரிட்டிஷ் படையினர் 3,000 பேர் சேர்ந்து பாஞ்சாலங்குறிச்சிக் கோட்டையைத் தகர்க்கும் பணியில் ஈடுபட்டனர். அவர்களுக்கு உதவியாக மலபாரிலிருந்தும் திருச்சியிலிருந்தும் துணைப் படைகள் வந்துசேர்ந்தன. அவற்றுக்கு கர்னல் ஆக்னியூ என்பவர் தலைமை தாங்கினார். கோட்டை தகர்க்கப்பட்டது.

ஜேம்ஸ் வெல்ஸ் என்ற பிரிட்டிஷ் அதிகாரி எழுதிய போர் நினைவுகள் என்ற நூலில் 'முருக பக்தர்கள் வேடமிட்டு ஊமைத்துரையும் செவத்தையாவும் மீட்கப்பட்டபோது சுமார் ஒரு மைல் தூரத்தில் தான் நிராயுதபாணியாக பிரிட்டிஷ் அதிகாரிகள் மதுவிருந்தில் களித்திருந்தனர். ஊமைத்துரையும் உடன்வந்த 200க்கு மேற்பட்ட வீரர்களும் அதைக் கவனித்திருந்தால் இன்று வரலாறே மாறியிருக்கும்' என்று குறிப்பிட்டுள்ளார்.

பின்னர் ஊமைத்துரை தப்பியோடி, மருது பாண்டியரிடம் தஞ்சமடைந்தார். அவருக்கு அடைக்கலம் கொடுத்ததற்காக பிரிட்டிஷார் மருதுபாண்டியரின் காளையார் கோயிலை 01 அக்டோபர் 1801ஆம் ஆண்டு கைப்பற்றி, மருது பாண்டியர்களைத் திருப்பத்தூர் கோட்டைக்கு அருகில் தூக்கிலிட்டனர்.

ஊமைத்துரையைக் கைதுசெய்து, பாஞ்சாலங்குறிச்சியின் புதிய கோட்டையைத் தகர்க்கப் பயன்பட்ட பீரங்கிகளை வைத்திருந்த பீரங்கிமேட்டில் தூக்குமேடை அமைத்து அங்கேயே தூக்கிலிட்டனர்.

30 ஏக்கர் பரப்பளவுள்ள பாஞ்சாலங்குறிச்சிக் கோட்டையும் கட்டபொம்மனின் தர்பார் மண்டபம், மருந்துப்பட்டறை, பீரங்கிமேடு, அந்தப்புரம், யானைகட்டிய மண்டபங்கள் ஆகியன அனைத்தும் முழுவதுமாக மண்ணோடு மண்ணாக்கப்பட்டு அந்நிலத்தில் உழுது ஆமணக்கு பயிரிடப்பட்டது. அப்போரில் உயிர்நீத்த 42 பிரிட்டிஷ் வீரர்களுக்குக் கல்லறை அமைக்கப்பட்டது.

பாஞ்சாலங்குறிச்சிப் பாளையம் எட்டையபுரம், மணியாச்சி முதலிய பாளையங்களிடையே பங்கிடப்பட்டது. திருநெல்வேலி கெஜெட்டி லிருந்து பாஞ்சாலங்குறிச்சி என்ற பெயர் நீக்கப்பட்டது. அனைத்து ஆவணங்களிலும் அப்பெயர் கவனமாக நீக்கப்பட்டது.

9

திப்பு சுல்தான் : இயந்திரப் புலி

பெருங்கருணையும் பேராற்றலும் உடைய மாவீரராக, சமூக - சமயச் சீர்திருத்தவாதியாக, பொதுவுடைமைவாதியாக, நவீனத் தொழில் நுட்பவாதியாக, பிரிட்டிஷாருக்குச் சிம்மசொப்பனமாக, மைசூரின் புலியாக, சிறந்த மன்னராக, நல்ல குடிமகனாக வாழ்ந்த ஒரு தனிச்சிறப்பு வாய்ந்த மாமனிதர் திப்பு சுல்தான்.

திப்பு சுல்தான் பதவிக்கு வந்தது முதல் இறக்கும் வரை அவரின் முகத்துக்கு முன்னால் சில எதிரிகளும் முதுகுக்குப் பின்னால் பல துரோகிகளும் அவரைத் தாக்கத் தயார்நிலையில் காத்திருந்தனர்.

திப்பு சுல்தான் தன் மன, உடல், அறிவு வலிமையால் அவர்களைத் தன் வாழ்நாள் முழுவதும் ஒடுக்கியபடியே இருந்தார். உலகில் எந்தப் பேரரசருக்கும் இல்லாத நெருக்கடிகள் திப்பு சுல்தானுக்கு இருந்தன. அவற்றைத் தகர்த்தபடியே அவர் தன்னை மைசூரில் நிலைப்படுத்திக் கொண்டார்.

அறப்பணியா? அரசுப்பணியா?

ஹைதர் அலியின் முதல் மனைவி ஷாபாஸ் பேகம். அவருக்கும் ஹைதல் அலிக்கும் பெண்குழந்தைகளே பிறந்தன. ஆண் வாரிசு இல்லை. ஆதலால் ஷாபாஸ் பேகமின் வற்புறுத்தலின்பேரில் ஹைதர் அலிக்கு ஃபக்ர் உன்னிஸாவைத் திருமணம் செய்துவைத்தார்.

ஃபக்ர் உன்னிஸா தனக்குப் பிறக்கும் முதல்குழந்தையை அல்லாவின் திருப்பணிக்கு நேர்ந்துகொள்ளவும் அடுத்த குழந்தையை வாரிசாக ஏற்றுக்கொள்ளவும் ஹைதர் அலியிடம் அனுமதிபெற்றுக்கொண்டார். அத்தம்பதியருக்கு ஐந்தாண்டுகள் குழந்தைப்பேறு இல்லை.

முதல் குழந்தையாக திப்பு சுல்தான் 20 நவம்பர் 1750ஆம் நாள் பிறந்தார். ஹைதர் அலி தன் இரண்டாம் மனைவி ஃபக்ர் உன்னிஸாவின் விருப்பப்படி திப்பு சுல்தானை இறைப்பணிக்கு ஒப்படைத்தார். ஹைதர் அலியின் முன்னோர்களின் சூஃபி மரபு இனி திப்பு சுல்தானால் தொடரும் என்று நம்பினார்.

திப்பு சுல்தானுக்கு இஸ்லாமும் பிற இந்திய மதங்களும் கற்பிக்கப் பட்டன. அமைதி என்பது ஒரு மந்திரமாகவே திப்பு சுல்தானுக்குக் கற்பிக்கப்பட்டது. ஹைதர் அலி - ஃபக்ர் உன்னிஸா தம்பதியருக்கு இரண்டாவதாக ஒரு ஆண்குழந்தை பிறந்தது. கரீம் என்று பெயரிட்டனர். அவனையே தன் அடுத்த ஆட்சி வாரிசாக ஹைதர் அலி நினைத்தார்.

ஆனால், கரீம் நோய்வாய்ப்பட்டு படுத்தபடுக்கையானான். ஹைதர் அலி கலங்கினார். அவர் திப்பு சுல்தானைப் பார்க்கச் சென்றார். அப் போது திப்பு சுல்தான் ஒரு பண்டிதரிடம் பாடம் படித்துக் கொண்டிருந்தார்.

அப்போதே ஹைதர் அலி தன் முதல் மகன் திப்பு சுல்தானின் மொத்த ஆன்மிகப் படிப்பையும் நிறுத்தினார். திப்பு சுல்தானின் கைகளில் தன் வாளை ஒப்படைத்தார். இனி திப்பு சுல்தான் ஆன்மிகப் பாதையில் பயணிக்க முடியாது. இனி அமைதியைத் திப்பு சுல்தான் போர்க் களத்தில்தான் தேடவேண்டும்.

வித்தியாசமானவர்

திப்பு சுல்தானுக்குப் போர்க்கலைகள் கற்பிக்கப்பட்டன. ஒரு தகுதி வாய்ந்த இளவரசராகத் திப்பு சுல்தான் உருவானார். அப்போது திப்பு சுல்தானுக்கு வயது 15.

பெத்தனூர் அரசர் ஹைதர் அலியிடம் வாலாட்டினார். பாலம் என்ற இடத்தில் ஹைதர் அலியின் படைகள் பெத்தனூரரை நோக்கி முன் னேறின. இந்தப் போரைக் காண்பதற்காக திப்பு சுல்தானும் அழைக்கப் பட்டிருந்தார். ஹைதர் அலியும் அவரது படைகளும் பெத்தனூர் அரசனைப் பந்தாடின. திப்பு சுல்தான் போர்க்களத்திலிருந்து சற்று தொலைவிலிருந்தார். தன் தந்தைக்கு ஏதேனும் ஆபத்து ஏற்படுமோ என்று கருதிய திப்பு சுல்தான் வேறுவழியில் ஹைதர் அலி போரிடும் பகுதிக்குச் சென்றார்.

அவ்வாறுபோகும் வழியில் பெத்தனூர் அரசரின் குடும்பத்தாரைச் சந்தித்தார். அவர்களைப் பாதுகாப்பாக அழைத்து வந்தார். இச்செய்தி பெத்தனூர் அரசருக்குத் தெரிந்ததும் அவர் ஹைதர் அலியிடம் சரணடைந்தார்.

திப்பு சுல்தான் பெத்தனூர் அரசரின் குடும்பத்தாரைப் பிணையக் கைதியாகப் பிடித்துள்ளார் என்பதனை அறிந்த ஹைதர் அலி மகிழ்ச்சியுடன் திப்பு சுல்தானைப் பார்க்க வந்தார். அதற்குள் ஹைதர் அலியின் தளபதி மக்பூல்கான் திப்பு சுல்தானிடம் வந்து, பிணையக் கைதிகளைப் பார்வையிட்டார். திப்பு சுல்தானின் வீரத்தைப் புகழ்ந்தார். பின் வழக்கம்போலப் பிணையக் கைதிகளிடம் வென்றவர்கள் நடத்தும் அத்துமீறல்களைச் செய்யத் துணிந்தான். அது திப்பு சுல்தானுக்குப் பிடிக்கவில்லை. எச்சரித்தார். அவன் கேட்கவில்லை. திப்பு சுல்தான் தன் கைத்துப்பாக்கியால் சுட்டார். திப்பு சுல்தானின் அரசியல்கொலைகளின் எண்ணிக்கை மக்பூல்கான் கொலையிலிருந்து தொடங்கியது.

திப்பு சுல்தான் பெத்தனூர் அரச குடும்பத்தாரைப் பாதுகாத்ததும் மக்பூல்கானைக் கொன்றதும் ஹைதர் அலிக்குச் சரியாகவே பட்டது. திப்பு சுல்தானின் விருப்பப்படி ஹைதர் அலி பெத்தனூர் அரசரையும் அவரது குடும்பத்தாரையும் விடுவித்தார்.

'எங்கெல்லாம் பிரிட்டிஷார் அத்து மீறி ஆக்கிரமிப்பு நடத்துகிறார்களோ அங்கெல்லாம் விரைந்து செல்லவேண்டும். பாதிக்கப்பட்டவர்கள் யாராக இருந்தாலும் சரி, நம் எதிரியாகவே இருந்தாலும் சரி, அவர்களுக்கு ஆதரவாகத் தோள்கொடுத்து நிற்கவேண்டும்.' இதுதான் திப்பு சுல்தானுக்கு அவரின் தந்தை ஹைதர் அலி சொல்லிச் சென்ற (மனத்தில் விதைத்துச் சென்ற) மகாமந்திரம். இதனை திப்பு சுல்தான் தன் வாழ்நாள் முழுவதும் கடைப்பிடித்தார். அதனால்தான் அவர் வரலாற்றில் நீங்கா இடம்பிடித்தார்.

தொடர் வெற்றிகள்

1776ஆம் ஆண்டு மராட்டியர்களுக்குச் சொந்தமான காதி கோட்டையைத் திப்பு சுல்தான் கைப்பற்றினார். முன்னதாக, 1767ஆம் ஆண்டு பிரிட்டிஷ் தளபதி ஜோசப் ஸ்மித் தலைமையில் வந்த பிரிட்டிஷ் படையைத் திப்பு சுல்தான் வாணியம்பாடியில் எதிர்த்து நின்று வெற்றிபெற்றார். அப்போது திப்பு சுல்தானுக்கு வயது 17. அன்றுமுதல் 1769ஆம் ஆண்டு வரை தமிழ்நாட்டில் எங்கெல்லாம் பிரிட்டிஷ் படை அத்துமீறுகிறதோ அங்கெல்லாம் திப்பு சுல்தான் தன் வாளை வீசி அவர்களை அடக்கினார்.

பிறகு 1780ஆம் ஆண்டு நடைபெற்ற இரண்டாம் மைசூர் போரில் பிரிட்டிஷ் படைகளுக்கு எதிராகத் தன் தந்தையுடன் இணைந்து போர்தொடுத்தார். 7 டிசம்பர் 1782 அன்று தன்னுடைய தந்தை ஹைதர்

அலி இறந்தபின் 26 ஆம் தேதி மைசூர் சுல்தானாக ஆட்சிப்பொறுப்பினை ஏற்றார். அப்பொழுது திப்பு சுல்தானுக்கு வயது 32.

புலிச் சின்னம் பொறிக்கப்பட்ட கொடியைத் தன்னுடைய சின்னமாகப் பயன்படுத்தினார். துரோகிகளாக மதிமந்திரி பூர்ணையா தனக்கு அடையாளம் காட்டிய அனைவரையும் மறு பரிசீலனையே இல்லாமல் மன்னித்தார்.

திப்பு சுல்தானின் அதிகாரப்பூர்வமான மனைவியர்கள் நால்வர். அவர்கள் ருக்கையா பானு, ஆற்காடு ரோஷன் பேகம், புரந்தி பேகம், கதீஜா ஜமானி பேகம் ஆவர்.

திப்பு சுல்தானுக்கு ஃபத்தே ஹைதர், அப்துல் காலிக், முஹ்யித்தீன், மொய்சுதீன் கான், முஹம்மது யாசீன், முகம்மது சுபான், ஷ்ருக்கில்லாஹ், சிர்ருதீன், குலாம் முஹம்மது, குலாம் ஹமீது, முனீருத்தீன், ஜமீயுத்தீன் ஆகிய பன்னிரண்டு ஆண் குழந்தைகள் பிறந்தன.பீவி பேகம், அஸ்முலுன்னிஸா பேகம், உமருன்னிஸா பேகம், பாத்திமா பேகம், பதீயுன்னிஸா பேகம், நூருன்னிஸா பேகம், குலூமா பேகம், கதீஸா பேகம் ஆகிய எட்டு பெண் குழந்தைகள் பிறந்தனர்.

திப்புவின் இயந்திரப் புலி சுவாரசியமானது. ஒரு புலி ஒரு பிரிட்டிஷ் வீரரைக் கடித்துக் குதறுவது போன்று ஓர் இசை இயந்திரத்தை பிரெஞ்சுக் கலைஞர் ஒருவரைக் கொண்டு திப்பு வடிவமைத்திருந்தார். ஒரு விசையை இயக்கியவுடன் அந்தப் புலி கர்ஜனையுடன் அந்த பிரிட்டிஷ் வீரனைக் கடித்துக் குதறும். வீரன் அலறுவான். புலியின் கர்ஜனையும் வீரனின் மரண ஓலமும் கூடிய இந்த இயந்திரப்புலி திப்புவுக்கு பிரிட்டிஷாரைப் பழிதீர்க்கும் எண்ணத்தை அவ்வப்போது நினைவூட்டிவந்தது.

இந்த இயந்திரப் புலி ஒரு குறியீடு. அது திப்புவின் ஆழ்மனது. அது திப்புவைத் திப்புவுக்கு நினைவூட்டியபடியே இருந்தது. திப்புவின் வாழ்நாள் முழுவதும் பிரிட்டிஷ் எதிர்ப்புணர்வை வளர்த்துவந்தது. திப்புவின் இறப்புக்குப் பின்னர் அது பிரிட்டிஷாரால் திருடப்பட்டு, லண்டனுக்குக் கடத்தப்பட்டது. இப்போது அது அங்குள்ள அருங்காட்சியகத்தில் பாதுகாக்கப்பட்டு வருகின்றது.

சுல்தானின் பொற்கால ஆட்சி

திப்பு சுல்தான் ஒரு சிறந்த நிர்வாகியாகவும், பொருளாதார வல்லு நராகவும் திகழ்ந்தார். இந்தியா முழுவதும் 14 இடங்களில் வணிக மையங்கள், 20 வணிகக் கப்பல்கள், 20 போர்க்கப்பல்கள்,

கான்ஸ்டாண்டிநோபிள் என அழைக்கப்பட்ட இன்றைய துருக்கியின் தலைநகர் இஸ்தான்புல்லில் மைசூர் அரசின் கப்பல்துறை என பரந்து விரிந்தது திப்புவின் வணிகத் திட்டம்.

வணிகத்தில் பெருமளவில் ஈடுபட்டு பிரிட்டிஷார் நடத்திய போர் களுக்கு பனியா, மார்வாடி, பார்ஸி வணிகர்கள் பொருளுதவிச் செய்து வந்தனர். ஆனால், வணிகத்தையே ஏகாதிபத்திய அந்நிய எதிர்ப்பு ஆயுதமாக மாற்றியவர் திப்பு சுல்தான்.

அரசுக்கு வருமானத்தை ஈட்ட மது விற்பனையை அனுமதித்த தன் அமைச்சரைக் கண்டித்த திப்பு சுல்தான், 'மக்களின் உடல்நலனையும், ஒழுக்கத்தையும்,பொருளாதார நலனையும் காட்டிலும் நமது கருவூலத்தை நிரப்புவதுதான் முதன்மையானதா?' என்றார். (இந்தக்கேள்வியை நாம் இப்போது நம் அரசிடம் கேட்கவேண்டும்.)

பிரிட்டிஷார் விவசாயிகளைக் கஞ்சா பயிரிடுமாறு வற்புறுத்தித் துன்புறுத்திய வேளையில் கஞ்சா உற்பத்தியை திப்பு சுல்தான் தடை செய்தார். பிரிட்டிஷார் பாலியல் தொழிலில் பணம் சம்பாதித்தபோது திப்பு சுல்தான் தன் ஆட்சிக்குட்பட்ட பகுதியில் பாலியல் தொழிலைத் தடை செய்ததோடு அநாதை சிறுமிகளைக் கோயிலுக்குத் தேவ தாசியாகத் தானமளிப்பதையும் தடை செய்தார்.

அடிமை விற்பனையைத் தடை செய்வதற்காக திப்பு சுல்தான் 'எந்த அரசு வேலையானாலும் கூலி கொடுக்காமல் வேலை வாங்கக்கூடாது' என்று ஆணை பிறப்பித்தார். வரதட்சணைக் கொடுமையும் சட்டத்துக்கு உட்படாத ஆண்-பெண் தொடர்புகளையும் திப்பு சுல்தான் நீக்கினார்.

கேரளத்தில் நம்பூதரிகள் கொண்டிருந்த ஆச்சாரப் பழக்கவழக்கத்தில் உள்ள தீய முறையை நீக்கவேண்டியும் தன் மக்கள் தூயவாழ்க்கை வாழ வேண்டும் என்ற நோக்கிலும், 'உங்களுக்கு மத்தியில் ஒரு பெண் பத்து ஆண்களுடன் இணைந்து உறவு கொள்வதும் உங்களின் தாய், சகோதரிகளை இவ்விதம் நடப்பதற்கு நீங்கள் சம்மதிப்பதும் உங்களது பூர்வ ஆச்சாரமாக இருந்து வருகின்ற நிலையில், நீங்கள் அனைவரும் விபசாரத்தில் பிறந்தவர்களும் ஆண்-பெண் உறவு விஷயத்தில் நிலத்தில் மேய்ந்து நடக்கும் கால்நடைகளை விடக் கீழான வெட்க மற்றவர்கள் ஆகின்றீர். இவ்விதமுள்ள பாவகரமான துர் ஆச்சாரங்களை விட்டொழித்து, சாதாரண மனிதர்களைப் போன்று வாழ்வதற்கு நாம் இதன்மூலம் உங்களுக்குக் கட்டளையிடுகின்றோம்' என்றார்.

கீழ்சாதிப் பெண்கள் மேலாடை அணியக்கூடாது என்று மேல்ஜாதி வர்க்கம் விதித்த சட்டத்தை மாற்றி மேலாடை அணிய சட்டம் வகுத்தார் திப்பு சுல்தான்.

மதச்சார்பின்றி அனைத்து மதத்தினருக்கும் அரசுப் பணத்தில் கொடைகள் வழங்கினார். இந்துக் கோயில்களுக்கும் அறநிலையங்களுக்கும் பிராமண மடங்களுக்கும் முஸ்லிம் ஸ்தாபனங்களுக்கும் திப்பு சுல்தான் ஆண்டுதோறும் 2.34 லட்சம் வராகன்கள் செலவிட்டார்.

'எந்தச் சாதி மதத்தைச் சேர்ந்தவரானாலும் சரி, உழுபவர்களுக்குத் தான் நிலம் சொந்தமாக இருக்கவேண்டும்' என்று திப்பு பிரகடனம் செய்திருக்கிறார். ரயத்வாரி முறையை அமல்படுத்தியதுடன், பார்ப்பனர்களின் நிலங்களுக்கு வழங்கப்பட்ட வரிவிலக்கையும் திப்பு ரத்து செய்திருக்கிறார். ராணுவம் மற்றும் துணை ராணுவப் படையினர் மூன்று லட்சம் பேருக்கு நிலம் வழங்கியிருக்கிறார்.

சென்னை மாகாணத்தைப் போலில்லாமல் மைசூர் அரசில் தலித் சாதியினருக்குப் பல இடங்களில் நிலஉடைமை இருந்ததாக எட்கர் தர்ஸ்டன் என்ற ஆய்வாளர் குறிப்பிட்டுள்ளார்.

1792ஆம் ஆண்டு நிகழ்ந்த போருக்குப்பின் திப்பு சுல்தானிடமிருந்து பிரிட்டிஷார் கைப்பற்றிக் கொண்ட சேலம் மாவட்டம் வேலூர் தாலுகாவிலிருந்து பிரிட்டிஷாரின் வரிக் கொடுமை தாளாமல் 4,000 விவசாயிகள் திப்பு சுல்தானின் ஆட்சிப் பகுதிகளுக்குக் குடிபெயர்ந்ததை 1796ஆம் ஆண்டு பிரிட்டிஷ் அதிகாரி தாமஸ் மன்றோ தன்னுடைய ஆவணங்களில் குறிப்பிட்டுள்ளார்.

1792 ஆம் ஆண்டு தோல்விக்குப் பின்னரும் திப்பு சுல்தான் தமது எல்லைக்குள் வாணிகம் செய்துகொள்ள பிரிட்டிஷாருக்கு அனுமதி தரவில்லை. உள்ளூர் வணிகர்களை ஊக்குவித்தார். பணப் பயிர் உற்பத்தி, பெங்களூர் லால் பாக் என்ற தாவரவியல் பூங்கா, பட்டுப் பூச்சி வளர்ப்பு என விவசாயத்தைப் பிற உற்பத்தித் துறைகளுடன் இணைத்தார். பாசன வசதியைப் பெருக்கி விவசாயத்தை விரிவு படுத்தினார்.

1911ஆம் ஆண்டு பிரிட்டிஷ் பொறியாளர்கள் கிருஷ்ணராஜ சாகர் அணையைக் கட்டும் பணிகளைத் தொடங்கியபோது அதே இடத்தில் அணைக்கட்டு கட்டுவதற்கு 1798ஆம் ஆண்டு திப்பு சுல்தான் அடிக்கல் நாட்டப்பட்ட கல்லைக் கண்டனர். அக்கல்வெட்டில் 'இந்த அணை நீரைப் பயன்படுத்தி உருவாக்கப்படும் விளைநிலங்களுக்கு வரிவிலக்கு அளிக்கவேண்டும்' என்று திப்பு சுல்தான் ஆணையிட்டிருந்தார்.

'விவசாயிகள்மீது கசையடி போன்ற தண்டனைகளை நிறுத்திவிட்டு, 2 மல்பெரி மரங்களை நட்டு 4 அடி உயரம் வளர்க்க வேண்டும்' என்று தண்டனை முறையையே மாற்றினார்.

'தோற்கடிக்கப்பட்ட எதிரி நாட்டின் சொத்துகளைச் சூறையாடு வதன்மூலம் சிலர் பணக்காரர்கள் ஆகலாம். ஆனால் தேசத்தை அது ஏழைமையாக்கும்; மொத்த ராணுவத்தின் கவுரவத்தையும் குலைக்கும். போர்களைப் போர்க்களத்தோடு முடித்துக் கொள்ளுங்கள். அப்பாவி மக்கள்மீது போர் தொடுக்காதீர்கள். பெண்களைக் கவுரவமாக நடத்துங் கள். அவர்களது மத நம்பிக்கைக்கு மதிப்புக் கொடுங்கள். குழந்தை களுக்கும் முதியோருக்கும் பாதுகாப்பு கொடுங்கள்' என்று தன் ராணுவத்துக்கு திப்பு சுல்தான் எழுத்துப் பூர்வமாக ஆணையிட்டார்.

பிரிட்டிஷாருக்கு எதிரான போரில் படைவீரர்கள் மட்டுமல்ல பொதுமக்களும் கலந்து கொள்ள வேண்டும் என்று விரும்பிய திப்பு சுல்தான், 'அனைத்து விவசாயிகளுக்கும் துப்பாக்கி பயிற்சி வழங்கப் பட வேண்டும். தினமும் ஊருக்கு வெளியே துப்பாக்கி சுடும் பயிற்சி அளிக்கப்படவேண்டும்' என்று ஆணையிட்டார்.

இத்தனை நல்ல திட்டங்களை நடைமுறைப்படுத்தி ஆட்சிபுரிந்த திப்பு சுல்தானின்மீது வரலாற்றாசிரியர்கள் மதவாத, இனவாதக் கருத்துக்களைத் தூவி அவரின் புகழுக்குக் களங்கம் விளைவித்தனர். சங்கு சுட்டாலும் வெண்மைதரும் என்ற விதிக்கு ஏற்ப திப்பு சுல்தானின் புகழ் இம்மியும் குறையவில்லை.

சுல்தானின் ராணுவம்

திப்பு மிகப்பெரிய ராணுவப் படையினைக் கொண்டிருந்தார். பிரிட்டி ஷாரின் அத்துமீறல்களை அடக்குவதற்கு வாளும் வேலும் மட்டும் பயன்படாது தொழில் முறையில் பயிற்சி பெற்ற ராணுவமும், தொழில் நுட்பமும் தேவை என்பதைத் திப்பு சுல்தான் புரிந்துகொண்டார். ஆதலால் கடற்பயிற்சி பள்ளிகளை உருவாக்கி, கடற்படையில் பீரங்கிகள் மற்றும் பிரிட்டிஷாருக்கு நிகராக நவீன ஏவுகணைகளைப் பயன்படுத்தினார். சக்தி வாய்ந்த ராக்கெட் மற்றும் ஏவுகணை தொழில் நுட்பத்தை முதன்முதலில் பயன்படுத்தியவர் திப்பு சுல்தானே.

திப்பு சுல்தானிடம் மொத்தம் 3.20 லட்சம் வீரர்கள் இருந்தனர். மூன்று லட்சம் துப்பாக்கிகளும் 929 பீரங்கிகளும் 2.24 லட்சம் வாள்களும் இருந்தன. தன் தந்தை பயன்படுத்திய ஏவுகணைகளை திப்பு சுல்தான் பிரெஞ்சு படைவீரர்களின் துணையுடன் புதிய தொழில்நுட்பத்தைப் புகுத்தி புதுவகையில் பயன்படுத்தினார்.

மோதி விளையாடு

மேற்குக் கடற்கரையிலிருந்து பிரிட்டிஷாரைத் துரத்த வேண்டும் என்று கங்கணம் கட்டிக் கொண்டு பிரெஞ்சுப் படையினரையும் சேர்த்துக்

கொண்டு ஆவேசத்துடன் போரைத் தொடர்ந்தார் திப்பு. ஆனால், பிரெஞ்சு மன்னன் 16ம் லூயி பிரிட்டனுடன் சமரசம் செய்து கொண்டதால் திப்பு வேறுவழியில்லாமல் போரை நிறுத்தினார். 1784 ஆம் ஆண்டு முடிவுற்ற இப்போரில் ஆங்கிலேய தளபதி உள்ளிட்ட 4,000 சிப்பாய்கள் திப்பு சுல்தானால் போர்க் கைதிகளாகப் பிடிக்கப் பட்டு பின்னர் விடுவிக்கப்பட்டனர். இந்த அவமானம் பிரிட்டிஷாருக்கு திப்புவை நினைத்துப் பதறச் செய்தது.

1790ஆம் ஆண்டு முதல் 1792ஆம் ஆண்டுவரை நடைபெற்ற மூன்றாவது மைசூர் யுத்தம் என்பது பிரிட்டிஷாரின் கைக்கூலியான திருவிதாங்கூர் மன்னனான தர்மராஜாவால் தூண்டி விடப்பட்டதே. திருவிதாங்கூர் எங்களது நட்பு நாடு அதனைப் போரில் ஆதரிப்பது எமது கடமை எனக்கூறி ஜெனரல் கார்ன்வாலிஸ் திப்பு சுல்தானுக்கு எதிராகப் போர் புரியத் தயாரானான்.

இச்சூழலில் திப்பு சுல்தானுக்கு எதிராகப் போர் புரிய ஆற்காட்டு நவாபும், தொண்டைமான், ஹைதராபாத் நிஜாம், மைசூர் அரசின் முன்னாள் பாளையக்காரர்கள் அனைவரும் பிரிட்டிஷாருடன் இணைந்து கொண்டனர். தனித்து நின்ற திப்பு சுல்தான் அத்தனை எதிரிகளையும் முறியடித்தார்.

ஸ்ரீரங்கப்பட்டினம் 30 நாட்களுக்கு மேலாக முற்றுகையிடப்பட்ட போதிலும் எதிரிகளால் திப்பு சுல்தானின் கோட்டைக்குள் நுழைய முடியவில்லை. மூன்றாம் மைசூர் போரில் பிரிட்டிஷாரிடம் திப்பு தன் தோல்வியைத் தவிர்ப்பதற்காகச் சமாதான உடன்படிக்கைக்கு இசைவு அளித்தார்.

அதன்படி மைசூரின் ஒரு பகுதியையும் 3.3 கோடி வராகனும் கொடுக்க 26 பிப்ரவரி 1792ஆம் நாள் ஒப்புக்கொண்டார். முதல் தவணையாக திப்பு 1.65 கோடி வராகன் கொடுத்தார். திண்டுக்கல், கோவை, சத்தியமங்கலம், தேன்கனிக்கோட்டை, சேலம், கிருஷ்ணா நதியைச் சார்ந்த பகுதிகள் பிரிட்டிஷாரின் ஆளுகைக்குச் சென்றன.

முழுப்பணத்தையும் கொடுக்கும்வரை பிணையக் கைதிகளாக திப்புவின் பிள்ளைகளான பத்து வயதுடைய அப்துல் காலிக் மற்றும் எட்டு வயதுடைய மொய்சுதீன் கான் ஆகியோர் காரன் வாலிஸ் பிரபுவால் 10 மார்ச் 1792ஆம் நாள் அழைத்துச் செல்லப்பட்டனர்.

மீதியுள்ள 1.65 கோடி வராகனை மூன்று தவணைகளில் சுமார் இரண்டாண்டு அவகாசத்தில் திப்பு செலுத்தி தன் மகன்களை 29 பிப்ரவரி 1794ஆம் நாள் மீட்டார்.

தன் மகன்களைப் பிரிந்திருந்த இந்த இரண்டாண்டு காலத்தில் திப்பு சுல்தான் அடுத்த போருக்குத் தன்னைத் தயார் செய்திருந்தார். திப்பு சுல்தானின் மகன்கள் மனத்தளவில் இங்கிலாந்து கலாசாரத்துக்கு பிரிட்டிஷாரால் மாற்றப்பட்டிருந்தனர். அதுமட்டுமல்ல அவர்களுக்கு அல்லாவின் மீதும் வெறுப்பு ஏற்படும்படி பிரிட்டிஷார் மூளைச் சலவை செய்திருந்தனர்.

தர்மம் தலைகாக்கவில்லை

இந்தமுறை பிரிட்டிஷார் திப்பு சுல்தானின் அமைச்சர்களை விலைக்கு வாங்கினர். திப்பு சுல்தானுக்கு உதவியாகப் படைதருவதாகக் கூறி யிருந்த நெப்போலியனால் அப்போது உதவிக்கு வரமுடியவில்லை. எதிரிகளுக்கும் குள்ளநரிகளுக்கும் இடையில் தனியாகச் சிக்கிக் கொண்ட திப்பு சுல்தான் தன்னுடைய கடைசி 11,000 வீரர்களுடன் தானும் ஒரு சிப்பாயாக வாளேந்திப் போரிட்டு 04 மே 1799ஆம் நாள் மாண்டார்.

நான்காவது மைசூர் யுத்தத்தில் வஞ்சகம், சூழ்ச்சி, துரோகம் ஆகிய வற்றால் திப்பு சுல்தானை வீழ்த்திய பிரிட்டிஷார் அவரது அரண் மனைக்குள் புகுந்து அங்கிருந்த 9,700க்கும் மேற்பட்ட நவீன ராக் கெட்டுகளை கைப்பற்றினர்.

திப்பு சுல்தான் தன் அரண்மனையில் அமைத்திருந்த ஓரியண்டல் லைப்ரரி என்ற பெயருடைய நூலகத்துக்குள் நுழைந்து, அங்கிருந்த இரண்டாயிரத்துக்கும் மேற்பட்ட நூல்கள், ராக்கெட் தயாரிப்பு சார்ந்த ஆய்வுக்குறிப்புகள் மற்றும் தொழில் சீர்திருத்தம் பற்றிய திப்புவின் பல்வேறு திட்டக்குறிப்புகள் ஆகியவற்றைக் கொள்ளை யிட்டனர்.

இங்கிலாந்தில் கி.பி.19ஆம் நூற்றாண்டில் தொழிற்புரட்சி காரணமாக மேற்கொள்ளப்பட்ட அனைத்துச் சீர்திருத்த நடவடிக்கைகளும் திப்பு சுல்தானின் அரண்மனையிலிருந்து கொள்ளையடித்துச் செல்லப்பட்ட நூல்களின் வழிகாட்டுதலோடு மேற்கொள்ளப்பட்டவை என்றொரு கருத்தும் நிலவுகிறது.

திப்பு சுல்தானின் ராக்கெட் தயாரிப்பு சம்பந்தமான ஆய்வுக்குறிப்பு களைக் கொண்டு தனது ராணுவத்துக்குத் தேவையான ராக்கெட்டுகளை தயாரிக்க விரும்பிய பிரிட்டிஷ் அரசு அதற்காக அப்போது இங்கிலாந் தில் புகழ்பெற்று விளங்கிய கண்டுபிடிப்பாளர் மற்றும் ராணுவத்துடன் நெருங்கிய தொடர்பு கொண்டவருமான சர் வில்லியம் காங்கிரிவ் என்பவரை அணுகியது.

சில ஆய்வுகளை மேற்கொண்ட வில்லியம் காங்கிரிவ் திப்பு சுல்தானின் தயாரிப்பு முறைகளில் இருந்த சில அடிப்படை தவறுகளைக் களைந்து திப்பு சுல்தானின் ராக்கெட்டை மேம்படுத்தி1804ஆம் ஆண்டு காங்கிரிவ் என்ற ராக்கெட்டை வடிவமைத்தார். 16 அடிகள் நீளம் கொண்ட மூங்கில் கம்புகளின் முனையில் கட்டி ஏவப்பட்ட காங்கிரிவ் ராக்கெட்டுகள் ஒன்பது கிலோ மீட்டர் தூரம் வரை பாய்ந்து சென்று தாக்கும் திறன் கொண்டவையாக இருந்தன.

அவ்வாறு தயாரிக்கப்பட்ட ராக்கெட்டுகள் அமெரிக்கா மற்றும் இங்கிலாந்து நாடுகளுக்கிடையே கி.பி. 1800களில் நடந்த பல யுத்தங்களில் பிரிட்டிஷ் ராணுவத்தினரால் அமெரிக்கப் படைகளுக்கு எதிராகப் பயன்படுத்தப்பட்டன.

முன்னாள் இந்தியக் குடியரசுத் தலைவர் டாக்டர் ஏ.பி.ஜெ. அப்துல் கலாம் அமெரிக்காவின் நாசா விண்வெளி மையத்துக்குச் சென்ற பொழுது திப்பு சுல்தான் பயன்படுத்திய ஏவுகணையின் புகைப் படத்தை அங்கு பார்த்ததாகக் குறிப்பிட்டுள்ளார்.

இந்தியப் பாதுகாப்புத் துறையின் ஆராய்ச்சி மற்றும் வளர்ச்சிப்பிரிவின் (டிஆர்டிஓ) முன்னாள் தலைமை இயக்குநர் மற்றும் விஞ்ஞானியான சிவதாணு பிள்ளை, 'இரு நூற்றாண்டுகளுக்கு முன்பே திப்பு சுல்தான் பயன்படுத்திய ஏவுகணைகளுக்கான தொழில்நுட்ப அடிப்படைக் கோட்பாடுகளை விவரிக்கும் ஆதாரங்களுக்கான அனைத்து ஆவணங்களையும் தயார் செய்யும் பணியில் டிஆர்டிஓ முழு மூச்சுடன் இறங்கும்' என்றும் 'ஏவுகணை வரலாற்றில் ஒரு மைல் கல்லான திப்பு சுல்தானின் படைகள் பயன்படுத்திய இரண்டு கி.மீ தூரம் வரை சென்று இலக்கைத் துல்லியமாகத் தாக்கக்கூடிய ஏவுகணைகளுக்கான பகுப்பாராய்வு ஆவணங்கள் தற்போது லண்டனில் உள்ள ஆர்ட்டிலரி பொருட்காட்சி மையத்தில் பார்வைக்காக வைக்கப்பட்டுள்ளன' என்றும் கூறினார்.

இவர்களின் கருத்துகளிலிருந்து திப்பு சுல்தானின் ஆயுதம் சார்ந்த தொழில்நுட்பத்தின் வெற்றியைப் புரிந்துகொள்ள முடிகிறது.

மரணத்துக்குப் பின்

திப்புவின் மரணத்துக்குப் பின் 1799ஆம் ஆண்டில் ஃபத்தே ஹைதர், அப்துல் காலிக், முஹ்யித்தீன், மொய்சுதீன்கான், முஹம்மது யாசீன், முகம்மது சுபான், ஷ்ருக்கில்லாஹ், சிர்ருதீன், குலாம் முஹம்மது, குலாம் ஹமீது, முனீருத்தீன், ஜமீயுத்தீன் ஆகிய பன்னிரண்டு ஆண் குழந்தைகளும் குடும்ப உறுப்பினர்களும் திப்புவின் தளபதிகளில்

சிலரும் பிரிட்டிஷாரால் கைது செய்யப்பட்டு வேலூர் கோட்டைச் சிறையில் அடைக்கப்பட்டனர்.

அதே சமயம் திப்புவின் மீதும் அவரது குடும்பத்தினர் மீதும் மிகுந்த மரியாதை கொண்டிருந்த வீரர்களும் ஃபக்கீர்களும் குடிமக்களும் மைசூரில் இருந்து புலம் பெயர்ந்து வேலுரைச் சுற்றி முகாமிட்டனர்.

சிறையில் அடைபட்டிருந்த திப்புவின் மைந்தர்களோடு ரகசியத் தொடர்பை எற்படுத்திக்கொண்டு, ஆலோசனை செய்து ஒரு குறிப்பிட்ட நாளில் திடீர்ப் புரட்சி செய்ய முடிவு செய்தனர். ஆனால், அந்தப் புரட்சித் திட்டம் ஒற்றர்கள் மூலமாகக் கசிந்து ஆங்கிலே யருக்குத் தெரியவந்ததால் வேலூர் கோட்டையைச் சுற்றிலும் பாது காப்பு வலுப்படுத்தப்பட்டது.

இதனை அறியாத திப்புவின் வாரிசுகளும் அவரது பற்றாளர்களும் 10 ஜூலை 1806ஆம் நாள் அதிகாலை 2.00 மணியளவில் அதிரடியாகப் புரட்சியில் இறங்கினர்.நூற்றுக்கும் மேற்பட்ட பிரிட்டிஷ் சிப்பாய் களைக் கொன்றனர். கோட்டையின்மேல் திப்பு சுல்தானின் புலிக் கொடியைப் பறக்கவிட்டனர்.

இரண்டு நாள்களில் ஆற்காட்டிலிருந்து பிரிட்டிஷாரின் 19 லைட் ட்ரகூன்ஸ் என்ற 19ஆவது சிரிய குதிரைப் படை ஆயுதங்களுடன் வந்து அப்புரட்சியை முற்றிலும் முறியடித்தனர். மூவாயிரத்துக்கும் மேற் பட்ட கிளர்ச்சியாளர்கள் கொல்லப்பட்டனர். பிடிபட்ட ஆயிரத்துக்கும் மேற்பட்ட கிளர்ச்சியாளர்களைப் பீரங்கி வாய்களில் கட்டி, பீரங்கியால் சுட்டுக் கொடூரமாகக் கொன்றனர்.

அந்தப் புரட்சிக்குப் பின் திப்புவின் குடும்பத்தினர் இரண்டாகப் பிரிக்கப்பட்டு ஒரு பிரிவினர் மைசூருக்கும் மற்றொரு பிரிவினர் வங்கத்துக்கும் அனுப்பப்பட்டுச் சிறையில் அடைக்கப்பட்டனர். அதன் பின் சில ஆண்டுகள் கழித்து திப்புவின் வாரிசுகளுக்கு மானியம் வழங்குவோம் என்று பிரிட்டிஷ் அரசு அறிவித்தது. ஆனால் வழங்க வில்லை. பிரிட்டிஷாரைப் போலவே நாமும் அவர்களைக் கைவிட்டு விட்டோம்.

எங்கள் கொள்ளுத் தாத்தா மைசூரின் சுல்தானாம்!

திப்புவின் கொள்ளுப் பேரர்களில் ஒருவர் அன்வர்ஷா. அவருக்கு சன்வர், அன்வர், திலாவர், ஹஸன் ஆகிய நால்வரும் வாரிசுகள்.

அந்நால்வரும் அவர்களின் குடும்பத்தினரும் இன்று கல்கத்தாவிலுள்ள இளவரசர் அன்வர்ஷா தெருவில் உள்ள சிறிய குடிசை வீட்டில் வசித்து வருகிறார்கள்.

இதில் சன்வரும், அன்வரும் சைக்கிள் ரிக்க்ஷா இழுத்துப் பிழைக்கி றார்கள். திலாவர் சிறிய டீக்கடை நடத்தி வருகிறார். ஹஸன் ஸ்கூட்டர் கள் மற்றும் ஆட்டோ ரிக்க்ஷாக்களுக்கு சீட் கவர் தைத்துக்கொடுக்கும் பணியைச் செய்கிறார்.

நமக்கு திப்பு சுல்தான் ஒரு வரலாற்று ராஜா. அவர்களுக்கு திப்பு சுல்தான் நம்பமுடியாத நிஜ ராஜா. அவர்களின் வாரிசுகள் திப்பு சுல்தானின் வரலாற்றைப் படிக்காமல் இருப்பது நல்லது. படித்தால் ‘நம்ம கொள்ளுத்தாத்தாவா சுல்தானாக இருந்தார்?’ என்று நம்ப மறுப் பார்கள். அப்படித்தானே நாம் அவர்களை இப்போது வைத்திருக் கிறோம்!

10

ஜான்சி ராணி : வீரம் மணக்கும் இரும்புப் பூ

வளையல்கள் அணிந்த கை வாள் ஏந்திய வீர வரலாறுதான் ஜான்சி ராணி லட்சுமிபாயின் போராட்ட வாழ்க்கை. ஏதோ ஓர் இக்கட்டான சூழ்நிலையில் அவர் வாள் ஏந்தவில்லை. சிறுவயதிலிருந்தே போர்க்கலையில் மனத்தைப் பறிகொடுத்ததால், பின்னாளில் வாய்ப்பு கிடைத்தவுடன் விரும்பியே வாள் ஏந்தினார்.

அந்தப் பெண்ணிடம் பெண்மையைவிடக் கொஞ்சம் அதிகமாகவே ஆண்மையிருந்தது. அவர் மணந்துகொண்ட மன்னரிடம் ஆண்மையை விடக் கொஞ்சம் அதிகமாகவே பெண்மையிருந்தது. இவ்விதமான முரண்பாடுகளைச் சமன்செய்யும் விசித்திரமான வரலாறு இவர்களுடையது. அதுவே இந்த வீரத்தம்பதியர் இணைந்து வாழ வழி வகுத்தது.

நிழல் நாடு

வட இந்தியாவில் கி.பி. ஒன்பதாம் நூற்றாண்டில் ஜான்சி என்ற பகுதி கஜுராஹோவின் ராஜபுத்திர சாண்டெலா வம்சத்தின் ஆட்சிக்குட் பட்டிருந்தது. அவர்களுக்குப்பின் அப்பகுதியை ஆண்டவர்கள் காங்கார்கள். இவர்கள் கரார் கோட்டையை நிறுவினார்கள். கி.பி.14 ஆம் நூற்றாண்டில் பண்டெலாக்கள் விந்திய மலைத் தொடர் களிலிருந்து இறங்கிச் சமவெளி முழுவதும் பரவினர். அதனால் அப்பகுதி பின்னாளில் 'பண்டல்காண்ட்' என்று அழைக்கப்பட்டது.

ஓர்ச்சா நகரை ஆண்டு வந்த அரசரால் கி.பி.1610 ஆம் ஆண்டில் ஜான்சியின் கோட்டை கட்டப்பட்டது. ஓர்ச்சாவிலுள்ள தன்னுடைய அரண்மனையின் உச்சியில் ராஜா பிர் சிங் டியோ தன் நண்பரான ஜெய்ப்பூரின் அரசருடன் உட்கார்ந்திருந்தபோது, அந்த நண்பர் இவரிடம்

பங்காரா மலையில் இவர் கட்டிக்கொண்டிருக்கும் புதிய கோட்டையை அவரால் காண முடிகிறதா என்று கேட்டார். அவர், தான் ஜாயின்சியாகப் (தெளிவில்லாமல்) பார்ப்பதாகக் கூறினார். ஜாயின்-சி என்பது (ஒரு வகையான நிழல். இந்த நிழல் 'ஜாய்ன்சி' காலப்போக்கில் ஜான்சியாகப் பெயராகியது.

ஜான்சியை ராமச்சந்திரர் என்ற மன்னர் ஆண்டார். அவர் கி.பி. 1835ஆம் ஆண்டு காலமானார். அவருக்கு நேரடி வாரிசு யாரும் இல்லை. ஆனால் அவருடைய சகோதரிக்கு இரண்டு மகன்கள் இருந்தனர். அவர்களில் மூத்தவர் அரியணை ஏறினார். அவர் தொழுநோய் காரணமாக அகால மரணமடைந்தார். ஆதலால், இளையவரான கங்காதர ராவ் என்பவருக்கு ஆட்சி கிடைத்தது. ஜான்சியின் மன்னராக அவர் கி.பி.1838ஆம் ஆண்டு முடிசூட்டிக்கொண்டார். ராமா பாய் என்பவரை மணந்தார். இத் தம்பதியினருக்குக் குழந்தையில்லை.

விஷ்ணு பந்த் கோட்சே (கோட்சே பாய்ஜி) என்பவர் கங்காதர ராவை நேரில் பார்த்து அவரைப் பற்றி 'எனது பயணம்' என்ற நூலில், ''ஜான்சி ராஜா (கங்காதர ராவ்) பெண்போலவே இருப்பார். பெண்ணின் உடையுடன் பெண்ணுக்கே உரிய நாணத்துடன் இருப்பார். அரசவையில் இருக்கும்போது வளையல்கள், செயற்கை சடை, பூ, பொட்டு, சேலை என அனைத்தையும் பூண்டு ஒரு பெண்ணாகவே மாறியிருப்பார்' என்று குறிப்பிட்டுள்ளார். அதனால்தான் மக்கள் கங்காதர ராவைக் கங்காதரி என்றும் அழைத்தனர்.

கங்காதர ராவ் பல நாடகங்களை எழுதி, நடித்துள்ளார். குறிப்பாகப் பெண் வேடம் மட்டுமே ஏற்று நடிப்பார். இது அவரது கலை ஆர்வம். ஆக, அவர் உடலில் பெண்மை மிகுந்திருந்தது உண்மைதான். தவிரவும், அவர் ஒரு சிறந்த ராஜ தந்திரியாகவும் திகழ்ந்தார்.

தன் நாட்டில் உள்நாட்டுக் கலவரங்கள், உள் அரசியல்கள் ஏற்பட்ட போது. நாட்டைக் காத்துக்கொள்ள பிரிட்டிஷாரிடம் ஓர் உடன் படிக்கையைச் செய்துகொண்டார். தன் நாட்டுக்குக் கட்டுமஸ்தான வீரர்களை வழங்கினால், ஜான்சியின் ஆட்சிக்குட்பட்ட இரண்டு மாகாணங்களின் வருவாயைத் (ரூபாய் 2,27,000) தந்துவிடுவதாக வாக்களித்தார். பிரிட்டிஷார் ஒத்துக்கொண்டனர்.

கட்டுமஸ்தான பிரிட்டிஷ் வீரர்கள் வந்தனர். மாகாண வருவாய் பிரிட்டிஷ் நிர்வாகத்துக்கு அனுப்பப்பட்டது. அவ்வீரர்களைக் கொண்டு கங்காதர ராவ் தன் நாட்டில் நிலவிய உள்நாட்டுச் சிக்கல்களைத் தீர்த்தார். இவரது நடவடிக்கையினைப் பார்த்து, வியந்த பிரிட்டிஷார் இவரைச் சிறந்த நிர்வாகி என்று ஒப்புக்கொண்டனர்.

ராணி ராமா பாய் இயற்கையெய்தினார். நாட்டைக் காக்கச் சிறந்த வீரர்களை வரவழைத்ததுபோலவே ஒரு சிறந்த வீரமுடைய பெண்ணை மறுமணம் செய்துகொண்டால் தன் அரசாட்சிக்கும் சிக்கல் வராது என கங்காதர ராவ் நம்பினார். அத்தகைய பெண்ணைத்தேடி ஆள் அனுப்பினார்.

பேஷ்வாக்களின் வீழ்ச்சி

மராட்டியப் பேரரசர் சத்ரபதி சிவாஜிதான் முதன் முதலில் தன் அரசவையில் பேஷ்வா என்ற பதவியை உருவாக்கினார். பேஷ்வா என்பது தலைமை அமைச்சரைக் குறிக்கும். பேஷ்வாக்கள் மராட்டிய ராணுவத்தைக் கட்டுப்படுத்தினர். பின்னர் வழிவழியாக இவர்கள் மராட்டியப் பேரரசைத் தலைமை தாங்கி நடத்தினர். சில பேஷ்வாக்கள் மன்னர் தகுதியும் பெற்றனர். கடைசி பேஷ்வா இரண்டாம் பாஜி ராவ் ஆவார்.

பிரிட்டிஷ் அரசு பேஷ்வாக்களை ஒடுக்கியது. பாஜிராவ் பதவி இழந்தார். ஆண்டுக்கு எட்டு லட்ச ரூபாய் கருணைத் தொகையை அவர்களிடமிருந்து பெற்றுக்கொண்டு, புனாவில் இருந்து வெளியேறி, கான்பூர் அருகில் உள்ள பித்தூருக்கு வந்து சேர்ந்தார். அப்போது பாஜிராவ் பேஷ்வாவுடன் இருக்க உறவினர்கள் பலர் வந்து சேர்ந்தனர். அப்படி வந்து சேர்ந்தவர்களில் மாதவராவ் நாராயணன் - கங்காபாய் ஆகியோரும் அடங்குவர்.

மராட்டிய மாநிலத்தின் மதோரன் மலைகளுக்கு இடையே உள்ள சிறு கிராமம் வேணு. அதில் மாதவராவ் நாராயணன் - கங்காபாய் தம்பதிகளுக்கு மகனாய் 1824ஆம் ஆண்டு நானாசாகிப் பிறந்தார்.

பாஜிராவ் பேஷ்வாவுக்குப் பிள்ளைப் பாசம் ஏற்பட்டதால் 1827இல் விழா நடத்தி நானாசாகிப்பைத் தன் தத்துப் பிள்ளையாக ஏற்றார். நாடு இல்லாவிட்டாலும் பேஷ்வா பட்டம் கிடைத்ததால் நானாசாகிப் பேஷ்வா என்றே அழைக்கப்பட்டார். அரச குடும்பத்தைச் சார்ந்தவர் என்பதால் சிறுவயதிலேயே வாள் பயிற்சி, குதிரையேற்றம், யானையேற்றம் போன்றவற்றில் சிறந்த தேர்ச்சியுடன் விளங்கினார்.

பாஜிராவ் பேஷ்வாவுடன் பணிபுரிந்துவந்த மோரோபந்த் தம்பே என்பவர் பாஜிராவ் பேஷ்வாவுக்குப் பின் ஆட்சிக்கு வந்த பிரிட்டிஷ் அரசில் பணிபுரிய விரும்பாமல் பாஜி ராவின் தம்பி சீமாஜியிடம் பணிபுரிய காசிக்குச் சென்றார்.

அவருக்கும் பாகீரதி என்பவருக்கும் காசியில் 19 நவம்பர் 1835ஆம் நாள் மனகர்ணிகா பிறந்தார். சீமாஜி இறந்தவுடன் மோரோபந்த்

தம்பேவைத் தம்முடன் பணிபுரிய பேஷ்வா அழைத்தார். அவருடைய அழைப்பினை ஏற்ற மோரோபந்த் தம்பே தன் குடும்பத்துடன் பித்தூருக்குக் குடிபெயர்ந்தார்.

உத்தரப் பிரதேச மாநிலத்தில், கான்பூரில் இருந்து 22 கி.மீ. தொலைவில், கங்கை நதிக்கரையில் அமைந்திருக்கும் நகரம் பித்தூர்.

'பகவான் விஷ்ணு அண்ட சராசரத்தையும் அழித்து, பின் மனித உயிர்களை உருவாக்கி, அஸ்வமேத யாகத்தை நிறைவு செய்தார்' எனப் புராணங்கள் குறிப்பிட்டுள்ளன. இதனைச் செய்ய விஷ்ணு தேர்ந்தெடுத்த இடம் பித்தூர். இந்நிகழ்வுகளின் காரணமாக பிரம்மவர்த்தா என்று பெயரில் இருந்த இந்த ஊர், காலப்போக்கில் மருவி பித்தூர் என்றானது. இந்த ஊர் ராமாயணத்துடன் தொடர்புடையது. ராவணனிடம் இருந்து சீதையை மீட்ட ராமன் அவளை ஏற்க மறுத்த இடம் பித்தூர் என்று ராமாயணம் குறிப்பிட்டுள்ளது. ராமாயணத்தை இயற்றிய வால்மீகி மகரிஷியின் ஆஷ்ரமம் இங்கு உள்ளது. இங்கிருந்துதான் ராமாயணக் காவியத்தை வால்மீகி எழுதினார்.

லவன், குசன் என இரு மகன்களைச் சீதாதேவி ஈன்றெடுத்தது பித்தூரில்தான். வால்மீகியின் குருகுலத்தில் இலக்கியம், போர், அரசியல் போன்ற ஞானத்தைப் பெற்ற லவன், குகன் இருவரும் ராமரிடம் இணைந்ததும் இங்குதான். இப்படி ராமபிரான் தொடர்பான முக்கிய நிகழ்வுகளைக் கொண்ட ஊர் என்பதால் பித்தூருக்கு 'ராமேல்' என்றும் பெயர் உண்டு. துருவ மகராஜன் தன் குழந்தைப் பருவத்தில் ஒற்றைக்காலில் தவம் இருந்த இடமான துருவ தீலா இந்த ஊரில் உள்ளது. துருவர் தவமிருந்து பிரம்மனிடம் சாகாவரம் பெற்று, வானில் துருவ நட்சத்திரமாக மின்னுவதாகப் புராணங்கள் கூறுகின்றன.

இத்தகைய புராணச் சிறப்புமிக்க இவ் ஊரில்தான் மனகர்ணிகா என்ற பெண் பூ 'ஜான்சி ராணி' என்ற இரும்புப் பூவாக மலர்ந்தது.

கொஞ்சம் பெண்மை நிறைய ஆண்மை

பேஷ்வாவின் மகன்களான நானாசாகிப், ராவ் சாகிப் மற்றும் தாத்தியா தோபே ஆகியோருடன் பழகும் வாய்ப்பு மனகர்ணிகாவுக்குக் கிடைத்தது. அவள் சிறுமிகளுடன் விளையாடுவதில்லை. சிறுவர்களுடன், அதுவும் போர்க்கலை சார்ந்த விளையாட்டுகள் மட்டுமே விளையாடுவாள். பேஷ்வா, அவள் போர்க்கலைப் பயிற்சிகளைக் கற்க ஏற்பாடுகளைச் செய்து, அவளின் போர்க்கருவிகள் சார்ந்த ஆசைகளை நிறைவேற்றினார். மோரோபந்த் தம்பே தன் மகள் ஆண்போலச் செயல்படுவதைக் கண்டு கவலைகொள்ளவில்லை - கர்வம் கொண்டார்.

மன்கர்ணிகா கிரகமாலியா யோகம் உள்ளவள். ஆதலால், அவள் ஒரு குடும்பத்தலைவியாக இருக்கமாட்டாள். ஓர் அரசர் போல நாட்டை ஆள்வாள் என்று அவளின் ஜாதகம் உறுதிப்படுத்தியது. கங்காதர ராவுக்கு மணமகள் தேடும் குழுவினரின் கண்களுக்கு மனகர்ணிகா அகப்பட்டாள். அவர்கள் மன்னரிடம் செய்தியைக் கூறினர். மன்னரின் அமைச்சர்கள் பித்தூருக்கு வந்து மனகர்ணிகாவைப் பெண்பார்த்து கி.பி. *1842* ஆம் ஆண்டு மே மாதத்தில் ஒரு நாளை முகூர்த்த நாளாகக் குறித்தனர். மனகர்ணிகா பதின்வயதை அடைவதற்குமுன்பே அவளுக்குரிய மணமாலை பூத்துவிட்டது.

திருமணம் நிகழ்ந்தது. திருமணத்திற்குப் பின்னர் மணப்பெண்ணின் பெயரை மாற்றுவது மராட்டியர்களின் மரபு. அதன்படி மனகர்ணிகா என்ற பெயர் லட்சுமிபாய் என மாற்றப்பட்டது. அவள் ஜான்சி மன்னரின் மனைவி என்பதால் ராணி லட்சுமிபாய் என்று அழைக்கப் பட்டாள். அவளின் தந்தைக்கு கங்காதர ராவ் தன் அரண்மனையில் அதிக ஊதியத்தில் ஓர் உயர் பதவியை அளித்தார்.

கங்காதர ராவ் - ராணி லட்சுமிபாய் தம்பதியினருக்குக் குழந்தைப்பேறு கேள்விக்குரியதாக இருந்தது. ராணி லட்சுமிபாய் பல புண்ணியத் தளங்களைத் தரிசித்தபின்னர் தன் பிறந்த ஊரான காசிக்கும் சென்றார். அதன்பின்னரே லட்சுமிபாய் கர்ப்பவதியானார். அவருக்கு ஓர் ஆண் குழந்தை பிறந்தது.

விதியின் கை எப்போதும் எதையாவது எடுத்தே பழகியதால், ஜான்சியின் சாம்ராஜ்யத்தில் மீண்டும் ஒரு பேரிழப்பு ஏற்பட்டது. ஆம்! அக்குழந்தை மூன்று மாதங்களுக்குப் பின்னர் இறந்தது. புத்திர சோகத்தால் கங்காதர ராவ் உடல்நலம் குன்றினார்.

கங்காதர ராவின் உடல்நிலை கவலைக்கிடமானது. ஆதலால் இனி ராணி லட்சுமிபாய்க்குக் குழந்தை பிறக்காது என்ற நிலையும் ஏற் பட்டது. இந்நிலையில் கங்காதர ராவ் ஒரு முக்கிய முடிவை எடுத்தார்.

ஜான்சியின் துணை அரசியல் ஏஜெண்ட்டாக மேஜர் எல்லீஸ் இருந்தார். அவர் முன்னிலையில் கங்காதர ராவ், ஆனந்த ராவ் என்ற ஐந்து வயதுடைய சிறுவனை *19.11.1853*ஆம் நாள் இந்து முறைப்படித் தத்தெடுத்தார். அச்சிறுவனுக்குத் தாமோதர் என்று பெயரிட்டார். பின்னர் ஓர் உயிலினை எழுதினார்.

'மாட்சிமை பொருந்திய பிரிட்டிஷ் அரசு, என் காலத்துக்குப் பின்பு என் சுவீகாரப் புத்திரன் தாமோதரை ஜான்சியின் வாரிசாக ஏற்கவேண்டும். பல தலைமுறைகளாக எங்கள் நாடு உங்களுக்குச் செய்த அநேக நன்மைகளை எண்ணிப்பாருங்கள். ராணி லட்சுமிபாய்

தன் ஆயுள் முழுவதும் ஆட்சி செலுத்த அனுமதி தாருங்கள். பிரிட்டிஷரசு எக்காரணத்தைக்கொண்டும் அவருக்குத் தொல்லை தரக்கூடாது.'

கங்காதர ராவ் 21 நவம்பர் 1853ஆம் நாள் உயிர்விட்டார். உயில் உயிர் பெற்றது. ஆனால், அது வெகுநாட்களுக்குச் செல்லுபடியாகவில்லை.

கணவரை இழந்த பெண் சதி என்ற உடன்கட்டை ஏறும் வழக்கம் அன்று நிலவியது. அதனை ஏற்றுச் செய்யாதவர்கள் காசிக்குச் சென்று அஸ்தியைக் கரைத்துவிட்டு, தலையை மொட்டை அடித்துக்கொள்ள வேண்டும். பல பத்தியங்களை மேற்கொள்ளவேண்டும். சமுதாயத்தை விட்டு ஒதுங்கி வாழவேண்டும். இத்தகைய கட்டுப்பாடுகள் அனைத்தும் அனைத்துத் தரப்பு பெண்களுக்கும் சமமாகவே இருந்தனர்.

பிரிட்டிஷார் எக்காரணத்தைக்கொண்டும் ராணி லட்சுமிபாய் அரண்மனையை விட்டு வெளியேறுவதை அனுமதிக்கவில்லை. ஆதலால் இக்கட்டுப்பாடுகள் ராணி லட்சுமிபாயைத் தீண்டவில்லை. கைமை நோன்பை ஏற்காத விதவையாக ராணி லட்சுமிபாய் இருந்தார்.

டல்ஹவுசி பிரபுவின் திட்டங்கள்

ஸ்காட்லாந்தில் 22 ஏப்ரல் 1812ஆம் நாள் பிறந்த ஜேம்ஸ் ஆண்ட்ரூ பிரௌன்-ராம்சே என்ற டல்ஹவுசி பிரபு 1848ஆம் ஆண்டு முதல் 1856ஆம் ஆண்டு வரை இந்தியாவின் கவர்னர் ஜெனரலாகப் பணியாற்றினார். ராம்சே பிரபு, ஏர்ல் ஆப் டல்ஹவுசி, டல்ஹவுசி பிரபு என்றும் அழைக்கப்பெற்றார். கிழக்கிந்தியக் கம்பெனியின் விதிகளுக்குப் புறம்பாக இந்தியாவில் நிர்வாகம் செய்து பிரிட்டிஷ் ஆட்சியை இந்தியாவில் விரிவடையச் செய்தார்.

இந்தியாவில் பொதுப்பணித்துறையில் மிகப்பெரிய மாற்றங்களைக் கொண்டுவந்தார். சாலைகளை விரிவுபடுத்தினார். பாலங்களை உருவாக்கினார். ரயில் பாதைகளை அறிமுகப்படுத்தினார். அஞ்சல் துறையைத் தோற்றுவித்தார். தந்தி முறையை இந்தியாவுக்குக் கொண்டு வந்தார். இந்தியாவில் தந்தி சேவை 1850ஆம் ஆண்டு தொடங்கப் பட்டது. மேற்கு வங்காள மாநிலம் கொல்கத்தாவில் இருந்த டைமண்ட் துறைமுகத்துக்கும் கிழக்கிந்திய கம்பெனிகளுக்கும் இடையே முதல் தந்தி சேவை அளிக்கப்பட்டது. 1853 ஆம் ஆண்டு இந்தியா முழுவதும் 64,000 கிலோ மீட்டர் தூரத்துக்குத் தந்தி கம்பிகள் பதிக்கப்பட்டுப் பொதுமக்கள் பயன்படுத்தும் வகையில் இந்தச் சேவை விரிவுபடுத்தப்பட்டது.

முதல் முதலில் பெங்களூரிலிருந்து உதகைக்குத் தந்தி அனுப்பப் பட்டது. டல்ஹவுசி பிரபுவின் வசதிக்காகவே இந்தத் தந்தி சேவை தொடங்கப்பட்டது. பெங்களூரிலிருந்து உதகைக்குத் தந்தி லைன் அமைப்பதற்கு அப்போதைய செலவு ரூ.25,500 ஆகும். டல்ஹவுசி பிரபு கோத்தகிரியில் இருந்தபோது அவருக்கு முதல் தந்தி மூலமான செய்தி 1 ஏப்ரல் 1855 ஆம் நாள் அனுப்பப்பட்டது.

இந்தியாவின் போக்குவரத்து மற்றும் தகவல்தொடர்பு வளர்ச்சிக்கு டல்ஹவுசி பிரபு அடித்தளமிட்டார். அவற்றைக்கொண்டு ஓரிடத்தி லிருந்தே இந்தியாவின் முழுப் பரப்பையும் தன் கைக்குள் வைத்திருக்க அவரால் முடிந்தது. கல்விமுறையில் மாற்றங்களைக் கொண்டுவந்தார். பல்கலைக்கழகங்கள் நிறுவப்பட்டன. கல்வி முறை பரவலாக்கப் பட்டது. இவையெல்லாம் இந்தியாவை நவீன இந்தியாவாக மாற்ற உதவின. ஆனால், அத்தகைய இந்தியாவை உருவாக்கி, பொருளா தாரத்தைப் பெருமளவில் வளர்த்து அச்செல்வங்களை இங்கிலாந் துக்குக் கொண்டுசெல்வதே அவரின் மாஸ்டர் பிளான்.

1839ஆம் ஆண்டு மரணப் படுக்கையில் இருந்த ரஞ்சித் சிங், 'கோகினூர் வைரத்தை ஒரிசாவில் உள்ள ஜெகநாத் கோயிலுக்குத் தான மாக வழங்க வேண்டும்' என்று உயில் எழுதிவிட்டு இறந்தார். ஆனால், அதனை நிறைவேற்றாத டல்ஹவுசி பிரபு, அந்த வைரத்தை இங்கி லாந்து ராணிக்குப் பெற்றுத் தருவதில் பெரும்பங்காற்றினார். இதனை அனைவரும் கடுமையாக விமர்சித்தனர். டல்ஹவுசி பிரபு தன் நண்பர் ஜியார்ஜ் கூப்பருக்கு எழுதிய கடிதத்தில், 'நான் எனது அதிகாரத்தைத் துஷ்பிரயோகமாகப் பயன்படுத்தவில்லை. ராணிக்கு உரியதைத்தான் பெற்றுக் கொடுத்தேன்' என்று குறிப்பிட்டுள்ளார். ராணி விக்டோரியா விடமிருந்து அந்த வைரம் அடுத்தடுத்த மகாராணிக்குக் கைமாறி, இப்போது எலிசபெத் ராணியின் கிரீடத்தில் உள்ளது.

டல்ஹவுசி பிரபுவின் திட்டங்களில் ஒன்று அவகாசியிலிக் கொள்கை யாகும். அதாவது, நேரடியான வாரிசில்லாத சுதேசி நாடுகளைக் கிழக்கிந்தியக் கம்பெனியுடன் ஒன்றிணைப்புச்செய்வதாகும். இதன்படி பிரிட்டிஷ் இந்தியாவின் நேரடிச் செல்வாக்குக்கு உட்பட்ட சுதேசி அரசுகளில் ஆட்சியாளர் நேரடி வாரிசு இன்றி இறந்துவிட்டாலோ அல்லது ஆட்சிபுரியத் தகுதியின்றி இருந்தாலோ அவர்களின் சுதேசி அரசு பிரிட்டிஷ் இந்தியாவுக்குச் சொந்தமானதாக ஆக்கப்படும். இக்கொள்கையின்படி 1848ஆம் ஆண்டு சத்தாராவும் 1849ஆம் ஆண்டு ஜெய்ப்பூரும் சம்பல்பூரும் 1854ஆம் ஆண்டு நாக்பூரும் ஜான்சியும் தஞ்சையும் 1856ஆம் ஆண்டு அவாதும் உதயப்பூரும் பிரிட்டிஷ் இந்தியாவுக்குச் சொந்தமாக்கப்பட்டன.

நாடிழந்த ராணி

கணவனை இழந்த துயரத்துடன் லட்சுமிபாய் ஆளுநர் டல்ஹவுசி பிரபுவுக்குப் பாரசீக மொழியில் ஒரு கடிதம் எழுதினார்.

'என் கணவர், ஜான்சியை ஆட்சி செய்வதற்கு வசதியாக தாமோதர் ராவ் என்ற குழந்தையைத் தத்து எடுத்திருக்கிறார். எனவே, வாரிசு இல்லாத ராஜ்ஜியம் என்று கருதி ஜான்சியை உங்களது கட்டுப்பாட்டில் எடுத்துக் கொள்ளவேண்டாம் என்று அதில் குறிப்பிட்டிருந்தார்.

ஆனால், ஆளுநர் டல்ஹவுசி பிரபு இக்கடிதத்தைப் பொருட்படுத்த வில்லை. ஜான்சியை 15 மார்ச் 1854ஆம் நாள் பிரிட்டிஷரசுடன் இணைத்தார்.

ஜான்சி ராணி லட்சுமிபாய் ஜான்சி நாட்டை இழந்து, ராணி பதவியை இழந்து வெறும் லட்சுமிபாயாக மாறினார். ஆனால், அவரின் உள்ளத்தில் நாட்டைத் திரும்பப்பெற்று ராணியாகவேண்டும் என்ற லட்சியம் ஆழமாக இருந்தது.

'தத்துப்பிள்ளை நாட்டை ஆளக்கூடாது' என்று பிரிட்டிஷார் கூறுவது இந்து மத மரபினை மீறுவதாக இருந்தது. ஆதலால், லட்சுமிபாய் நீதி கேட்க விளைந்தார். அவருக்கு இங்கிலாந்திலிருந்து வந்த சட்டமேதை ஜான் லேங் உதவினார். ரூபாய் 60,000 வரை செலவு செய்து லட்சுமிபாய் லண்டன் நீதிமன்றத்தில் வழக்கை நடத்தினார். வழக்கு ஆமை வேகத்தில் நடைபெற்றாலும் தீர்ப்பு முயல்வேகத்தில் 22 ஆகஸ்ட் 1854 ஆம் நாள் வந்தது. டல்ஹவுசி பிரபுவின் முடிவை மாற்ற ஏற்ற காரணங்கள் இல்லை என்று தீர்ப்பு கூறப்பட்டது.

ஜான்சியின் நிர்வாகப்பொறுப்பு பிரிட்டிஷ் அதிகாரி மேஜர் மால் அவர்களுக்குத் தரப்பட்டது. அவர் பின்வரும் கோரிக்கைகளை லட்சுமி பாயின் நன்மை கருதி பிரிட்டிஷ் அரசின் முன் வைத்தார். 1. லட்சுமி பாய்க்கு மாதம் ரூபாய் 5,000 ஓய்வூதியமாக அளிக்கவேண்டும், 2. அரண்மனை ராணியின் தனிச்சொத்தாக அறிவிக்க வேண்டும், 3. லட்சுமிபாய் மற்றும் அவரது பணியாளர்களின் மீது வழக்கிடுதல், அவர்களைக் கைதுசெய்தல், சிறையிலிடுதல் போன்ற நடவடிக்கை களில் பிரிட்டிஷரசு ஈடுபடக்கூடாது. 5. லட்சுமிபாயின் குடும்பத்தின ருக்கும் அவர்களை நம்பியுள்ளோருக்கும் பணவுதவி அளிக்க வேண்டும், 6. ஜான்சி நாட்டுக் கருவூலத்தில் உள்ள சொத்துகள் (ரூபாய் 2,45,738) முழுவதும் லட்சுமிபாய்க்குச் சேரவேண்டும்.

இதில் உள்ள ஆறு கோரிக்கைகளுள் ஆறாவதை மட்டும் டல்ஹவுசி பிரபு நிராகரித்துவிட்டார். இதனால் லட்சுமிபாய் மனம் வருந்தினார்.

ஜான்சி ராணி லட்சுமிபாய்க்குப் பெயரில் மட்டுமே லட்சுமிதேவி இருந்தாள். மற்றபடி கையில் காசு இல்லை. பிரிட்டிஷ் அரசு இரக்கப் பட்டுக் கொடுத்த ஒரு லட்ச ரூபாயும் அவரது கணவர் கங்காதரராவ் வைத்துச்சென்ற கடன்களைத் தீர்க்கவே சரியாக இருந்தது. ராணி தன் நாட்டிலேயே ஒரு சாதாரணக் குடிமகளாக வாழ நேர்ந்தது. மீண்டும் தான் மனகர்ணிகாவாக மாற விரும்பவில்லை. கோட்டையும் கொடியும் நாடும் மக்களும் இல்லாதபோதும் அவள் தன்னை ராணியாகவே உணர்ந்தாள். ஆம், லட்சுமிபாயின் மனத்துக்குள் 'ஜான்சி ராணி' விழிப்புடனே இருந்தார். தக்க சமயத்துக்காகக் காத்திருந்தார். அதற்கான காலம் ஒரு கலகத்தின் வழியாகக் கனிந்தது.

கிழக்கிந்திய கம்பெனி கி.பி.1853ஆம் ஆண்டு புதிதாக உருவாக்கப்பட்ட என்ஃபீல்ட் துப்பாக்கியைத் தன்னுடைய பிரிட்டிஷ் - இந்திய ராணுவத்தில் அறிமுகப்படுத்தியது. அந்தத் துப்பாக்கியில் காகிதத்தால் சுற்றப்பட்ட வெடிமருந்து நிரம்பிய தோட்டா பயன்படுத்தப்பட்டது. துப்பாக்கியில் அந்தத் தோட்டாவை நுழைக்கவேண்டுமென்றால், தோட்டாவைச் சுற்றி இருக்கும் காகிதத்தைப் பற்களால் கடித்து, பிய்த்து எடுக்கவேண்டும். அந்தக் காகிதத்தில் மாடு மற்றும் பன்றியின் கொழுப்பால் உருவாக்கப்பட்ட பசை தடவப்பட்டிருந்தது. அதுதான் சிப்பாய்களை வெறுப்படையச் செய்தது.

இந்துக்களுக்கு மாடு புனிதமானது. அதனால் மாடுகளைக் கொன்று அதனுடைய கொழுப்பில் தயாரிக்கப்பட்ட தோட்டாக்களைப் பயன்படுத்த மறுப்புத் தெரிவித்தனர். முஸ்லிம்களைப் பொறுத்தவரை பன்றி என்பது ஹராம். தீண்டக்கூடாத ஒரு மிருகம். அதனால் அவர்களும் இத்தகைய தோட்டாவைப் பயன்படுத்த விரும்பவில்லை. மாடு மற்றும் பன்றியின் கொழுப்பால் உருவாக்கப்பட்ட பசையைக் கொண்ட தோட்டாக்களை நம்மைப் பயன்படுத்த வைப்பதன் வாயிலாக நம் சாதி, மத நம்பிக்கைகளை பிரிட்டிஷார் சிதைக்கின்றனர் என்றும் அவர்களின் கிறிஸ்தவ மதத்தைப் பரப்ப முனைகின்றனர் என்றும் கருதினர். இந்த மனப்புகைச்சல் பரவத் தொடங்கியது.

கலகக்காரன்

கிழக்கிந்திய கம்பெனியின் வங்காளத்தின் 34ஆவது ரெஜிமெண்ட்டில் ஒரு படை வீரராக மங்கல் பாண்டே என்பவர் இருந்தார். இந்த மங்கல் பாண்டே உத்தரப் பிரதேசத்தில் நாக்வா என்ற கிராமத்தில் பிறந்தவர். தீவிரமான இந்துவான மங்கல் பாண்டே கி.பி. 1849ஆம் ஆண்டு கிழக்கிந்திய கம்பெனியின் படைப்பிரிவில் தன்னுடைய 22ஆவது வயதில் இணைந்தார்.

கல்கத்தாவின் பராக்பூர் நகரில் 29 மார்ச் 1857ஆம் நாள் மாலையில் தன் பிரிவில் உள்ள பல சிப்பாய்கள் கிளர்ந்தெழுந்த நிலையில் உள்ளார்கள் என லெஃப்டினண்ட் போ என்பவன் அறிவித்தான். அத்துடன் அவர்களில் மங்கள் பாண்டே என்பவன் துப்பாக்கியுடன் மற்றைய சிப்பாய்களைக் கிளர்ச்சிக்கு வருமாறு அழைத்துக் கொண்டிருந்ததாகவும் தான் முதலில் காணும் பிரிட்டிஷ்காரரைச் சுட்டு விடுவதாகவும் பயமுறுத்திக் கொண்டிருப்பதாகவும் அறிவித்தான். போ உடனேயே தன் குதிரையில் ஏறி வாளையும் உருவிக்கொண்டு சிப்பாய்களை நோக்கிச் சென்றான்.

குதிரைச் சத்தத்தைக் கேட்ட பாண்டே அங்கிருந்த பீரங்கியின் பின்னால் மறைந்துகொண்டு போவை நோக்கிச் சுட்டார். அக்குறி தவறி குதிரையைத் தாக்கியது. போ பாண்டேயை நோக்கிச் சுட ஆரம்பித்தான். பாண்டே தன் வாளை உருவி போவைத் தாக்கிக் காயப்படுத்தினான். அதன் பின்னரே ஷேக் பால்ட்டு என்ற வேறொரு சிப்பாய் பாண்டேயை மேலும் தாக்காதவாறு தடுத்து நிறுத்தினான்.

பாண்டே கைது செய்யப்பட்டு ஒரு வார விசாரணைக்குப் பின் மரண தண்டனை விதிக்கப்பட்டார். அத்தண்டனை 08 ஏப்ரல் 1857ஆம் நாள் நிறைவேற்றப்பட்டது. 34வது ராணுவப் பிரிவு தன் அலுவலர்களைப் பாதுகாக்கத் தவறியமைக்காக மே 6 அன்று கலைக்கப்பட்டது.

கலகம் பரவியது

சிப்பாய்கள் அடங்கவில்லை. நாள் குறித்தனர். 31 மே அன்று பெரிய தாக்குதலை நடத்தத் திட்டமிட்டனர். ஆனால், அதற்குள் மீரட்டில் 09ம் தேதி ஒரு சம்பவம் நிகழ்ந்தது. ஆதலால் குறித்த நாளுக்கு முன்பே கலவரம் தொடங்கியது. கலவரம் செய்யும் இந்தியச் சிப்பாய்களை பிரிட்டிஷார் கைது செய்து சிறையில் அடைத்தனர். அவர்கள் சிறைக் கதவுகளைச் சிதைத்துக்கொண்டு, பிரிட்டிஷாரைக் கொல்லும் நோக்குடன் சீறிப்பாய்ந்தனர். பிரிட்டிஷாரால் அந்தத் திடீர்த் தாக்குதலை எதிர்கொள்ள முடியவில்லை. தப்பியோடினர். 14 மே 1857 ஆம் நாள் புரட்சியாளர்கள் தில்லியை பிரிட்டிஷாரிடமிருந்து விடுவித்தனர்.

நானாசாகிப் பித்தூரிலிருந்து கான்பூருக்கு 22 மே அன்று வந்து சேர்ந்தார். அப்போது நானாசாகிப்பிடம் 4000 போர்வீரர்கள் இருந்தார்கள். லக்னோ, அம்பாலா ஆகிய நகரங்களுக்கு நானாசாகிப் பயணம் செய்து பிரிட்டிஷாருக்கு எதிராக மிக ரகசியமாக இந்தியச் சிப்பாய்களையும் பிரமுகர்களையும் புரட்சிப் போராட்டத்தில் சேர்த்துக்கொண்டார். சென்ற இடங்களில் எல்லாம் நானாசாகிப்புக்கு உதவியும் ஆதரவும் கிடைத்தன.

பிரிட்டிஷ் மேலிடத்துக்குத் தகவல் பறந்தது. பெரும்படை வந்தது. கண்ணில் பட்ட இந்தியர்களைக் கொன்றுகுவித்தனர். மறுபுறம் கண்ணில் பட்ட பிரிட்டிஷாரை இந்தியச் சிப்பாய்கள் கொன்றனர். இந்த நிலை இந்தியா முழுவதிலும் உள்ள பிரிட்டிஷாருக்கு ஏற் பட்டது. ஆனால், ஜான்சியில் தாக்குதல் இல்லை என்பதனை உறுதிப் படுத்திக்கொண்ட பிரிட்டிஷார் இறுதியில் ஜான்சியில் தஞ்ச மடைந்தனர்.

30 மே அன்று இரவு லக்னோ ராணுவ முகாம் மீது புரட்சியாளர்கள் பீரங்கித் தாக்குதலைத் தொடங்கினார்கள். புரட்சி தீவிரம் அடைந்தது. அலிகார், மைன்புரி, இடாவா, பரேலி, முராதாபாத் உட்பட 31 ஊர்கள் பிரிட்டிஷாரிடமிருந்து விடுவிக்கப்பட்டன.

ஜான்சியில் கலகக்காரர்களிடமிருந்து பிரிட்டிஷ் பெண்களையும் குழந்தைகளையும் காப்பதாக லட்சுமிபாய் உறுதியளித்தார். ஆனாலும் இந்தப் பதைபதைப்பு 03 ஜுன் வரை நீடித்தது. மீண்டும் 5ம் தேதி பெரிய அளவில் கலவரம் தொடங்கியது. ஜான்சியிலும் ரத்த ஆறு ஓடத்தொடங்கியது. ஜான்சியில் சிப்பாய் கலகத்தின் தலைவனாக காலாகான் இருந்தான். அவர்களை எதிர்த்து பிரிட்டிஷ் கேப்டன் கார்டன் இருந்தார். இருவருக்கும் பொதுவில் லட்சுமிபாய் இருந்தார். எல்லாவற்றையும் லட்சுமிபாய் அமைதியாகக் கண் காணித்து வந்தார்.

நானாசாகிப் 27 ஜுன் அன்று கான்பூர் கோட்டையின் மீது தாக்குதல் நடத்தி கோட்டையைக் கைப்பற்றினார். கோட்டை மீது நடத்தப் பட்ட சிப்பாய்களின் புரட்சிப் போரால் ஆயிரக்கணக்கான பிரிட்டிஷாரும் கொல்லப்பட்டனர். போரின் இறுதியில் நான்கு பிரிட்டிஷாரும், 125 ஆங்கிலப் பெண்கள் மற்றும் குழந்தைகள் மட்டுமே உயிர் தப்பினர்.

ஆறு நாட்கள் நடைபெற்ற கடுமையான போரின் இறுதியில் தோல்வியை ஒப்புக்கொண்டு பிரிட்டிஷ் ஜெனரல் வீலர் சமாதான உடன்படிக்கை செய்து கொண்டார். சமாதான உடன்படிக்கையை நானாசாகிப் ஏற்றுக்கொண்டார். உடன்படிக்கையை ஆங்கில மொழியில் தயாரிக்கத் தொடங்கியபோது, புரட்சித் தளபதிகளில் ஒருவரான அனிமுல்லாகான், ‘உடன்படிக்கை எங்கள் நாட்டு மொழியில் எழுதப்படவேண்டும்; அந்நியமொழி ஆங்கிலத்தில் இருக்கக்கூடாது’ என எதிர்ப்புத் தெரிவித்தார். இதை ஏற்ற பிரிட்டிஷ் ஜெனரல் வீலர் இந்தி மொழியில் உடன்படிக்கையை எழுத உத்தரவிட்டார். அதன் பின்னரே உடன்படிக்கை ஏற்கப்பட்டது.

கான்பூர் நகரவாசிகள், பெரிய குடும்பத்துப் பெண்கள் என்று பலரும் நானாசாகிப்புக்கு உதவியாக இருந்து வந்தனர். போராளிகளுக்கு உணவு கொடுப்பது, வெடிமருந்து, தோட்டாக்கள், ஆயுதங்கள் சேகரித்துக் கொடுப்பது உட்பட பல வேலைகளில் பெண்கள் உதவி செய்தார்கள்.

நானாசாகிப் தனது ஆட்சி அதிகாரத்திற்கு உட்பட்ட பிரதேசத்தில் சொத்து உரிமை சார்ந்த சிவில் நீதிமன்றங்களை அமைத்திருந்தார். குற்றவியல் நீதிமன்றமும் உண்டு. குற்றம் செய்தவர்களுக்குக் கடும் தண்டனை அளிக்கப்பட்டது. நானாசாகிப்பின் தீவிர முயற்சியால் பிரிட்டிஷாருக்கு எதிரான புரட்சி மீரட், கான்பூரில் இருந்து தொடங்கி லக்னோவரை பரவிவிட்டது.

ஜான்சியில் கலவரம் பரவக் காரணமாக இருந்த காலாகானை லட்சுமிபாய் அழைத்துப் பேச்சுவார்த்தை நடத்தினார். தாங்கள் மூன்று லட்ச ரூபாய் தந்தால் தான் இக்கலவரத்தைக் கைவிட்டுத் தங்களை இங்கு ராணியாக அரியணையேற்றிவிட்டு டில்லிக்குச் சென்றுவிடுவ தாகப் பேரம் பேசினான். லட்சுமிபாயிடம் அவ்வளவு பணம் இல்லை. தயங்கினார். தாங்கள் தராவிட்டால் தங்களின் கணவரின் எதிரியான சதாசிவராவுக்கு ஜான்சியின் மன்னராக முடிசூட்டிவிடுவேன் என்றும் எச்சரித்தான்.

லட்சுமிபாய் அஞ்சவில்லை. பதிலுக்கு அவனை எச்சரித்தார். தம்மால் ஒரு லட்சம்தான் தர இயலும் என்றும் இதனை ஏற்காமல் சதாசிவராவை அரியணையேற்றினால் அவரை மக்கள் விரும்பாமல் கலகத்தில் ஈடுபடுவார்கள் என்றும் கூறினார். காலாகான் யோசித்தார். ஒரு லட்சத்தை வாங்கிக்கொண்டு பறந்தார். லட்சுமிபாய் மீண்டும் ஜான்சியின் ராணியானார்.

லட்சுமிபாய்க்குத் தலைகால் புரியவில்லை. இதுநாள் வரை தாம் காத்துவந்த மௌனத்துக்குப் பரிசு கிடைத்துவிட்டது என்று கருதினார். அந்த மௌனத்தின் வழியாகத் தானே ஜான்சியில் சிப்பாய் கலகம் வராது என்று பிரிட்டிஷாரை நம்பவைத்தார்!

லட்சுமிபாய் ஜான்சிக்கு மீண்டும் ராணியானதை மக்கள் கொண் டாடினர். ஜான்சி ராணி லட்சுமிபாய் மக்கள் மத்தியில் பேசினார். தாம் ஒரு மக்களாட்சியை ஜான்சியில் ஏற்படுத்த விரும்புவதாக வாக்களித்தார். அதற்கான ஒத்துழைப்பினை மக்களிடமிருந்து எதிர் பார்த்தார். அது அதிகமாகவே கிடைத்தது. ஆதலால் சிக்கல் இல்லாமல் நாட்கள் நகர்ந்தன.

ஒரு புறம் பிரிட்டிஷார் தங்களை ஜான்சி ராணி ஏமாற்றிவிட்டதாக வெம்பினர். மறுபுறம் சதாசிவராவ் தம்மை காலாகான் நம்பவைத்துக் கழுத்தறுத்துவிட்ட கடுப்பில் இருந்தார். இவ்விருவருக்கும் எதிரியாக ஜான்சி ராணி லட்சுமிபாய் இருந்தார்.

சதாசிவராவ் ஜான்சியின் மீது படையெடுத்து வந்தார். குராரா கோட்டையைக் கைப்பற்றினார். ஆனால், ஜான்சி ராணியின் வீரத்துக்குமுன் அவரால் நிற்கமுடியவில்லை. சிறைப்பட்டார்.

இந்நிலையில் ஓர்ச்சா நாட்டு ராணி லர்கி பாய் என்பவர் தன் தளபதி நாதேகானை ஜான்சிக்கு அனுப்பி தன்னுடன் போரிட வருமாறு ஜான்சி ராணியை அழைத்தார். ஜான்சி ராணி களம்புகுந்ததும் ஓர்ச்சா படைகள் புறமுதுகிட்டன. ஓர்ச்சா நாட்டுத் தளபதி நாதேகான் அவதூறாக ஜான்சி ராணியைப் புரட்சிக்காரர்களின் தலைவி என்று பிரிட்டிஷாருக்குத் தெரிவித்தார்.

ஜான்சி ராணிக்குச் சிக்கல் கூடியது. உடனே ஜான்சி ராணி திட்டம் தீட்டினார். தன் நாட்டின் மொத்த மக்கள்தொகையில் (2,20,000) பத்து சதவிகிதம் பேரைப் பேர்வீரர்களாக்க நினைத்தார். மக்களும் விரும்பினர். சிலர் போர்ச்சூழலை உணர்ந்து வேறுநாட்டுக்குப் புலம்பெயர்ந்தனர்.

இந்நிலையில் பிரிட்டிஷார் ஜான்சி ராணி தங்களிடம் அடிபணிந்தால் நாங்கள் ஜான்சியின்மீது படையெடுப்பதனைத் தவிர்ப்போம் என்று தூது அனுப்பினர். அதனை ஜான்சி ராணி ஏற்கவில்லை. போரில் மடிந்தாலும் பரவாயில்லை பிரிட்டிஷாருக்கு அடிபணியக்கூடாது என்பதில் ஜான்சி ராணி தெளிவாக இருந்தார்.

நாடு முக்கியமில்லை ராணி முக்கியம்

சர் ஹக் ரோஸ் என்ற பிரிட்டிஷ் அதிகாரி ஜான்சியின் மீது 25 மார்ச் 1858ஆம் நாள் போர்தொடுத்தார். ஜான்சி ராணிக்கு ஆதரவாகத் தாத்தியா தோபே கடுமையாகப் போர்புரிந்தார். ஆனால் சர் ஹக் ரோஸிடம் தாத்தியா தோற்றார். ஜான்சி ராணி கலங்கினார். ஜான்சிகோட்டை இடிவதற்குத் தயாராக இருந்தது. ஜான்சி ராணி தன் அவையினரைக் கூட்டினார். தான் இங்கிருந்து போரிட்டு மடியப் போவதாகவும் அவ்வாறு இல்லையெனில் ஒருபோதும் அவர்களின் கையில் சிக்கிக்கொள்ளாது தற்கொலை செய்துகொள்வதாகவும் உயிர்பிழைக்க விரும்புவோர் தப்பித்துச்செல்லுங்கள் என்றும் அறிவித்தார். அவையினர் இந்நாட்டுக்குத் தாங்கள் தேவை என்றும் தங்களைப் பாதுகாப்பாகக் கல்பிக்கு அனுப்பிவிடுவதாகவும் உறுதியளித்தனர்.

04 ஏப்ரல் அன்று ஜான்சி ராணி தன் முதுகில் தாமோதரைக் கட்டிக்கொண்டு குதிரையில் கல்பி நோக்கிப் பயணமானார். 6ம் தேதி கல்பியை அடைந்தார். கல்வி மன்னர் ராவ்சாகிப்பிடம் அடைக்கலம் புகுந்தார்.

ராவ்சாகிப், தாத்தியா தோபே, பான்பூர் நவாப், பன்டா மன்னர் ஆகியோரை ஜான்சி ராணி இணைத்து பிரிட்டிஷாருக்கு எதிராகத் திட்டம் தீட்டினார். அத்திட்டத்துக்கு ஜான்சி ராணி தலைமையேற்றார். அது தாத்தியா தோபேக்குப் பிடிக்கவில்லை. ஒரு பெண் நமக்குத் தலைமை தாங்குவதா என்ற ஈகோ. வேறு வழியின்றி ஜான்சி ராணி தன் தலைமைப்பொறுப்பைத் தாத்தியா தோபேக்கு விட்டுக்கொடுத்தார்.

சர் ஹக் ரோஸ் கல்பியை நோக்கிப் படையெடுத்தார். அந்நிலையிலும் ஜான்சி ராணியின் எந்த ஆலோசனையையும் ஏற்காமல் தாத்தியா தன்னிச்சையாகச் செயல்பட்டார். ஆதலால், அவர் சர் ஹக் ரோஸிடம் மீண்டும் தோற்றார்.

மீண்டும் தலைமையை ஜான்சி ராணியிடமே ஒப்படைத்தனர். தாத்தியா தோபேக்கும் வேறு வழியில்லை. அவரும் ஜான்சி ராணியின் தலைமையினை ஏற்றார்.

இப்போது ராவ்சாகிப், தாத்தியா தோபே, பான்பூர் நவாப், பன்டா மன்னர் மற்றும் ஜான்சி ராணி ஆகியோருக்கு நாடும் கோட்டையும் இல்லையென்றானது.

ஜான்சி ராணி திட்டமிட்டார். முதலில் ஒரு கோட்டை நமக்கு வேண்டும். கல்பியிலிருந்து 40 மைல் தூரத்தில் குவாலியர் இருந்தது. சர் ஹக் ரோஸ் நம்மைப்பிடிக்கும் முன் நாம் குவாலியர் கோட்டையைக் கைப்பற்றவேண்டும் என்று கட்டளையிட்டார். அக்கோட்டையை முதலாம் ஜங்கோஜிராவ் சிந்தியா பிரிட்டிஷாரின் நிழலாக இருந்து ஆண்டுவந்தார் (காவல் காத்து வந்தார்). அவரைத் தங்களோடு இணைத்துக்கொள்ள தாத்தியா தோபே விரும்பினார். அவரிடம் பேசிப்பார்த்தார். அவர் பிரிட்டிஷாரைப் பகைத்துக்கொள்ள விரும்பவில்லை. பிறகு என்ன? போர்தான்.

ஜான்சி ராணியின் தலைமையிலான படைகள் குவாலியரை முற்றுகையிட்டன. நிழலரசர் முதலாம் ஜங்கோஜிராவ் சிந்தியா குவாலியர் கோட்டையைக் கோட்டைவிட்டார்.

கோட்டையில் இவர்கள் கொண்டாட்டத்தைத் தொடங்கியபோது அங்கும் சர் ஹக் ரோஸ் தன் பெரும்படைகளுடன் வந்து சேர்ந்தார். அவருடன் ஜெனரல் நேப்பியரும் வந்தார்.

17 ஜூன் 1858ஆம் நாள் கோட்டாகி சேராய் என்ற இடத்தில் தன் இறுதிப் போரை ஜான்சி ராணி மேற்கொண்டார். இப்போரில் ஜான்சி ராணி ஆண்போன்று உடையணிந்திருந்தார். முதுகில் தாமோதரைக் கட்டிக்கொண்டுப் போரிட்டார். படுகாயமுற்றார். வழக்கமாக எதிரிகளிடம் சிக்கிக்கொண்டு, மீண்டுவரும் ஜான்சி ராணி இந்தமுறை விதியின் கைகளில் சிக்கிக்கொண்டார். அதனால் அவரால் மீள முடியவில்லை.

11

வாஞ்சிநாதன் : மணியாச்சியில் சுதந்தர ஒலி

இந்திய விடுதலைப் புரட்சியில் தென்னிந்தியாவில் முதல் பிரிட்டிஷ் உயிரைக் கைத்துப்பாக்கியால் பறித்தவர் பிராமண இளைஞர் வாஞ்சிநாதன். ஆன்ம வேள்விக்காகத் தருப்பையை அணியும் விரல் இந்திய சுதந்தர வேள்விக்காகத் துப்பாக்கியை அழுத்தியது.

அவர் கொன்றது சாதாரண பிரிட்டிஷ் சிப்பாயை அல்ல; பிரிட்டிஷ் ஆட்சிக்கு உட்பட்ட திருநெல்வேலியில், ஆக்டிங் கலெக்டராகப் பணியாற்றிய ராபர்ட் வில்லியம் டி எஸ்கார்ட் ஆஷ், ஐசிஎஸ் என்ற கலெக்டர் ஆஷ் துரையை.

பகத் சிங், சுகதேவ், ராஜகுரு போன்ற வடநாட்டு முரட்டு இளைஞர் களுக்கெல்லாம் இந்தத் தென்நாட்டு எளிய இளைஞனே முன்னோடி.

பாரத மாதா சங்கம்

வெள்ளைக்காரக் கூட்டத்தைக் கூண்டோடு அழிக்க வினாயக் தாமோதர் சாவர்க்கர் நாசிக்கில் தொடங்கிய இரண்டு புரட்சி இயக்கங்களுள் ஒன்றான 'அபினவ் பாரத்' என்ற அமைப்பின் கிளையாக உருவாக்கப்பட்டது பாரத மாதா சங்கம். அதன் தலைமையிடம் பிரெஞ்சு ஆட்சிக்குட்பட்ட புதுச்சேரியில் இருந்தது. அதன் தலைவராக புதுச்சேரி வ.வே.சு. ஐயர் இருந்தார். அதன் தென்னகக்கிளை தென்காசியில் 1910ஆம் ஆண்டில் 21வயதான எருக்கூர் நீலகண்ட பிரம்மச்சாரி தலைமையில் தொடங்கப்பெற்றது.

பாரத மாதா சங்கத்தின் தலைமைக் கடவுள் காளி. காளி அநீதியை அழிக்கும் தெய்வம். குறிப்பாக அரக்கர்களை அழிக்கும், காவுவாங்கும் கடவுள். ரத்தமே அத்தெய்வத்தின் முதன்மை மூலப்பொருள்.

ஆங்கிலேயர்களின் ரத்தத்தைக் குடிக்கத் துடிக்கும் குழுவில் காளி தலைமைக் கடவுளாவது இயல்புதான். இதில் மத அடையாளம் முக்கியமில்லை. இந்தச் சங்கத்தின் ரகசியக் கூட்டங்கள் நடைபெறும் இடத்தில் காளியின் படம் தொங்கவிடப்பெற்றிருக்கும். இதன் உறுப்பினர்கள் குங்குமத்தைக் கரைத்து அதனை ஆங்கிலேயர்களின் ரத்தம் என்று கூறிக் குடிப்பதும், தன் கைவிரல்களில் கத்தியால் கீறி ரத்தத்தை எடுத்து வந்தே மாதரம் எழுதப்பட்ட தாளில் தங்களுடைய புனைபெயருக்கு அருகில் கையொப்பமிடுவதும் வழக்கம். ரத்தம் இங்கு தியாகத்தின், எதிர்ப்பின், வீரத்தின் குறியீடு.

பாரத மாதா சங்கம் இந்திய விடுதலைப் புரட்சி இயக்கத்தின் ஒரு குறுங்குழுதான். ஆனால், செயல்வேகம் மிக்கது. காரணம், அதில் இருந்தவர்கள் இளைஞர்கள். அவர்கள் இளம்போராளிகள். அவர் களைத் தன் விரல்நுனிக் கட்டுப்பாட்டில் அச்சங்கம் வைத்திருந்தது. ஆஷ் கொலைக்குப் பின்னர் இச்சங்கத்தின் உறுப்பினர்களுள் ஒருவரான ஆறுமுகப்பிள்ளை இச்சங்கத்தின் தன்மை, உறுப்பினர்கள் எடுத்துக் கொள்ளும் உறுதிமொழிகள், சங்கச் செயல்பாடுகள் குறித்து நீதி மன்றத்தில் வாக்குமூலம் அளித்தார்.

'நீலகண்ட பிரம்மச்சாரி சற்று தொலைவில் உட்கார்ந்து காகிதங்களில் ஏதோ எழுதிக் கொண்டிருப்பார். காகிதத்தின் தலைப்பில் 'வந்தே மாதரம்' என்று எழுதப்பட்டிருக்கும். நாங்கள் குங்குமத்தைத் தண்ணீரில் கரைப்போம். பின்னர் நீலகண்ட பிரம்மச்சாரி எழுதி வைத் திருந்த காகிதத்தில் நாங்கள் ஒவ்வொருவராகக் குங்குமத் தண்ணீரைத் தெளிப்போம். காகிதத்தில் தெளிக்கப்பட்ட தண்ணீர்தான் ஆங்கி லேயர்களின் ரத்தம். குங்குமம் கலந்த தண்ணீரைப் பருகுவோம். ஆங்கிலேயர்களின் ரத்தத்தைக் குடித்ததாக அதற்கு அர்த்தம். இந்தக் காரியத்துக்காக எங்களுடைய உயிர், உடைமை அனைத்தையும் தியாகம் செய்வோம் என்று சத்தியப் பிரமாணம் செய்வோம். குழுவில் இடம்பெற்றிருக்கும் ஒவ்வொருவருக்கும் புனைப்பெயர்கள் உண்டு. புனைப்பெயர்களை வைத்துதான் நாங்கள் ஒருவரையொருவர் அழைத்துக் கொள்வது வழக்கம். 'வந்தே மாதரம்' என்று எழுதப்பட்ட காகிதத்தில் நாங்கள் எங்களுடைய கைவிரல்களைக் கீறி, அதிலிருந்து வெளிப்படும் ரத்தத்தைக் கொண்டு எங்களுடைய புனைப்பெயருக்கு எதிராகக் கையொப்பம் இடுவோம்.'

இந்த வாக்குமூலத்திலிருந்து அவர்களை ஏறக்குறைய தற்கொலைப் படையினர் என்று உறுதிப்படுத்தலாம்.

ஆஷ்துரை கொலை விதிவசத்தால் நிகழ்ந்தது. பாரத மாதா சங்கம் வைத்த குறி எல்.எம். விஞ்ச் துரைக்குத்தான். பாரத மாதா சங்கம் விஞ்ச்

துரையின் மீது கடுங்கோபத்துடன் இருந்தது. ஆனால், அப்போது விஞ்ச் துரை திருநெல்வேலியைவிட்டுச் சென்றுவிட்டமையால் இலக்கு மாற்றப்பட்டு, அவரது வலதுகரமான ஆஷ் துரைக்குக் குறிவைக்கப்பட்டது.

ஐசக் ஆஷ், சாராள் தம்பதியருக்கு அயர்லாந்தின் லெட்டர் கென்னியில் ஸ்பிராக்பர்ன் என்ற இடத்தில் 23 நவம்பர் 1872 ஆம் நாள் ஆஷ்துரை பிறந்தார். ஐசக் ஆஷ் ஒரு மருத்துவர். டன்டிரன் என்ற ஊரின் மனநல விடுதியில் மருத்துவக் கண்காணிப்பாளராகப் பணியாற்றினார்.

டப்ளின் உயர்நிலைப் பள்ளியில் ஆஷ் சிறப்பாகப் படித்துத் தேர்ந்து, 1892ஆம் ஆண்டு டப்ளின் டிரினிட்டி கல்லூரியின் நுழைவுத் தேர்வில் முதல் மாணவராக வெற்றிபெற்றார். படிக்கும் காலத்தில் சிறந்த மாணவராகவும் மாணவக் கவிஞராகவும் அவர் திகழ்ந்தார். அக் கல்லூரியின் 300ஆம் ஆண்டு விழாவை முன்னிட்டு அவர் எழுதிய செய்யுள் துணைவேந்தர் பரிசைப் பெற்றது. 91 செய்யுள் அடங்கிய 18 பக்கம் கொண்ட அதை டிரினிட்டி கல்லூரியே சிறுநூலாக வெளி யிட்டது. அதே ஆண்டு ஐசக் ஆஷ் மனநல விடுதியின் நோயாளி ஒருவர் தலையில் அடித்ததால் இறந்தார்.

ஆஷ், ஐ.சி.எஸ். படிப்பில் மாவட்டப் பொறுப்பேற்பதற்கென தெலுங்கை முதல் மொழியாகவும் தமிழை இரண்டாம் மொழி யாகவும் தேர்ந்தெடுத்துப் பயின்றார். 1892ஆம் ஆண்டு ஐ.சி.எஸ். தேர்வில் தேர்ச்சி பெற்ற 61 பேரில் 40ஆவது இடத்தை ஆஷ் பெற்றார். 1895 ஆம் ஆண்டு நவம்பர் மாதத்தில் பணியில் சேர்ந்து, 04 டிசம்பர் 1895ஆம் நாள் இந்தியாவில் கால் வைத்தார்.

பிரிட்டிஷ் அரசு அவரைச் சென்னை மாகாணத்தின் வடகிழக்கு மூலையான கஞ்சம் (இன்றைய ஒடிசா மாநிலத்திலுள்ளது) மாவட்டத்தில் பணியமர்த்தியது. மூன்றாண்டுக்குப் பின்னர் சென்னை நகரில் சிறப்பு அலுவலராகப் பணியாற்றினார்.

பெஞ்சமின் தாமஸ் பாட்டர்சன் - மேரி சூசன்னா தம்பதியினருக்கு 07 ஜனவரி 1877ஆம் நாள் பிறந்த மேரி லிலியன் என்ற தன்னைவிட ஒரு வயது மூத்த பெண்மணியை ஆஷ் காதலித்து 06 ஏப்ரல் 1898ஆம் நாள் திருமணம் செய்துகொண்டார்.

1899ஆம் ஆண்டு ஜனவரியில் வட ஆர்க்காடு மாவட்டத்தில் துணை ஆட்சியரானார். சிறிது காலம் மீண்டும் சென்னைத் தலைமையகத்தில் பணியாற்றிய பின் 1900ஆம் ஆண்டு மாவட்டப் பணிக்குத்

திருப்பியனுப்பப்பட்டார். நவம்பர் 1905இல் விடுப்பில் அயர்லாந்து திரும்பினார்.

பின்னர் இந்தியா வந்து கிருஷ்ணா, ஓங்கோல், நெல்லூர் என்று 1907 வரை தெலுங்கு மொழி பேசும் பகுதிகளிலேயே பணியாற்றினார். பின்னர் சென்னை மாகாணத்தின் தென்மூலையான திரு நெல்வேலியில் பணியமர்த்தப்பட்டார். ஆனால் சில மாதங் களிலேயே மனைவி மேரியின் உடல்நிலை காரணமாகத் 'தனிப் பட்ட அவசர விடுப்பில்' ஆகஸ்ட் 1907 முதல் ஆறு மாதங்களுக்கு அயர்லாந்து சென்றார்.

17 பிப்ரவரி 1908ஆம் நாள் மீண்டும் ஆஷ் திருநெல்வேலிக்குத் திரும்பினார். சேரன்மாதேவியில் தலைமை உதவிக் கலெக்டராக அமர்த்தப்பட்டிருந்தாலும், தூத்துக்குடிப் பிரிவின் துணை கலெக்டராகவும் ஆஷ் கூடுதல் பொறுப்பேற்றிருந்தார். பின்னர் கோதாவரி மாவட்டத்துக்குப் பணியிடம் மாற்றப்பட்டார்.

டிசம்பர் 1908 முதல் திருநெல்வேலியிலும் சாத்தூர் துணைப் பிரிவிலும் பணியாற்றிய பின் ஆகஸ்ட் 1910 இல் திருநெல் வேலியின் பொறுப்பு ஆட்சியரானார். தன் நேரடி மேலதிகாரியான எல்.எம்.விஞ்ச்சுடன் கைகோர்த்துக்கொண்டு பிரிட்டிஷ் அரசுக்குச் சாதகமாகவும் இந்திய மக்களுக்குப் பாதகமாகவும் பணியாற்றினார்.

நெல்லை, பிரிட்டிஷாருக்குத் தொல்லை

வங்காளம், பஞ்சாப், மகாராஷ்டிரம் ஆகிய பகுதிகளில் வலுப்பெற்ற சுதேசி இயக்கம், சென்னையிலும் காலூன்றியது. டிசம்பர் 1906இல் சென்னை அரசு, சுதேசி இயக்கத்தின் நிலை குறித்து ஆய்வுசெய்ததில் பிற மாவட்டங்களில் அது வெறும் பேச்சளவில் உள்ளது என்றும் தூத்துக்குடியில் அது செயலளவில் குடிகொண்டுள்ளது என்றும் அறியப்பட்டது. 'பிரிட்டிஷ் எதிர்ப்புணர்வு நிலவுவதாக ஐயுறும் நிலையிலுள்ளது திருநெல்வேலி மாவட்டம் மட்டுமே, அதிலும் குறிப்பாக தூத்துக்குடி நகரம் மட்டுமே' என்று அதன் கலெக்டர் கூறினார்.

காரணம், உள்ளூர் நீதிமன்றத்தில் 'பிளீடர்' என்ற எளிய வழக்குரைஞ ராக இருந்த வ.உ.சி., குறுகிய கால அளவில் தேசியத் தலைவ ரானார். அவர் திலகர் தலைமையில் தூத்துக்குடி நகர வணிகர்களை அணிசேர்த்து ஒரு கப்பல் கம்பெனியைத் தொடங்கினார். இரண்டு பெரிய நீராவிக் கப்பல்களை விலைக்கு வாங்கினார். பிரிட்டிஷ்

இந்தியா ஸ்டீம் நேவிகேஷன் கம்பெனிக்குக் கடும் போட்டியாக விளங்கினார்.

டிசம்பர் 1907இல் நடந்த சூரத் மாநாட்டில் காங்கிரஸ் பிளவுபட்டதைத் தொடர்ந்து தென்னகத்துத் தீவிரவாதிகளின் தலைவராக தூத்துக் குடிக்குத் திரும்பிய வ.உ.சி., தூத்துக்குடிக் கடற்கரையிலும் திருநெல் வேலிப் பொருநைக் கரையிலும் ஏராளமான தேசிய அரசியல் கூட்டங் களை முன்னின்று நடத்தினார். சுப்பிரமணிய சிவாவின் உரைவீச்சில் பிரிட்டிஷாரின் தலைப்பாகைகள் அவிழ்ந்தன. பொதுவெளிகளில் தமிழில் அரசியல் சொற்பொழிவுகள் முதல் முறையாக நிகழ்த்தப் பட்டன. இக்கூட்டங்களில் நடுத்தர வர்க்கத்தினர், வணிகர்கள் மட்டு மல்லாமல், சாதாரண மக்களும் உழைக்கும் வர்க்கத்தினரும் அணி திரண்டனர்.

1908ஆம் ஆண்டு திருநெல்வேலியில் சுதேசி இயக்கம் வேரூன்றித் தழைத்திருந்தது. ஆதலால், பிரிட்டிஷ் அரசுக்குச் சிக்கலான மாவட்ட மாக நெல்லை இருந்துள்ளது. பின்னாளில் 'ராஜ துரோகத்தின் நாற்றங்கால்' என்ற அவப்பெயர் பெற்றிருந்த மாவட்டம் நெல்லை என்று அதன் கலெக்டர் ஜே.சி. மலோனி கூறியதிலிருந்து அக் காலத்தில் நெல்லை பெற்றிருந்த சுதந்தர வேட்கையை அறிய முடிகின்றது.

திருநெல்வேலி மாவட்டத்தின் சேரன் மாதேவிக்கு ஆஷ்துரை சப் கலெக்டராகப் பணியாற்றினார். தூத்துக்குடியின் துணை டிவிஷனல் மாஜிஸ்திரேட்டாகவும், ஜாயிண்ட் மாஜிஸ்திரேட்டாகவும் கூடுதல் பொறுப்பு வகித்ததால் தூத்துக்குடி நகரமே ஆஷ்துரையின் பணியிட மாக அமைந்தது. அவர் தூத்துக்குடியில் சுதேசிக் கப்பல் கம்பெனி பங்குதாரர்களை மிரட்டி அந்தக் கம்பெனியை மூடுவதற்குத் தீவிர முயற்சிசெய்தார். இதனால் இவரைப் பத்திரிகைகள் 'நவீன இரண்யன்' என்று சுட்டிக்காட்டின.

நெல்லை எழுச்சி

27.02.1908 ஆம் நாள் தூத்துக்குடி கோரல் ஆலைத் தொழிலாளர் ஆயிரம் பேர் கூலி உயர்வு, வார விடுமுறை முதலான கோரிக்கைகளை முன்வைத்து வேலைநிறுத்தம் செய்தனர். இதன் பின்னணியில் சுதேசி இயக்கம் இருந்தது. போராட்டம் வலுப்பதைக் கண்ட பிரிட்டிஷ் அரசு நிர்வாகம் 144 தடை உத்தரவை அமல்படுத்தியது. சிவகாசியிலிருந்து கூடுதல் காவல் படையும் வரவழைக்கப்பட்டது. கலகத்தைக் கட்டுப் படுத்தும் முழுப்பொறுப்பும் ஆஷ் துரைக்குக் கொடுக்கப்பட்டது.

தொழிலாளர் ஒற்றுமையும் சுதேசி இயக்கத்தின் முழு ஆதரவும் வ.உ.சியின் தலைமையும் வேலைநிறுத்தத்துக்குப் பெரும் வெற்றியை ஈட்டித்தந்தன. அனைத்துக் கோரிக்கைகளையும் நிறைவேற்றி 07 மார்ச் 1908ஆம் நாள் வேலைக்குத் திரும்பினர். ஆஷ் துரைக்கு இது மகத்தான தோல்வி.

வங்காள சுதேசித் தலைவர் விபின் சந்திர பாலரின் விடுதலைத் திருநாளைச் சுயராஜ்ய நாளாகக் கொண்டாடுவதென சுதேசி இயக்கம் முடிவுசெய்தது. அதனைத் தடுக்க பிரிட்டிஷ் அரசு பலவகையில் முயன்றது. வ.உ.சி., சுப்பிரமணிய சிவா, பத்மநாப அய்யங்கார் ஆகியோர் கைது செய்யப்பட்டனர்.

இதற்கு எதிர்ப்புத் தெரிவிக்கும் விதமாக திருநெல்வேலி நகர், தூத்துக் குடி, தச்சநல்லூர் ஆகிய ஊர்களில் பெரும் மக்கள் எழுச்சி ஏற்பட்டது. இதனைப் பின்னாளில் நெல்லைக்கலகம், நெல்லை எழுச்சி என்று அழைத்தனர்.

இக்கலவரத்தில் சி.எம்.எஸ். கல்லூரி தாக்கப்பட்டது. நகர்மன்ற அலுவலகங்கள் சூறையாடப்பட்டன. ஆவணங்கள் எரிந்தன. அஞ்சல் அலுவலகம் தீக்கிரையானது. தந்திக் கம்பிகள் அறுபட்டன. நகர்மன்றத்தின் எண்ணெய்க் கிடங்கு இரண்டு நாள்கள் தொடர்ந்து எரிந்தது. காவல் நிலையமும் தகர்க்கப்பட்டது. வ.உ.சி., சுப்பிரமணிய சிவா, பத்மநாப அய்யங்கார் விடுவிக்கப்பட்டனர். காவல்துறை யினரின் துப்பாக்கிச்சூட்டில் சுதேசி இயக்கத் தொண்டர்கள் நால்வர் மாண்டனர்.

தூத்துக்குடியிலும் அனைத்துக் கடைகளும் அடைக்கப்பட்டன. கோரல் ஆலைத் தொழிலாளர் மட்டுமல்லாமல், பெஸ்ட் அன் கோ பணியாளர், நகர்மன்றத் துப்புரவு ஊழியர், கசாப்புக் கடைக்காரர், ஜட்கா ஓட்டுநர், சவரத் தொழிலாளர் என அனைவரும் வேலை நிறுத்தம் செய்தனர்.

144 தடை உத்தரவு செயலில் இருந்தபொழுதும் அன்று பிற்பகல் வண்டிப்பேட்டையில் ஒரு மாபெரும் கண்டனப் பொதுக்கூட்டம் நிகழ்ந்தது. கூட்டம் கலைய மறுத்தபொழுது, கூட்டத்தைத் தாக்குமாறு குதிரைப் படையினருக்கு ஆஷ்துரை ஆணையிட்டார். காவல்துறை யினர் துப்பாக்கிச்சூடு நடத்தினர். யாரும் இறக்கவில்லை. 36 பேர் கைதுசெய்யப்பட்டனர். அவர்களுள் 32 பேருக்குத் தண்டனை கிடைத்தது. ஆஷ்துரைக்கு இது மகத்தான வெற்றி.

இந்த வெற்றியால் உந்தப்பட்டு, ஒட்டுமொத்த தூத்துக்குடி, திருநெல்வேலி பொதுமக்களைத் தண்டிக்கும் வகையில் ஆஷ்துரை

தண்டக்காவல் படையை நியமித்து, விரிவுபடுத்தினார். ஆக, ஆஷ்துரையும் சுதேசி இயக்கத்தாரின் நேரடி கண்காணிப்புக்கு (ஹிட் லிஸ்ட்) உட்பட்டார்.

ஆஷ்துரையைக் கொல்ல மூன்று முக்கியக் காரணங்கள் பாரத மாதா சங்கத்துக்கு இருந்தன.

ஒன்று: ஆஷ்துரை வழக்கமான ஆங்கிலேயர்களைப் போலவே இந்தியர்களிடம் நடந்துகொண்டதும் நெல்லை எழுச்சியை அடக்கியமையும்.

இரண்டு: வ.உ. சிதம்பரனார் 16 அக்டோபர் 1906ஆம் நாள் பதிவு செய்த சுதேசி நீராவிக் கப்பல் கம்பெனியை ஒழித்துக்கட்ட அவர் கங்கணம் கட்டிக்கொண்டு, அவருக்கு 40 ஆண்டுகாலம் சிறைத் தண்டனையைப் பெற்றுத்தந்தமை.

மூன்று: சுதேசிச் சிந்தனையின் முதன்மைத் தலைவர்களை, இரண்டாம் நிலைத் தலைவர்களைச் சிறையில் அடைக்க அவர் விஞ்ச்துரையிடம் கைகோர்த்துக்கொண்டு பொய்வழக்குகளின் வழியாகச் சிறையில் அடைத்தமை.

பாரத மாதா சங்கம் ஆஷ்துரையைக் கொல்லத் தம் உறுப்பினர்களின் பெயர்களை எழுதிச் சீட்டுக் குலுக்கியது. எடுக்கப்பட்ட சீட்டில் வாஞ்சிநாதனின் புனைபெயர் இடம்பெற்றிருந்தது.

சங்கரன் என்ற வாஞ்சிநாதன்

திருவிதாங்கூர் சமஸ்தானத்துக்குட்பட்ட செங்கோட்டையில் கோயில் மணியக்காரராக இருந்த ரகுபதி ஐயருக்கும் ருக்மணி அம்மாளுக்கும் 1886ஆம் ஆண்டு பிறந்தவர் சங்கரன் என்ற வாஞ்சிநாதன். இவருக்கு நான்கு சகோதரிகள், ஓர் அண்ணன் உண்டு.

இவர் செங்கோட்டையில் ஆரம்பக் கல்வி பயின்றார். திருவனந்தபுரம் மூலம் திருநாள் மகாராஜா கல்லூரியில் பி.ஏ. படித்தார். தன் 23ஆம் வயதில் முன்னீர்ப்பள்ளம் சீதாராமையரின் மகள் பொன்னம்மாளைத் திருமணம் செய்து கொண்டார். அத்தம்பதியருக்கு ஒரு பெண் குழந்தை பிறந்து இறந்துவிட்டது.

பின்னர் அங்கிருந்து பரோடா சமஸ்தானத்துக்குச் சென்று மரவேலை செய்யும் தொழில்துறைப் படிப்பைப் படித்துத் தேறினார். பின்னர் கேரள எல்லைக்கு உட்பட்ட புனலூரில் காட்டிலாகாவில் ஃபாரஸ்ட்

கார்டாக வேலைக்குச் சேர்ந்தார். ஆதலால், அவரது உடையலங்காரம் மலையாளிகளைப்போல் மாறியது.

வ.உ.சி. சுப்பிரமணிய சிவா ஆகியோரின் சுதேசி உரைகளைக் கேட்டுக் கேட்டு, அதன்மீது நாட்டம்கொண்டு தன்னைச் சுதந்தர யுத்தத்துக்கு ஆட்படுத்திக்கொண்டார். இதன் காரணமாக அவர் பாரத மாதா சங்கத்தில் உறுப்பினராக விரும்பினார். எருக்கூர் நீலகண்டப் பிரம்மச்சாரி முன்பு வாஞ்சிநாதன் வீரசபதம் ஏற்று பாரத மாதா சங்கத்தில் உறுப்பினரானார். வாஞ்சிநாதனின் நடவடிக்கைகள் ரகுபதி ஐயருக்குப் பிடிக்கவில்லை. எனவே அவர் தன் இளைய மகனைப் புறக்கணிக்கத் தொடங்கினார்.

எருக்கூர் நீலகண்டப் பிரம்மச்சாரியைவிட நான்குவயது மூத்தவரான வாஞ்சிநாதன் அவரிடம் மனமுறிவுகொண்டு தானே நேரில் புதுச்சேரி சென்று தமிழ் மொழியின் முதல் சிறுகதையை எழுதிய தமிழ்ச் சிறுகதையின் தந்தை என்று இன்று அழைக்கப்படுகின்ற வ.வே.சு. ஐயரின் நட்பினையும் மகாகவி பாரதி என்று இன்று அழைக்கப் படுகின்ற சி. சுப்பிரமணிய பாரதியின் நட்பினையும் பெற்றார்.

அரசுப்பணியிலிருந்து தன்னை விலக்கிக்கொள்ள விரும்பினார். மூன்று மாதங்கள் விடுப்பு எடுத்தார். அந்த மூன்று மாத காலப்பகுதியில் அவர் வ.வே.சு. ஐயரிடமிருந்து துப்பாக்கிச் சுடும் பயிற்சியைப் பெற்றார். அப்போது வாஞ்சிநாதனுக்கு வயது இருபத்து ஐந்து. வ.வே.சு. ஐயர் மேடம் காமாவிடமிருந்து பிரௌலிங் துப்பாக்கி பெற்றார். அதனை வாஞ்சிநாதனுக்கு வழங்கினார்.

ஆஷ்துரை ரயிலில் பயணம் செய்யும் செய்தி வாஞ்சிநாதனுக்கும், நெல்லை மருத்துவக் கல்லூரி மாணவர் சாவடி அருணாசலம் பிள்ளைக்கும் ரகசியமாகக் கிடைத்தது. இதுதான் சரியான சந்தர்ப்பம் என இருவரும் கருதினர். அவரது மனைவி மேரி லிலியனும் கொடைக்கானலுக்குச் சென்று அங்கு வாடகைக்கு எடுத்திருந்த ஒரு வளமனையில் மிஸ் மில்லிக்கின் என்ற செவிலியருடன் குடியமர்த்தி யிருந்த மொலி என்ற மேரி (13), ஆர்தர் (10), ஷீலா (08), ஹெர்பர்ட் (06) ஆகிய தம் குழந்தைகளைக் காணத் திட்டமிட்டனர்.

அதன்படி 17 ஜூன் 1911 ஆம் நாள் சனிக்கிழமை காலை 09.30 மணியளவில் ஆஷ்துரையும் அவரது மனைவியும் மணியாச்சி ரயில் நிலையத்தில், சென்னை செல்லும் ரயிலில் முதல் வகுப்புப் பெட்டியில் அமர்ந்திருந்தனர். அதே ரயிலின் இரண்டாம் வகுப்புப் பெட்டியில் பாஞ்சாலங்குறிச்சி முன்னாள் ஜமீன்தார், அவரது மகன்,

காஸ்ட்ஸ் பாதிரியார், நெல்லை சர்வே ஆபீஸ் ராமன் வெங்கட ராமன், நிலக்கிழார் பிள்ளை ஆகியோர் அமர்ந்திருந்தனர்.

வாஞ்சிநாதனும், சாவடி அருணாசலம்பிள்ளையும் அதே ரயிலில் கடைசி பெட்டியில் நெல்லையிலிருந்து ஏறினார்கள். மணியாட்சி சந்திப்பில் வாஞ்சிநாதன் முதல் வகுப்பு பெட்டிக்குள் ஏறித் தன் கைத்துப்பாக்கியால் ஆஷ்துரையை ஒருமுறை சுட்டார். பின் ரயிலைவிட்டு இறங்கி பிளாட்பாரத்தின் ஒரு முனையில் இருந்த கழி வறைக்குள் சென்று அதே துப்பாக்கியால் தற்கொலை செய்து கொண்டார்.

ரயில்வே ஸ்டேஷன் மாஸ்டரின் மகன் மரியதாஸ் தன் அப்பாவிடம் தகவல் தெரிவிக்கச் சென்றான். போட்மெயில் பிளாட்பாரத்துக்கு வந்தது. அதில் கம்பெனி ஏஜென்ட் மான்ஸ்பீல்டு வந்தார். தகவல் அறிந்ததும் அவர் முதலுதவி செய்ய முயன்றார். பின்னர் ஆஷ் துரை பயணம் செய்த ரயில் மீண்டும் திருநெல்வேலிக்குத் திருப்பப்பட்டது. ரயில் கங்கைகொண்டான் நிலையத்தைக் கடக்கும்போது ஆஷ்துரை காலம்கடந்துவிட்டார். திருநெல்வேலி மாவட்டத் துணைக் கலெக்டர் ஹில், ரயில் நிலையத்துக்கு வந்து ஆஷ்துரையின் உடலைப் பெற்றுக் கொண்டார். மாவட்ட மருத்துவ அதிகாரி சி.பி. ராமராவ் பிரேதப் பரிசோதனை செய்தார். அவர் உடலில் ஒரு குண்டு பாய்ந்திருந்தது. அது வலது மார்புக்கு மூன்றரை அங்குலத்துக்குக் கீழ் பாய்ந்திருந்தது. உடல் மாலை ஆறு மணிக்குப் பாளையங்கோட்டை தேவாலயக் கல்லறைத் தோட்டத்துக்குக் கொண்டுசெல்லப்பட்டு மாலை ஏழு மணிக்கு அடக்கம் செய்யப்பட்டது.

கழிவறைக் கதவினை உடைத்துக்கொண்டு உள்நுழைந்த காவலர்கள் வாஞ்சியின் உடையினைச் சோதனையிட்டனர். மணிபர்சு, இரண்டாம் வகுப்பு டிக்கெட், ஐந்து அணா, ராணி விக்டோரியா படம், ஒரு கடிதம் ஆகியன இருந்தன. வாஞ்சியின் உடலருகில் ஒரு துப்பாக்கி இருந்தது. துப்பாக்கியைச் சோதனை செய்ததில் அதில் குண்டு எதுவும் இல்லை. ஆஷ்துரைக்கு ஒரு குண்டு, தனக்கு ஒரு குண்டு என்று ஏற்கெனவே முடிவு செய்து இரண்டு குண்டுகளை மட்டுமே துப்பாக்கியில் வாஞ்சிநாதன் போட்டிருக்க வேண்டுமென்று காவலர்கள் கருதினர்.

மறுநாள் திருநெல்வேலிக்குக் கொண்டுசெல்லப்பட்ட வாஞ்சிநாதனின் உடல் மாவட்ட மருத்துவ அதிகாரி சி.பி. ராமராவால் பிரேதப் பரிசோதனைக்கு உட்படுத்தப்பட்டது. நாக்கு வழியாகத் துப்பாக்கிக் குண்டு ஊடுருவிச் சென்று தண்டுவடத்தைத் துளைத்துத் தலையின் பின் பகுதியைத் தாக்கியதை மருத்துவர் உறுதிப்படுத்தினார்.

கொலைக்கான காரணங்கள்

அந்தக் கடிதம் வாஞ்சிநாதனால் கைப்பட எழுதப்பட்டது. தமிழில் எழுதப்பட்டுத் தமிழிலும் ஆங்கிலத்திலும் கையொப்பம் இடப் பட்டிருந்தது. ஆனால் நாள் குறிப்பிடப்படவில்லை. (தமிழ்நாடு அரசின் ஆவணக் காப்பகத்திலுள்ள ஜிஓ எண் 1471 என்ற ஆவணத்தில் இடம் பெற்றுள்ள வாஞ்சி கடிதத்தின் மொழிபெயர்ப்பு பின்வருமாறு:

> ஆங்கில சத்துருக்கள் நமது தேசத்தைப் பிடுங்கிக் கொண்டு, அழியாத ஸனாதன தர்மத்தைக் காலால் மிதித்துத் துவம்சம் செய்து வருகிறார்கள். ஒவ்வொரு இந்தியனும் தற்காலத்தில் தேசச் சத்துருவாகிய ஆங்கிலேயனைத் துரத்தி, தர்மத்தையும், சுதந்தரத்தையும் நிலைநாட்ட முயற்சி செய்து வருகிறான். எங்கள் ராமன், சிவாஜி, கிருஷ்ணன், குரு கோவிந்தர், அர்ஜுனன் முதலியவர் இருந்து தர்மம் செழிக்க அரசாட்சி செய்து வந்த தேசத்தில், கேவலம் கோமாமிசம் தின்னக் கூடிய ஒரு மிலேச்ச னாகிய ஜார்ஜ், பஞ்சமனை (ஐந்தாம் ஜார்ஜ்) முடிசூட்ட உத்தேசம் செய்து கொண்டு, பெருமுயற்சி நடந்து வருகிறது. அவன் (ஜார்ஜ்) எங்கள் தேசத்தில் காலை வைத்த உடனேயே அவனைக் கொல்லும் பொருட்டு 3000 மதராசிகள் பிரதிக்கினை செய்து கொண்டிருக் கிறோம். அதைத் தெரிவிக்கும் பொருட்டு அவர்களில் கடை யேனாகிய நான் இன்று இச்செய்கை செய்தேன். இதுதான் இந்துஸ் தானத்தில் ஒவ்வொருவனும் செய்ய வேண்டிய கடமை.

இப்படிக்கு,

ஆர். வாஞ்சி அய்யர்

1911ம் ஆண்டின் இறுதியில் ஐந்தாம் ஜார்ஜ் மன்னருக்கு டெல்லியில் முடிசூட்டு விழா நடைபெறும்போது நாடு முழுவதும் புரட்சி வெடிக்க இருந்தது. வாஞ்சிநாதன் கடிதம் அதைத்தான் குறிப்பிட்டது. ஒரு பெரும் தொடர் சதித்திட்டத்துக்கான முன்னோட்டமாகவே ஆஷ்துரை கொலைத் திட்டம் வகுக்கப்பட்டது. ஆனால், அது கால வோட்டத்தில் முன்னோட்டமாகவே இருந்து முற்றுப்பெற்றுவிட்டது. அக்கொலைக்குப் பின் எந்த பிரிட்டிஷ் உயிரும் நெல்லை மண்ணில் பறிக்கப்படவில்லை.

பிரிட்டிஷ் கலெக்டரை ஓர் இந்திய இளைஞன் கொன்றது இந்தியா முழுவதிலும் அதிர்ச்சியை ஏற்படுத்தியது. இந்தியா மட்டுமின்றி இங்கி லாந்து நாடாளுமன்றத்தையே நடுநடுங்க வைத்தது. வாஞ்சிநாதனின்

நெருங்கிய நண்பர்களைக் கைதுசெய்யக் காவலர்கள் முதலில் திட்டமிட்டனர். தொடர்ந்து புலனாய்வு செய்தனர்.

தேடுதல் வேட்டை

ஆறுமுகப்பிள்ளையும், சோமசுந்தரமும் கைதுசெய்யப்பட்டு, சித்திரவதை செய்யப்பட்டனர். ஆதலால், அவர்கள் அரசுத் தரப்பு சாட்சிகளாக (அப்ரூவர்) மாறினர்.

ஆறுமுகப்பிள்ளையும் சோமசுந்தரமும் கொடுத்த வாக்குமூலத்தின் வழியாகக் காவல்துறை தென்னிந்தியா முழுவதும் தேடுதல் வேட்டையை நடத்தியது. அவ்வேட்டையில் பதினான்கு பேர் கைது செய்யப்பட்டனர். 1. நீலகண்ட பிரம்மச்சாரி, 2. சங்கரகிருஷ்ண ஐயர், 3.மாடத்துக்கடை சிதம்பரம் பிள்ளை, 4. முத்துகுமாரசாமி பிள்ளை, 5. சுப்பையா பிள்ளை, 6. ஜகனாதா அய்யங்கார், 7. ஹரிஹர ஐயர், 8. பாபு பிள்ளை, 9. தேசிகாச்சாரி, 10. வேம்பு ஐயர், 11. சாவடி அருணாச்சல பிள்ளை, 12. அழகப்பா பிள்ளை, 13. வந்தே மாதரம் சுப்பிரமணிய ஐயர், 14. பிச்சுமணி ஐயர். மாடசாமிபிள்ளை மட்டும் தப்பிவிட்டார்.

1. புனலூர் கிரிமினல் வக்கீல் வெங்கடேசுவரய்யர் போலீஸ் பிடிக்கும் முன் கத்தியால் தன் கழுத்தை அறுத்துக் கொண்டு இறந்தார்.
2. செங்கோட்டை தருமராசய்யர் வீடு சூறையாடப்பட்டது. ஐயர் நஞ்சருந்தி இறந்தார்.
3. ஒட்டப்பிடாரம் மாடசாமி பிள்ளை கடைசி வரை போலீசார் கரங்களில் அகப்படாமல் தலைமறைவாகவே இருந்து மறைந்தார்.
4. செங்கோட்டை கஸ்பா அழகப்ப பிள்ளை மாந்தோப்பில் பதுங்கியிருந்தபோது கைதானார்.
5. தென்காசி மடத்துக்கடை சிதம்பரம் பிள்ளை கைது செய்யப் பட்டார்.
6. நீலகண்ட பிரம்மச்சாரி தாமே சரணடைந்தார்.
7. கல்கத்தா மருத்துவக் கல்லூரியில் படித்துக் கொண்டிருந்த சாவடி அருணாசலம் பிள்ளையைக் கைது செய்தனர்.

ஆஷ் கொலை வழக்கில் கைதானவர்களுக்குப் பல்வேறு பிரிவுகளின் கீழ் குற்றம்சாட்டப் பெற்றுத் தண்டனை வழங்கப்பட்டது.

1. நீலகண்டப் பிரம்மச்சாரிக்கு ஏழு ஆண்டுகள் சிறை
2. கிருஷ்ணாபுரம் சங்கரகிருஷ்ணனுக்கு 4 ஆண்டுகள்.

3. ஆலப்புழை ஹரிஹரய்யருக்கு 3 ஆண்டுகள்.

4. மடத்துக்கடை சிதம்பரம் பிள்ளைக்கு 2 ஆண்டுகள்..

5. தூத்துக்குடி முத்துகுமாரசாமி பிள்ளை 12 ஆண்டுகள்.

6. தூத்துக்குடி சுப்பையா பிள்ளை 12 ஆண்டுகள்.

7. செங்கோட்டை ஜெகநாத ஐயங்கார் 12 ஆண்டுகள்.

8. புனலூர் பாபு பிள்ளை 12 ஆண்டுகள்.

9. செங்கோட்டை பிச்சுமணி (எ) வெங்கடாசலம் ஐயர் 12 ஆண்டுகள்.

இரண்டு விதவைகள்

ஆஷ்துரை இறந்தபின்னர் அவரது மனைவி, இறந்துபோன ராணுவ அதிகாரிகளின் விதவைகளுக்கு வழங்கப்படும் உயர்ந்தபட்ச ஓய்வூதியமான ஆண்டுக்கு 140 பவுனும் அவருடைய ஒவ்வொரு குழந்தையும் கருணைப்படியாக உயர்ந்தபட்சம் ஆண்டுக்கு 21 பவுனும் பெற உரிமையுடையவர்கள் என்று சென்னை மாநிலத் தலைமைக் காரியதரிசி இந்திய அரசின் செயலருக்குக் கடிதம் எழுதினார். அதனை ஏற்றுக்கொண்ட இந்திய அரசு, ஆஷ் துரையின் மனைவி இறக்க நேர்ந் தால் 21 வயதுக்குக் கீழ் இருக்கும் அவருடைய ஒவ்வொரு குழந்தைக் கும் அவருடைய ஓய்வூதியத்திலிருந்து நான்கில் ஒருபங்கான 35 பவுன்களை ஆண்டுதோறும் வழங்கவேண்டுமென்ற திருத்தத்துடன் உத்தரவிட்டது.

ஆஷ் துரையின் மனைவி மேரி லிலியும் அவரது குழந்தைகளும் 1912ஆம் ஆண்டு அயர்லாந்துக்குச் சென்றுவிட்டார். மறுமணம் செய்து கொள்ளவில்லை. அரசாங்கம் கொடுத்த ஓய்வூதியத்தில் வாழ்க்கையை நடத்தி 1954 ஆம் ஆண்டு உயிரிழந்தார்.

தன் வாழ்நாளில் தம் கணவரின் பெயரையும் புகழையும் மறையாமல் காக்கும் கடமையில் தீவிரமானார். ராஜப்பிரதிநிதி முதல் ஆஷின் சக அலுவலர்கள், மிஷனரிமார்கள், சுதேசக் கனவான்கள், பிரமுகர்கள், முன்னாள் இரவலர்கள் என இரங்கல் கடிதம் விடுத்த நூற்றுக்கணக் கானவர்களுக்கு அச்சிட்ட நன்றிக் கடிதத்தை அனுப்பினார் மேரி. ஆஷ் பெயரைப் போற்றும் வகையில் பல தர்ம காரியங்களிலும் ஈடுபட்டார். ஆஷ் தொடர்பான ஆவணங்களையும் படங்களையும் சேகரித்துப் பேணினார். ஆஷின் இளமைக் காலக் கவிதை முயற்சிகளை ஒழுங்கு படுத்தி, டப்ளின் டிரினிட்டி கல்லூரிப் பேராசிரியரின் முகவுரையோடு நூலாக்கம் செய்ய முயன்றார்.

ஆஷின் மூத்த மகன், இந்தியாவில் ராணுவத்தில் கர்னலாகப் பணிபுரிந்து 1947 ஆம் ஆண்டு ஓய்வு பெற்றார். இரண்டாவது மகன், இரண்டாவது உலக யுத்தத்தில் பங்குகொண்டு அதில் உயிரிழந்தார். மகள்கள் இருவரும் திருமணம் செய்து கொள்ளவில்லை.

வாஞ்சிநாதன் இறந்தபின்னர் அவரது மனைவி பொன்னம்மாள் பிராமண வழக்கப்படி தன் தலைமுடிகளை மழித்துக்கொள்ள வில்லை. மறுமணம் செய்துகொள்ளவில்லை. அரசு அவரைக் கண்டு கொள்ளவில்லை. அவருக்கு ஓய்வும் இல்லை, ஊதியமும் இல்லை, அரசின் பரிவுத்தொகையும் கிடைக்கவில்லை. வழக்கமான பிராமணக் கைம்பெண்ணாகவே அவர் வாழ்ந்து, 1967ஆம் ஆண்டு இறந்தார்.

இரண்டு ஆன்மாக்கள்

பாளையங்கோட்டையில் ஆஷ்துரை அடக்கம் செய்யப்பட்டபோது சிங்கம்பட்டி ஜமீன்தாரும் கே.ஆர். குருசாமி அய்யரும் சவப் பெட்டியைத் தோளில் சுமந்தனர். வாஞ்சிக்கு இறுதிக் கருமக்காரியங் களைச் செய்ய அவரது தந்தை ரகுபதி ஐயர் மறுத்துவிட்டார். இதுகுறித்து அவர் வழக்குரைஞர் தேவதாசின் குறுக்கு விசாரணையின் போது, 'அவனுக்கான ஈமச்சடங்குகளை நான் செய்யாததற்குக் காரணம் அவன்மீது எனக்குப் பாசமில்லாததுதான்' என்று விளக்கமளித்துள்ளார்.

திருநெல்வேலி விளையாட்டுச் சங்கம் ஆஷ்துரை பெயரில் ஒரு கோப்பையை நிறுவியது. பாளையங்கோட்டை வாய்பேசாதோர் காது கேளாதோர் பள்ளியில் ஒரு புதுக் கட்டடத்துக்கு ஆஷ்துரை பெயர் சூட்டப்பட்டது. மூன்று நினைவுச் சின்னங்கள் திட்டமிடப்பட்டு, நிறுவப்பட்டன. ஆஷ்துரை அடக்கம் செய்யப்பட்ட பாளையங் கோட்டையில் அவருடைய சக அலுவலர்கள் ஒரு கல்லறைக் கல்லை அமைத்தனர்.

தூத்துக்குடி நகர்மன்றமும் ஒரு பெரிய நினைவுச்சின்னத்தை அமைக்கத் திட்டமிட்டது. கிரேட் காட்டன் சாலையின் கிழக்கு முனையில் எண்முனை மண்டபம் ரூபாய் 3000 செலவில் கட்டப்பட்டது. இதற்கு நன்கொடை அளித்த 38 பேரில் ஒருவர் மட்டுமே வெளிநாட்டவர். மற்றவர்கள் இந்தியர்கள். அதிலும் சிலர் சுதேசி இயக்கத்தைச் சார்ந்தவர்கள்.

02 ஏப்ரல் 1912ஆம் நாள் அடிக்கல் நாட்டப்பட்ட ஆஷ்துரை நினைவு மண்டபம் 28 ஆகஸ்ட் 1913 ஆம் நாள் திருநெல்வேலி கலெக்டர் ஜே.சி. மலோனியால் திறந்துவைக்கப்பட்டது. சென்னை ஜார்ஜ் கதீட்ரலிலும் ஒரு நினைவுக் கல்வெட்டுப் பதிக்கப்பட்டது. தூத்துக்குடி

ஆஷ் மண்டபத்தில் அவருடைய படம் ஒன்றும் திறந்து வைக்கப்பட்டு கி.பி.1947ஆம் ஆண்டு அகற்றப்பட்டது.

கி.பி.1947ஆம் ஆண்டுக்குப் பின்னர் செங்கோட்டையில் வாஞ்சிக்கு நினைவுச் சின்னங்கள் அமைக்கப்பட்டன. மணியாச்சி சந்திப்புக்கு வாஞ்சி பெயரை இட வேண்டுமென 1980களில் ஓர் இயக்கமே நடந்தது. பின்னர் அச்சந்திப்புக்கு வாஞ்சி மணியாச்சி சந்திப்பு என்று பெயர் சூட்டப்பெற்றது.

வாஞ்சி நாதனுக்கு நினைவு மண்டபம் கட்ட அப்போதைய முதல்வர் காமராஜரால் செங்கோட்டை முத்துசாமி பூங்காவில் 9 ஆகஸ்ட் 1957 ஆம் நாள் அடிக்கல் நாட்டப்பட்டது. ஆனால், பணிகள் நடைபெற வில்லை. கடந்த ஆண்டுதான் அது தொடர்பான பணிகள் நடைபெறத் தொடங்கின. எம்.ஜி.ஆர். ஆட்சியின்போது 17 ஆகஸ்ட் 1986 ஆம் நாள் திருஉருவச்சிலை நிறுவப்பட்டது. அவர் உயிர்நீத்த நாளான ஜூன் 17ஆம் நாள் காலை 10.50 மணிக்கு ஒவ்வொரு ஆண்டும் நகராட்சி சங்கை ஒலித்து வாஞ்சிநாதனுக்கு வீரவணக்கம் செய்ய ஏற்பாடு செய்யப்பட்டது.

சில பின்முடிவுகள்

1. பாரத மாதா சங்கத்தில் பயிற்சி பெற்றவர்கள் மிகக் குறைவான எண்ணிக்கையிலேயே இருந்ததாக நீதிமன்றத்தில் ஆறுமுகப் பிள்ளையும் சோமசுந்தரமும் வாக்குமூலம் அளித்துள்ளனர். ஆனால், வாஞ்சிநாதனின் உடலிலிருந்து கைப்பற்றப்பட்ட கடிதம் 3000 பேர் உள்ளதாகத் தெரிவிக்கின்றது. இது வெறும் பயமூட்டும் வரிதானோ? இவ்வரியின் பின்விளைவுகள் பற்றி வாஞ்சிநாதன் ஏன் சிந்திக்கவில்லை? தென்னிந்தியா முழுவதும் கடுமையான வேட்டையை பிரிட்டிஷார் நடத்த இவ்வரியே காரணமானது.

2. வாஞ்சிநாதன் உடையிலிருந்து கைப்பற்றப்பட்ட கடிதத்தில் நாள் குறிப்பிடப்படவில்லை. ஆதலால், அக்கடிதம் என்று எழுதப் பட்டது? முன்பே ஆஷ்துரையைக் கொலைசெய்யத் திட்டமிடப் பட்டு அது நிறைவேறாமல் போயிருக்குமோ? ஒருவேளை மணியாச்சியிலும் கொலைத்திட்டம் செயல்படுத்த இயலாது போனால் அக்கடிதத்தை மீண்டும் பயன்படுத்தும் திட்டம் வாஞ்சி நாதனுக்கு இருந்திருக்கலாம்.

3. ஆஷ்துரை தமிழகத்தில் தீண்டாமையை ஒழிக்கப் பாடுபட்டதாக ஒரு கருத்து (கதை) உண்டு. அதனை அயோத்திதாச பண்டிதர் உறுதிப்படுத்தியுள்ளார். ஆஷ்துரை திருநெல்வேலியில் இருந்த

காலக்கட்டத்தில் அயோத்திதாசர் கர்நாடகத்தில் கோலாரில் இருந்தார். இங்கு நடப்பவற்றை அவர் அறிந்திருக்க வாய்ப்பில்லை. யாரோ கூறிய கதையினைக் கேட்டு அவர் அம்முடிவுக்கு வந்திருக்கலாம்.

4. வாஞ்சிநாதனும் சாவடி அருணாசலம் பிள்ளையும் முதலில் வாஞ்சி நாதன்தான் ஆஷ்துரையைச் சுடவேண்டும் என்றும் குறிதவறினால் சாவடி அருணாசலம் பிள்ளை ஆஷ்துரையைச் சுடவேண்டும் என்றும் முடிவுசெய்திருந்தனர். அப்படியானால் வாஞ்சிநாதன் உடையிலிருந்த கடிதம்போலவே சாவடி அருணாசலம் பிள்ளை யிடமும் ஒரு கடிதம் இருந்திருக்குமோ. அதில் சாவடி அருணாசலம் பிள்ளை கையொப்பமிட்டிருக்கவேண்டும் அல்லவா? வாஞ்சி நாதனுக்குக் குறிதவறவில்லை. ஆதலால், காலம் வாஞ்சிநாதனுக்கே புகழை வாரி வழங்கியது.

12

பகத் சிங் : ஒரு மகத்தான மாவீரன்

பிரிட்டிஷ் நீதிமன்றம் இந்தியர்களுக்கென்றே பிரத்தியேகமாக உருவாக்கிய எழுதப்படாத சட்ட நுணுக்கங்களுள் ஒன்று, இந்தியர்கள் செய்யும் ஒரு குற்றத்துக்கு மட்டும் மூன்று மடங்கு தண்டனை வழங்கு வதாகும். அதன்படி, வெடிகுண்டு வீச்சுக்கு ஆயுள்தண்டனையும் ஒரு கொலைக்குத் தூக்குத் தண்டனையுமான இரண்டு தண்டனைகளை அவற்றில் சம்பந்தப்பட்ட மூன்று இளைஞர்களுக்கு வழங்கியது.

அம்மூவருக்கும் இந்த இரு தண்டனைகளையும் பிரிட்டிஷாரால் நிறைவேற்றியிருக்கமுடியும். மக்கள் எதிர்ப்பு காரணமாக அவர்கள் விடுவிக்கப்பட்டுவிடுவார்களோ என்ற அச்சம் மிதவாத இந்தியர் களுக்கும் பிரிட்டிஷாருக்கும் ஏற்பட்டதால் மிதவாத இந்தியர்களின் வேண்டுகோளின்படி பிரிட்டிஷார் ஒரு தண்டனையை மட்டுமே மூவருக்கும் நிறைவேற்றினர்.

பகத் சிங், சுக்தேவ் தபார், புஷிவ்ராம் ஹரி ராஜகுரு ஆகிய அந்த மூன்று இளம் காளைகளின் கழுத்துகளில் தூக்குக்கயிறு மாட்டப்பட்டபோது, மூன்று ஜோடி புரட்சி உதடுகளும் உச்சரித்த ஒரே மந்திரம் இன்குலாப் ஜிந்தாபாத்.

மண்ணெடுத்தான் மாவீரன்

இந்தியாவில் தொடங்கிய புரட்சிகர இயக்கங்களை அழித்தொழிப் பதற்காக பிரிட்டிஷ் அரசு, நீதிபதி ரௌலட் என்பவர் தலைமையில் ஒரு கமிஷனை அமைத்தது. 1918 ஆம் ஆண்டு அந்த கமிஷன் ஓர் அறிக்கையைச் சமர்ப்பித்தது. அதன்படி பிரிட்டிஷார் இந்தியர்களைக் கைதுசெய்யலாம். கைதுக்கான காரணத்தை அவர்களிடம் கூற வேண்டியதில்லை. சிறையில் அடைத்து விசாரிக்கலாம், சித்திரவதை

செய்யலாம். யாரும் கேள்விகேட்க முடியாது. இந்தச் சட்டம் ரௌலட் குழுவினரால் இயற்றப்பட்டதால் இதனை ரௌலட் சட்டம் என்று குறிப்பிட்டனர். தற்காலத்தில் உள்ள தடா, பொடா போன்ற பெரிய சட்டங்களுக்கெல்லாம் ரௌலட் சட்டம்தான் தாய்.

இச்சட்டம் 10 மார்ச் 1919 அன்று நடைமுறைக்கு வந்தது. அதனை எதிர்த்து இந்தியாவின் அனைத்துப் பகுதிகளிலும் மக்கள் கிளர்ச்சி செய்தனர். 06 ஏப்ரல் 1919ஆம் நாள் இச்சட்டத்துக்கு அகில இந்திய அளவில் எதிர்ப்புத் தெரிவிக்கப்பட்டது. ஏப்ரல் 10 அன்று முதன்மையான இந்தியத் தலைவர்கள் கைதுசெய்யப்பட்டனர். அதனை எதிர்த்து இந்தியாவின் பல இடங்களில் கண்டனப் பொதுக் கூட்டங்கள், கிளர்ச்சிகள், கலவரங்கள் நடைபெற்றன. அவற்றைக் கலைக்க, தடுக்க, ஒடுக்கக் காவல்துறை தடியடி, துப்பாக்கிச்சூடு போன்றவை நடத்தப்பெற்றன. இது தொடர்பாக பஞ்சாபிலுள்ள அமிர்தசரஸ் நகரில் நடந்த துப்பாக்கிச் சூட்டைக் கண்டித்துப் பல இடங்களிலும் கலவரம் வெடித்தது. அமிர்தசரஸ் நகரில் அமைதியை நிலைநாட்டும் பொறுப்பு பிரிகேடியர் ஜெனரல் ரெஜினால் எட்வர் ஹேரி டயர் என்பவரிடம் ஒப்படைக்கப்பட்டது. இவர் ராணுவப் பள்ளியில் பயின்றவர். பர்மா போரில் சிறப்பாகப் பணியாற்றியவர். முதல் உலகப் போரில் பங்கேற்றவர். இத்தகைய சிறப்புகளின் காரண மாக அவருக்கு 1915ஆம் ஆண்டு பிரிட்டிஷ் அரசு பதவி உயர்வு அளித்தது, பிரிட்டிஷ் இந்திய ராணுவத்தில் பிரிகேடியர் ஜெனரலாக நியமித்து பஞ்சாப் மாநிலத்தை அவரின் வசம் ஒப்படைத்தது.

ஜெனரல் டயர் என்ற பிரிட்டிஷ் அதிகாரி 12 ஏப்ரல் 1919 ஆம் நாள் ஓர் உத்தரவிட்டார். அந்த உத்தரவின்படி, பஞ்சாபில் எந்தப் பொதுக்கூட்டமும் நடத்தக் கூடாது, மக்கள் எங்கும் கூடக் கூடாது என்று அறிவுறுத்தப்பட்டனர். குடிதண்ணீர், மின்சாரம் ஆகியன நிறுத்தப்பட்டன. நகரம் இருளில் மூழ்கியது. மக்களின் இயல்பு வாழ்க்கை வெகுவாகப் பாதித்தது.

அது பண்டிகைக்காலம். ஏப்ரல் 13ஆம் நாள் பைசாகி என்ற சீக்கிய புத்தாண்டு தினமாகும். அன்றுதான் குருகோவிந்த் சிங் கால்ஸா (சீக்கிய அறப்படை) இயக்கத்துக்கு அடிக்கல் நாட்டிய தினமாகும். இந்நாள் அமிர்தசரஸ் நகரில் சிறப்புடன் கொண்டாடப்படுகிறது. அன்றே அறுவடைத் திருநாளும் கொண்டாடப்படுகின்றது.

அன்று பிற்பகலில் அமிர்தசரஸ் பொற்கோவிலுக்கு அருகில் உள்ள ஜாலியன் வாலாபாக் மைதானத்தில் கண்டனக் கூட்டம் நடத்த முடிவு செய்யப்பட்டது. அந்த மைதானம் 250 அடி நீளமும் 200 அடி

அகலமும் உடைய ஒரு திறந்தவெளி. நான்கு புறமும் மதிற்சுவரும், இரண்டரை அடி அகலமுள்ள ஐந்து வாசல்களும் உள்ளன. பெண்களும் குழந்தைகளும் இளைஞர்களும் பெரும் எண்ணிக்கையில் கலந்து கொண்ட இக்கூட்டம் அமைதியான முறையில் நடந்துகொண் டிருந்தது.

திடீரென ஜெனரல் டயர் தலைமையில் பிரிட்டிஷ் படை ஐந்தாவது வாசலை மறைத்து நின்றபடி உள்ளே சுடத் தொடங்கியது. 150 படைவீரர்கள். அவர்களுள் 100 பேர் பிரிட்டிஷ் சிப்பாய்கள். 50 பேர் இந்தியச் சிப்பாய்கள். 90 துப்பாக்கிகள் 15 நிமிடங்களில் 1650 ரவுண்டுகள் சுட்டன. அப்படையினர் கொண்டுவந்த அனைத்து குண்டுகளும் தீர்ந்தன. 1700 பேர் இறந்தனர், அவர்களுள் 120 பேர் தப்பிக்க நினைத்து அம்மைதானத்தில் இருந்த கிணற்றில் குதித்து இறந்தனர். 3000 பேர் படுகாயமடைந்தனர். மைதானத்துக்குரிய நுழைவுவழி மிகச்சிறிது என்பதால் ஜெனரல் ரெஜினால்ட் டயர் தனது சிறப்புத் தானியங்கித் துப்பாக்கி வாகனத்தை அங்கு கொண்டுவர இயலவில்லை. அது அங்கு கொண்டுவரப்பட்டிருந்தால் இறந்தோரின் எண்ணிக்கை ஐயாயிரத்தைத் தாண்டியிருக்கும்.

இந்த நிகழ்வு குறித்து 25 ஆகஸ்ட் 1919ஆம் நாள் ஜெனரல் டயர் ஸ்டாஃப் டிவிஷன் எனும் ராணுவ மேலதிகார நிலையினருக்கு கீழ்வருமாறு வாக்குமூலம் அளித்தார்.

'நான் சுட்டேன். கூட்டம் சிதறிப்போகும் வரை சுட்டுக்கொண்டே யிருந்தேன். மக்களின் நெஞ்சிலே எவ்வளவு பெருந்தாக்கம் ஏற்படுத்த வேண்டுமென்று எண்ணம் கொண்டேனோ அந்த அளவுக்கு அதிகம் சுடவில்லை என்றுதான் நினைக்கிறேன். என்னிடம் மட்டும் இன்னும் கூடுதலாகப் படையாட்கள் இருந்திருந்தால் அடிபட்டோர் மற்றும் இறந்தோரின் எண்ணிக்கை இன்னும் கூடுதலாகவே இருந்திருக்கும். நான் அங்கு போனது வெறுமே கூட்டத்தைக் கலைக்க மாத்திரமல்ல. மக்களின் நெஞ்சிலே ஒரு குலைநடுக்கத்தை ஏற்படுத்த வேண்டும் என்றுதான் போனேன். அங்கு கூடியவர்கள் நெஞ்சில் மட்டுமல்ல, பஞ்சாப் முழுவதிலும் எல்லோருக்குமே குலை நடுக்கம் தோன்ற வேண்டும் என்றுதான் சுட்டுக்கொண்டேயிருந்தேன். அவசியத்துக்கு மேல் கடுமை காட்டிவிட்டேனோ என்ற கேள்விக்கே இடமில்லை.'

இங்கிலாந்தில் வெளிவந்த மார்னிங் போஸ்ட் என்ற பத்திரிகை ஜெனரல் டயரை வெற்றி நாயகன் என்று புகழ்ந்தது. அவருக்கு 26,000 பவுண்ட் நிதியினை வழங்கியது. 13 பிரிட்டிஷ் பெண்கள் குழுவாக இணைந்து அவருக்கு சேவியர் ஆஃப் பஞ்சாப் என்ற பட்டத்தை வழங்கினர்.

ஜாலியன் வாலாபாக் படுகொலை இந்தியர்களை மூச்சடைக்கச் செய்தது. ரத்தச்சேறான அந்த மைதானத்துக்குச் சென்ற பதினொரு வயதுடைய ஒரு சிறுவன் மட்டும் ஒரு கைப்பிடி மண்ணை எடுத்துத் தன் வீட்டில் வைத்தான். இந்தியர்களின் ரத்தம் தோய்ந்த மண்ணின் மீது பிரிட்டிஷாரைப் பழிவாங்குவதாகச் சபதம் செய்தான். அச்சிறுவன் தான் பகத் சிங்.

பிரிட்டிஷாரிடமிருந்து இந்திய விடுதலையைப் பிச்சையெடுத்துப் பெறுவதைவிடப் பறித்துக்கொள்வதே சிறந்தது என்றும் அதனை ஆயுதத்தால்தான் பறிக்கமுடியும் என்றும் நம்பி, மூன்று இளைஞர்கள் ஒன்றுசேர்ந்தனர். அவர்கள் பிரிட்டிஷாரின் கொடுமைகளைத் தடுக்கும் கேடயமாகச் செயல்பட்டனர். அம்மூவரும் பிரிட்டிஷாருக்கு எதிரான கேடயத்தின் மூன்று புள்ளிகள். ஒருவர் சுக்தேவ் தபார். மற்றொருவர் புஷிவ்ராம் ஹரி ராஜகுரு. இவ்விருவரையும் தன் கொள்கையால் இணைத்தவர் பகத் சிங்.

15 மே 1907 ஆம் நாள் பஞ்சாப் மாநிலத்தில் உள்ள லூதியானாவில் சுக்தேவ் தபார் பிறந்தார். 27 செப்டெம்பர் 1907 ஆம் நாள் பஞ்சாப் மாநிலத்தில் உள்ள லாகூர் நகருக்கு அருகில் உள்ள லாயல்பூர் மாவட்டத்தில் உள்ள பங்கே என்ற கிராமத்தில் 105ஆம் இலக்க வீட்டில் சர்தார் கிஷன்சிங் - வித்தியாவதி தம்பதியருக்கு இரண்டாவது மகனாக பகத் சிங் பிறந்தார். வங்கப் பிரிவினைக்கு எதிர்ப்பு தெரிவித்த காரணத்துக்காகக் கைதுசெய்யப்பட்ட சர்தார் கிஷன்சிங் விடுதலையான தினத்தில் பிறந்ததால் அக்குழந்தைக்குப் பஞ்சாபி மொழியில் அதிர்ஷ்டமென்ற அர்த்தம் கொண்ட பகத் எனப் பெயரிட்டனர். பகத் சிங் லாகூர் தேசியக் கல்லூரியில் பயின்றபோது மார்க்ஸ், எங்கெல்ஸ், லெனின் பற்றிய நூல்களைப் படிக்கும் வாய்ப்புக் கிடைத்தது. கீர்த்தி என்ற இதழில் உதவி ஆசிரியராகப் பணியாற்றிய போது ரஷ்யப் புரட்சி, மார்க்சியம் பற்றிய கட்டுரைகளை பகத் சிங் படித்தார்.

1924ஆம் ஆண்டு பகத் சிங் பி.ஏ. படித்துக்கொண்டிருந்தபோது அவருக்குத் திருமண ஏற்பாடு செய்யப்பட்டது. அதற்குப் பகத் சிங், ‘இது திருமணம் செய்து கொண்டு மகிழும் காலகட்டம் அல்ல; என் உடல், உள்ளம், பொருள், ஆவி அனைத்தும் நாட்டுக்கே உரித்தானவை என்ற எண்ணத்தில் நானிருக்கிறேன்’ என்று கூறினார்.

அவருடைய காலகட்டத்தில் மிக அதிகம் வாசித்த தலைவர்களில் ஒருவர் பகத் சிங். சோஷலிசம், சோவியத் யூனியன், பிற புரட்சி இயக்கங்கள் பற்றி லாகூர் துவாரகதாஸ் நூலகத்தில் இருந்த அனைத்து நூல்களையும் முழுமையாகப் படித்தவர்; குறிப்பாக, ரஷ்யா, அயர்லாந்து, இத்தாலி ஆகிய நாடுகளைப் பற்றிய நூல்களைப்

படித்தார்; சுக்தேவ் மற்றும் பிறருடன் சேர்ந்து வாசிப்புக்குழுக்களை ஏற்படுத்தினார்; ஆழமான அரசியல் விவாதங்களுக்கு ஏற்பாடு செய்தார். புரட்சிப்படையின் அலுவலகம் ஆக்ராவுக்கு மாற்றப்பட்ட பின்னர், அங்கும் ஒரு நூலகத்தை நிறுவி, உறுப்பினரை வாசிக்கவும், புரட்சிக் கருத்துகளை விவாதிக்கவும் வலியுறுத்தினார். சட்டைப் பைகளில் எப்போதும் புத்தகங்களைத் திணித்து வைத்திருந்தார்; தன்னுடைய தோழருக்கு அவற்றைத் தயங்காமல் கொடுத்தார். நூல்களால் தன்னைச் செதுக்கிக்கொண்ட தனித்துவமான சிற்பி என்று பகத் சிங்கைக் குறிப்பிடலாம்.

சத்ரபதி சிவாஜியின் கொள்ளுப் பேரன் சாஹுஜி பட்டத்து இளவரச னாகப் பட்டம் கட்டியபோது அவருக்குக் குருவாக இருந்தவர் கஜேஸ்வர். அவருக்கு ராஜகுரு என்ற பட்டம் சிவாஜியால் சூட்டப் பட்டது. அப்போது முதல் அவரது பரம்பரையினர் ராஜகுரு என்ற அடைமொழியுடன் அழைக்கப்பட்டனர். கஜேஸ்வர் பேரன் அரிநாராயண ராஜகுருவுக்கு 02.08.1909 ஆம் நாள் சிவராம் பிறந்தார். இவரே பின்னாளில் ராஜகுரு என அறியப்பட்டார்.

இளம் வயதில் தன் தந்தையை இழந்த ராஜகுரு தன் அண்ணன் வீட்டில் வளர்ந்தார். இயல்பிலேயே கூர்மையான புத்திகொண்ட அவர் எப்போதும் எந்தக் கேள்விக்கும் விடை அளிக்கும் திறமை உள்ளவர். அவரது அண்ணனுடன் எழுந்த கருத்து வேறுபாட்டால் வீட்டைவிட்டு வெளியேறி பூனா, காசி எனப் பல இடங்களில் அலைந்து பின் கான்பூர் வந்தார். மேற்படிப்புக்காக வாரணாசி சென்றார். சமஸ்கிருதத்தை, உபநிஷத்தை, ஸ்மிருதிகளைக் கற்றறிந்தார். வாரணாசியில் இருக்கும் போதுதான் அவருக்குப் புரட்சியாளர்களோடு தொடர்பு ஏற்பட்டது. சந்திரசேகர சீதாராம் திவாரி ஆசாத், பகத் சிங், சுக்தேவ், படுகெஷ்வர், ஜதின் தாஸ், யஷ்பால் ஆகியோரோடு நெருக்கம் ஏற்பட்டது.

பிரிட்டிஷ் ஆட்சிக்கு அதிர்ச்சி வைத்தியம்

மூன்று இளைஞர்களும் தங்களுக்குக் கிடைத்த புரட்சி இயக்கத் தொடர்புகளால் தங்களின் மனத்தையும் அறிவையும் உடலையும் திடப்படுத்திக்கொண்டனர். 1924 ஆம் ஆண்டின் இறுதியில் சச்சின்தரா நாத் சன்யால் என்பவரால் தொடங்கப்பட்ட இந்துஸ்தான் குடியரசுக் கழகம் எனும் அமைப்பில் இம் மூவரும் இணைந்தனர்.

இந்த அமைப்பின் அப்போதைய முன்னணியாளர்களான ராம்பிரசாத் பிஸ்மில், ராஜேந்திரநாத் லகரி, அஷ்பகுல்லா கான், மன்மத்நாத் குப்தா, சந்திரசேகர சீதாராம் திவாரி ஆசாத் போன்றோர் 9 ஆகஸ்ட் 1925 அன்று காக்கோரி எனும் ரயில் நிலையத்தில் ரயிலை நிறுத்தி,

அரசு கஜானாவுக்குக் கொண்டு சென்ற பணத்தைக் கொள்ளை யடித்தனர். இது பிரிட்டிஷாரை ஆத்திரமூட்டியது. கடுமையான அடக்குமுறையை மேற்கொண்டனர். 1926 இறுதியில் தலைமறைவான ஆசாத் தவிர அனைவரும் கைது செய்யப்பட்டனர். இயக்கம் செயலற்று நின்றது.

புரட்சி இயக்கங்களை உயிர்ப்பிக்கப் பல இடங்களுக்கு பகத் சிங் செல்லவேண்டியிருந்தது. அதற்கு சுக்தேவும் விஜயகுமார் சின்காவும் உதவினர். பகத் சிங் சக தோழர்களுடன் விவாதித்து நவஜவான் பாரத் சபா என்ற பெயரில் 1926ஆம் ஆண்டு ஒரு புதிய அமைப்பை உருவாக்கினார். அதன் தலைவராக பகவதி சரணும் செயலாளராக பகத் சிங்கும் தேர்ந்தெடுக்கப்பட்டனர். அப்போது சமயச் சார்பின்மையை வலியுறுத்தி பகத் சிங் இரண்டு விதிகளை எழுதினார்: 1. வகுப்புவாதக் கருத்துக்களைப் பரப்பும் வகுப்புவாத அமைப்புகளுடனும், கட்சிகளுடனும் எந்தத் தொடர்பும் வைத்துக்கொள்ளக் கூடாது. 2. சமயத்தைத் தனிமனிதரின் சொந்தக் கருத்தாகக் கொண்டு, அதன் அடிப்படையில் மக்கள் மத்தியில் சமயச் சகிப்புத்தன்மையை உரு வாக்குவது. சமயம் மற்றும் மூட நம்பிக்கைகளின் பிடியில் இருந்து மக்களை விடுவிக்க வேண்டியது அவசியம் என்று பகத் சிங் உணர்ந்தார்.

இந்த அமைப்பில் ஜெய்கோபால், துர்க்கா தேவி போன்ற வீரர்கள் உறுப்பினர்களாக இருந்தனர். அந்த அமைப்பில் உள்ளவர்கள் பூணூல், நாமம், விபூதிப்பட்டை, குடுமி, தாடி, தலைப்பாகை முதலிய மதத் தொடர்புடைய அனைத்து மதச் சின்னங்களையும் தூக்கி எறிந்தனர். இளைஞர், விவசாயிகள், தொழிலாளர் மத்தியில் வெளிப்படையாக அரசியல் பணிபுரிய இந்த அமைப்பைப் பயன்படுத்தினர். கிராமங்களில் இதன் கிளைகளை அமைக்க ஏற்பாடு செய்தனர். இந்த அமைப்பின் கீழ், மண்ணெண்ணெய் விளக்கில் படங்கள் காட்டி அரசியல் உரைகள் நிகழ்த்தினர். பகத் சிங்கும், சுக்தேவும் மாணவர் மத்தியில் சட்டபூர்வமாக அரசியல் பணியாற்ற லாகூர் மாணவர் பேரவையைப் பயன்படுத்தினர். வெளிப்படையாக மக்கள் மத்தியில் சுதந்தர வேட்கையைத் தூண்டும் கூட்டங்கள் இந்த அமைப்பினரால் நிகழ்த்தப்பட்டன. விடுதலைபெற்ற ஆசாத் தலைமறைவு வாழ்க்கையை மேற்கொண்டார். அவருடன் பகத் சிங் ரகசியத் தொடர்புகொண்டிருந்தார். ஒருவகையில் பகத் சிங்குக்கு ஆசாத்தே மூளையாகச் செயல்பட்டார்.

செப்டெம்பர் 1928 09-10 ஆகிய தினங்களில் டெல்லி ஃபெரோஷா கோட்லா மைதானத்தில் நடந்த கூட்டத்தில் அதுவரை இந்திய

சமதர்மக் குடியரசு ராணுவம் (HSRA) இருந்த அமைப்பின் பெயர், இந்துஸ்தான் சோசலிசக் குடியரசுக் கழகமாக (இ.சோ.கு.க) மாற்றப்பட்டது. அந்த அமைப்பின் மத்தியக் குழு உறுப்பினராக பகத் சிங் தேர்ந்தெடுக்கப்பட்டார். இந்தப் புரட்சி இயக்கங்களின் பெயர்கள்தான் மாறினவே தவிர அவற்றிலிருந்த உறுப்பினர்களோ அவர்களின் நோக்கங்களோ சிறிதும் மாறவில்லை.

சைமன் கமிஷனை எதிர்த்த பஞ்சாப் சிங்கம்

1919 ஆம் ஆண்டு பிரிட்டிஷாரால் இயற்றப்பட்ட இந்திய அரசுச் சட்டம் இந்தியர்களுக்கு வரையறுக்கப்பட்ட தன்னாட்சி அதிகாரத்தை வழங்கியது. இதன்மூலம் இரட்டை ஆட்சிமுறை நடைமுறைக்கு வந்து, சட்டமன்றங்கள் உருவாக்கப்பட்டன. இந்திய தேசிய காங்கிரஸ் இதை ஏற்கவில்லை. தேர்தலில் போட்டியிடவும் இந்தியாவின் நிர்வாகத்தில் பங்கேற்கவும் மறுத்துவிட்டது. நீதிக்கட்சி முதலான கட்சிகள் தேர்தல்களில் பங்கேற்று ஆட்சி செய்தன. இந்திய அரசுச் சட்டத்தில் இரட்டை ஆட்சிமுறை நடைமுறைக்கு வந்து பத்து ஆண்டு களுக்குப் பின்னர் அதன் நிறை, குறைகளை ஆராயக் குழுவொன்றை அமைக்க வழிவகை செய்திருந்தது.

அதன்படி 1928ஆம் ஆண்டு பிரிட்டிஷ் அரசு 1. சர் ஜான் சைமன், 2. கிளமண்ட் அட்லி, 3. ஹென்ரி-லெவி லாசன் பர்னாம் பிரபு, 4. எட்வர்ட் காடோகன், 5. வெர்னான் ஹார்ட்ஷோம், 6. ஜார்ஜ் லேன்-ஃபாக்ஸ், 7. டோனால்ட் ஹோவார்ட் ஆகிய பிரிட்டிஷ் நாடாளுமன்ற உறுப்பினர்கள் ஏழு பேர் அடங்கிய குழு ஒன்றை அமைத்தது. இதன் தலைவர் சர் ஜான் சைமன். அவரது பெயரால் இக்குழு சைமன் கமிஷன் என்று வழங்கப்பட்டது.

இந்தியாவுக்கு வந்து ஆட்சியாளர்கள், ஆளும் கட்சிகள், எதிர்க்கட்சிகள் எனப் பல தரப்பினருடன் கலந்தாலோசித்து அவர்களின் கருத்துகளைக் கேட்டறிவதும், அடுத்த எந்த மாதிரியான சீர்திருத்தங்களை அறிமுகப்படுத்தலாம் என்பது குறித்து பரிந்துரை செய்வதும் இக்குழுவுக்குத் தரப்பட்டிருந்த பணிகளுள் சிலவாகும். 1928ஆம் ஆண்டு பிப்ரவரி மாதம் முதல்வாரத்தில் சைமன் கமிஷன் முதல் முறையாக இந்தியா வந்திறங்கியது.

இந்தியர்களின் அரசியல் எதிர்காலத்தை முடிவு செய்ய நியமிக்கப்பட்ட குழுவில் இந்தியர் ஒருவர் கூட இடம் பெறாததால் பெரும்பாலான இந்தியர்கள் அதிருப்தி கொண்டனர். இந்திய தேசிய காங்கிரஸ், சுயாட்சி கட்சி, முஸ்லிம் லீக் போன்ற கட்சிகள் சைமன் குழுவைப் புறக்கணிக்க முடிவு செய்தன.

சைமன் கமிஷன் இந்தியாவுக்கு வந்தபோது அதனை எதிர்த்து மக்கள் போராட்டங்கள் நடத்தினர். 'சைமன் திரும்பிப் போ' என்று கோஷமிட்டபடி சைமன் சென்ற சென்னை, கல்கத்தா, டெல்லி, லக்னோ, பட்னா ஆகிய நகரங்களில், வழியெங்கும் ஆயிரக்கணக் கானோர் கருப்புக் கொடி போராட்டங்கள் நடத்தினர். நீதிக்கட்சி போன்ற சில கட்சிகள் சைமன் கமிசனுக்கு ஒத்துழைப்பு அளித்து தங்கள் கருத்துகளைத் தெரிவித்தன. 1928ஆம் ஆண்டு அக்டோபர் மாதம் இரண்டாம் முறையாக சைமன் கமிஷன் இந்தியா வந்தபோது அதே போராட்டங்கள் மேலும் தீவிரமடைந்தன.

30 அக்டோபர் 1928ஆம் நாள் லாகூரில் சைமன் கமிஷன் எதிர்ப்பு ஊர்வலம் நடத்த நவஜவான் பாரத் சபா ஏற்பாடு செய்தது. அந்த ஊர்வலத்தை பஞ்சாப் சிங்கம் என்று போற்றப்படும் லாலா லஜபதிராய் தலைமை தாங்கி நடத்தினார். ஊர்வலத்தில் சைமனுக்குக் கருப்புக் கொடி காட்டப்பட்டது. ஊர்வலத்தைக் கலைக்கக் காவல்துறை தடியடி நடத்தியது. லாலா லஜபதிராய் கண்மூடித்தனமாகத் தாக்கப் பட்டார்.

'என்மீது விழும் ஒவ்வொரு அடியும் பிரிட்டிஷ் சாம்ராஜ்யத்தின் கல்லறை மீது அறையப்படும் ஆணியாகும்' என்று கர்ஜித்தார் லாலா லஜபதிராய். அவருக்குச் சிகிச்சை அளித்தனர். ஆனால், அவர் 17 ஜனவரி 1928ஆம் நாள் மரணமடைந்தார். அவரது இறுதி ஊர்வலத்தில் ஒன்றரை லட்சம் மக்கள் கலந்து கொண்டனர்.

பழிக்குப் பழி

பகத் சிங், அவர்தம் தோழர்கள் மற்றும் அவர்கள் சார்ந்த இயக்கத்தின் கருத்துகளுக்கு முற்றிலும் எதிரானவர் லாலா லஜபதிராய். இருப்பினும் தீவிரவாதத் தலைவர் சி.ஆர். தாஸின் மனைவி விதவை வாஸந்தி தேவி, லாலா லஜபதிராயின் மரணத்துக்குக் காரணமானவரைப் பழிவாங்க வேண்டுமென பகத் சிங் மற்றும் தோழர்களிடம் கேட்டுக் கொண்டதாலும் பிரிட்டிஷாரின் அடக்குமுறைகளுக்கு முற்றுப்புள்ளி வைக்கவேண்டும் என்று கருதியதாலும் லாலா லஜபதிராய் கொலைக்குப் பதிலடி கொடுக்க இ.சோ.கு.க தீர்மானித்தது.

லாலா லஜபதிராய் நடத்திய ஊர்வலத்தில் தடியடி நடத்த உத்தரவிட்ட லாகூர் காவல்துறைக் கண்காணிப்பாளர் ஜே. ஏ. ஸ்காட்டைக் கொலை செய்ய இ.சோ.கு.க தீர்மானித்தது. பகத் சிங், சிவ்ராம் ஹரி, ராஜகுரு, சந்திரசேகர ஆசாத் மற்றும் ஜெய்கோபால் ஆகியோர் இக்காரியத்தை நிறைவேற்றத் தேர்ந்தெடுக்கப்பட்டனர். 17 டிசம்பர் 1928 ஆம் நாள் பலிவாங்கும் நாளாகக் குறிக்கப்பட்டது.

ஜே.ஏ. ஸ்காட் அலுவலகத்தைவிட்டு வெளியே வரும்போது ஜெய்கோபால், பகத் சிங்குக்கும் ராஜகுருவுக்கும் சைகை காட்ட வேண்டும், ராஜகுரு சுடவேண்டும், பின்னர் அவர்கள் தப்பியோட ஆசாத் உதவவேண்டும் எனத் திட்டமிட்டிருந்தனர். ஆனால், ஜெய்கோபால் உதவிக் கண்காணிப்பாளர் ஜே.பி. ஜான் சாண்டர்ஸைத் தவறுதலாக ஸ்காட் என நினைத்து சைகை காட்டிவிட பகத் சிங்கும் ராஜகுருவும் சாண்டர்ஸைச் சுட்டுக் கொன்றனர். கொலையாளிகளை விரட்டிப்பிடிக்க முயன்ற தலைமைக் காவலர் (ஏட்டு) சௌந்தர் சுட்டுக் கொல்லப்பட்டார். மறுநாள் லாகூரில் சுவரொட்டிகள் அடித்து ஒட்டித் தாங்கள் செய்த கொலையை இ.சோ.கு.க. ஒப்புக் கொண்டது. கீழ்வரும் வாசகங்களைத் தாங்கிய சுவரொட்டிகள் ஒட்டப்பட்டன.

'ஜே.பி. சாண்டர்ஸ் கொல்லப்பட்டான். லாலா லஜபதி ராயின் மரணத்துக்குப் பழி தீர்க்கப்பட்டது. இந்த மனிதனின் மரணத்தில் இறந்து போனது இந்தியாவில் பிரிட்டிஷ் அதிகாரத்துக்குத் துணை போன ஒருவன். மனித ரத்தம் சிந்த நேர்ந்ததற்கு வருந்துகிறோம். ஆனால் புரட்சியின் சன்னிதியில் தனிமனிதத் தியாகங்கள் தவிர்க்க முடியாதது.'

பழிக்குப் பழி வாங்கியமை மக்களுக்கு மகிழ்ச்சி ஏற்படுத்தியது.

'பகத் சிங் லஜபதிராயின் கௌரவத்தைக் காப்பாற்றினார்' என்று ஜவாஹர்லால் நேரு குறிப்பிட்டார். பகத் சிங் மற்றும் அவரது தோழர்கள்மீது லாகூர் சதி வழக்குத் தொடரப்பட்டது. மூவரும் தலைமறைவாகினர். ராஜகுரு டெல்லி வந்தார். காவல்துறை பின்தொடர்ந்தது. அங்கிருந்து நாகபுரி வந்தார். ஆர்.எஸ்.எஸ் தலைவர் ஹெக்டெவாரைச் சந்தித்தார். அவர்மூலம் ஒரு ஆர்.எஸ்.எஸ் தொண்டர் விட்டில் தங்கினார். பின்னர் புனே செல்ல ரயிலில் சென்று கொண்டிருக்கும்போது காவல்துறையினரால் கைதுசெய்யப்பட்டார்.

பகத் சிங்குடன் நவஜவான் பாரத் சபாவில் இணைந்து செயல்பட்ட தொழிலாளர்-விவசாயிகள் கட்சியின் தலைவர் சோகன் சிங் ஜோக்ஷ், ஜே.பி. சாண்டர்ஸ் கொலைக்குப் பின்னர் கல்கத்தாவில் பகத் சிங்கைச் சந்தித்தபொழுது அவரிடம் பகத் சிங், 'நீங்கள் தொழிலாளர்களையும் விவசாயிகளையும் ஒருங்கிணையுங்கள். நாங்கள் ஆங்கில ஒருங்கிணைவை உடைத்தெறிகிறோம். நாம் இப்படி ஒரு வேலைப் பிரிவினையை ஏற்படுத்திக் கொள்வோம்' என்று கூறினார். கம்யூனிசம் அவர்களை ஈர்த்த போதிலும், 'மாபெரும் மக்கள் இயக்கத்தின் ராணுவமாக உருக்கொள்வதே இந்துஸ்தான் சோசலிசக் குடியரசுக் கழகத்தின் இலக்காக இருந்தது. அன்றைய சூழலில், தொழிற்சங்க இயக்கம் நாட்டில் முன்னேறிக் கொண்டிருந்தது. 1928ஆம் ஆண்டு

வட மாநிலங்களில் பரவலாகத் தொழிலாளர் வேலை நிறுத்தங்கள் தீவிரமாக நடைபெற்றன. வளர்ந்து வரும் தொழிலாளர் இயக்கத்தைக் கடுமையாக ஒடுக்க நினைத்து பிரிட்டிஷ் அரசு தொழிற் தகராறு மசோதாவை டெல்லி மத்திய சபையில் கொண்டுவந்தது.

தொழிற் தகராறு மசோதா நிறைவேற்றப்படும் நாளில் டெல்லி மத்திய சபையில் உயிர்ச்சேதமின்றி வெடிகுண்டுகள் வீசுவதென்றும், தானாகவே கைதை ஏற்றுக்கொண்டு நீதிமன்றத்தில் வழக்காடுவதன் மூலம் பிரிட்டிஷ் அரசின் அடக்குமுறைகளை அம்பலப்படுத்தலாம் என்றும் ஒரு திட்டத்தை பகத் சிங் வகுத்து, அதனைத் தன் இயக்கத்தின் மத்திய கமிட்டியில் கூறினார். இவற்றைச் செய்து முடித்த பின்னால் ஒரு வேளை தப்ப முடியவில்லையென்றால், தூக்கு மேடை செல்லவும் தயாராக இருக்க வேண்டுமென்றார். இவர் முன் வைத்த திட்டம் அந்த இயக்கத்தாரால் ஏற்கப்பட்டது.

*08 ஏப்ரல் 1929*ஆம் நாள் டெல்லி மத்திய சபையின் கேள்வி நேரத்தில் வைஸ்ராயின் சிறப்பு அதிகாரத்தைப் பயன்படுத்தி தொழிற் தகராறு மசோதா நிறைவேறியதை அறிவிக்க ஜெனரல் சூஸ்டர் எழுந்தார். உடனடியாகப் பார்வையாளர் அரங்கிலிருந்த பகத் சிங்கும், பி. பதுகேஷ்வர் தத்தும் வெடிகுண்டுகளை யாருமற்ற இருக்கைகளின் மீது வீசினர்.

குண்டை வீசியபின் இருவரும் தப்பியோட முயற்சி செய்யவில்லை. யாரையும் கொல்வது அவர்களுடைய நோக்கம் அல்ல. வீசப்பட்ட குண்டுகள் பலவீனமானவைதான். கைதாகி, விசாரணையில் நீதிமன்றத்தைப் பிரசார மேடையாக்குவதுதான் அவர்களுடைய திட்டம். மக்கள் மத்தியில் தங்களுடைய இயக்கத்தையும், சித்தாந் தத்தையும் பரவலாக்குவதுதான் அவர்களுடைய எண்ணம். குண்டு வீச்சுக்குப் பின் மன்றத்தில் அவர்கள் 'செவிடர்களைக் கேட்கச் செய் வதற்கு வெடிகுண்டு முழக்கங்கள் அவசியமானவை' எனும் தலைப்பி லான சிவப்புத் துண்டறிக்கைகளை வீசியவாறு, புரட்சி நீடூழி வாழ்க, ஏகாதிபத்தியம் ஒழிக, உலகப் பாட்டாளிகளே ஒன்று சேருங்கள் ஆகிய முழக்கங்களை எழுப்பினார்கள். அவர்களை நெருங்கத் தயங்கியவாறு காவலர்கள் நீண்ட நேரம் நின்றனர். பின்னர் பகத் சிங் அவர்களை நோக்கி தாங்கள் கைதுக்குத் தயாராக இருப்பதாகவும், தங்களிடம் ஆயுதங்கள் இல்லையெனவும் உறுதியளித்த பின்னரே அக்காவலர்கள் அவர்களை நெருங்கிவந்து அவர்களைக் கைது செய்தனர்.

06 ஜூன் 1929 ஆம் நாள் பகத் சிங்கும், பி.கே.தத்தும் நீதிமன்றத்தில் தாக்கல் செய்த அறிக்கை வரலாற்றுப் புகழ் பெற்றதாகும். வெடிகுண்டு வீசியதை ஏற்றுக்கொண்ட தோழர்கள், அதன் நோக்கம் உயிர்ப்

பலியல்ல என்பதை வலியுறுத்தியதோடு, அதன் அரசியல் நோக்கம் குறித்தும் வாதாடினர். 'எங்களது ஒரே நோக்கம் செவிடர்களைக் கேட்கச்செய்வதும், செவிமடுக்காதவர்களுக்குத் தக்க எச்சரிக்கை வழங்குவதுமேயாகும். மிகப்பலரும் எங்களைப் போன்றே செய்ய விரும்பினர். வெளித்தோற்றத்தில் அமைதியாகக் காட்சியளிக்கும் இந்திய மக்கள் கடலிலிருந்து, ஒரு மாபெரும் சூறாவளி எழும்பவிருக்கிறது... கற்பனாவாத சாத்வீகத்தின் காலம் முடிந்துவிட்டதைத் துளியும் சந்தேகத்துக்கிடமின்றி இளைய தலைமுறை ஏற்றுக் கொண்டு விட்டதை நாங்கள் அடையாளப்படுத்த மட்டுமே செய்துள்ளோம்.'

இன்குலாப் ஜிந்தாபாத், ஏகாதிபத்தியம் ஒழிக, உழைக்கும் வர்க்கம் வாழ்க போன்ற முழக்கங்களை எழுப்பிக்கொண்டே தினமும் நீதிமன்றங்களுக்குள் வந்தனர். வீர மரணத்துக்காக எங்கள் இதயம் ஏங்குகிறது, வீரம், தியாகம் ஆகியனவற்றின் நிறமான சந்தன நிறத்தை என் ஆடைக்குத் தாரீர்... போன்ற பாடல்களை நீதிமன்றங்களில் பாடினர். அவை அனைத்தும் நாளிதழ்களில் வெளியாயின. நாடு முழுவதும் உள்ள மக்களின் ஆதரவையும் அனுதாபத்தையும் பகத் சிங் மற்றும் அவர்தம் தோழர்கள் பெற்றனர்.

அன்று உலகப் பத்திரிக்கைகளில் விரிவாக வெளியிடப்பட்ட பகத் சிங்கின் அறிக்கைகள் மக்களால் வரவேற்கப்பட்டன. வழக்கை விரைந்து நடத்திய பிரிட்டிஷ் அரசு, 12 ஜூன் 1929 ஆம் நாள் பகத் சிங் மற்றும் பி.கே.தத் இருவருக்கும் ஆயுள் தண்டனை விதித்தது.

சிறைப்பட்ட சிங்கம்

பகத் சிங் ஐந்து மொழிகளில் பேசவும் எழுதவும் தெரிந்தவர். சிறையில் இருந்தபோது அவர் 115 புத்தகங்களைப் படித்தார். ஆறு குறுநூல்களை எழுதினார். அவற்றுள் சோசலிசத் தத்துவம், சுயசரிதை, இந்தியாவில் புரட்சி இயக்க வரலாறு, மரணத்தின் நுழைவாயில் ஆகிய நான்கு நூல்கள் கையெழுத்துப் பிரதிகளாகவே பிரிட்டிஷாரால் அழிக்கப் பட்டன. எண்ணற்ற கடிதங்களையும் கட்டுரைகளையும் எழுதினார். 'நான் ஏன் நாத்திகனானேன்?' என்ற கட்டுரை புகழ்பெற்றது. அது பகத் சிங்கைப் புரிந்துகொள்ள உதவும் முதன்மையான கட்டுரை. தன் சிறைவாழ்நாளில் 114 நாள்கள் உண்ணாவிரதம் இருந்துள்ளார்.

சிறையிலடைக்கப்பட்ட தோழர்கள் அங்கேயும் தமது போராட் டத்தைத் தொடர்ந்தனர். அன்றைய சூழலில் அரசியல் கைதிகள் கிரிமினல் கைதிகளைப் போல நடத்தப்படுவதைக் கண்டித்தும், ஆங்கிலேய அரசியல் கைதிகளுக்குக் காட்டப்பட்ட பாரபட்சத்தைக் கண்டித்தும், பகத் சிங் லாகூர் சிறையிலிருந்தும், பி.கே.தத்

மியான்வாலி சிறையிலிருந்தும் 13 ஜூலை 1929 ஆம் நாள் உண்ணா விரதத்தைத் தொடங்கினார்கள். கைது செய்யப்பட்ட பிற புரட்சியாளர் களும் அவர்களுடன் உண்ணாவிரதத்தில் பங்கேற்றனர். அவர்களுக்கு வலுக்கட்டாயமாக உணவு புகட்ட முயன்ற முயற்சிகளைக் கடுமை யாக எதிர்த்தனர்.

63 நாள் உண்ணாவிரதத்துக்குப் பிறகு ஜதிந்தாஸ் 13 செப்டெம்பர் 1929 ஆம் நாள் இறந்தார். அவரது உடல் லாகூர் சிறையிலிருந்து கல்கத்தா எடுத்துச்செல்லப்பட்டது. அவரது இறுதி ஊர்வலத்தில் ஆறு லட்சம் மக்கள் கலந்து கொண்டனர்.

சாண்டர்ஸ் கொலை வழக்கு இரண்டாம் லாகூர் சதி வழக்காக 10 ஜூலை 1929 ஆம் நாள் முதல் தொடங்கியது. பகத் சிங் இவ் வழக்கிலும் முக்கியக் குற்றவாளியாகச் சேர்க்கப்பட்டார். பகத் சிங்கும் தோழர்களும் நீதிமன்றத்தில் தங்களுக்கே உரித்தான முறையில் வாதாடினர். லெனின் தினம் மற்றும் காக்கோரி தினம் நீதிமன்றத் தாலேயே தோழர்களால் கொண்டாடப்பட்டது. பகத் சிங், மூன்றாவது கம்யூனிஸ்ட் அகிலத்துக்குத் தங்களது வாழ்த்துத் தந்தியை அனுப்ப நீதிமன்றத்துக்கு வேண்டுகோள் விடுத்தார்.

ஒரு கட்டத்தில் இந்த வழக்கு விசாரணை, மக்கள் மத்தியில் அச்சத்தை உண்டாக்குவதற்குப் பதிலாகப் புரட்சியாளர்களுக்குச் செல்வாக்கு உண்டாக்குவதை உணர்ந்த பிரிட்டிஷ் அரசு, 01 மே 1930 ஆம் நாள் லாகூர் சதி வழக்கு சட்டவரைவின் மூலமாக வழக்கை விசேஷ நீதிமன்றத்துக்கு மாற்றியது. அதனடிப்படையில், அனைத்து நீதித்துறை விதிமுறைகளும் மீறப்பட்டு குற்றம் சாட்டப்பட்டோர் இல்லா மலேயே விசாரணை நடைபெறலாம் என அறிவிக்கப்பட்டது.

பகத் சிங்கின் தந்தை, சாண்டர்ஸ் கொலைக்கும் தன் மகனுக்கும் தொடர்பில்லை என்று தீர்ப்பாயத்துக்கு ஒரு கடிதம் எழுதினார். அதுகுறித்து வருத்தமடைந்த பகத் சிங் 04 அக்டோபர் 1930ஆம் நாள் தன் தந்தைக்கு ஒரு கடிதம் எழுதினார். 'எனது உயிர் அந்த அளவுக்கு அருமையானது அல்ல. எனது கோட்பாடுகளை விலையாகக் கொடுத்து வாங்குமளவுக்கு அது ஒன்றும் அத்தனை மதிப்புடையது அல்ல.'

குற்றம் சாட்டப்பட்டோர் இல்லாமலேயே நடைபெற்ற விசாரணையின் படி 07 அக்டோபர் 1930 ஆம் நாள் தீர்ப்பு கூறப்பட்டது. அத்தீர்ப்பில் பகத் சிங், சுக்தேவ் தபார், புஷிவ்ராம் ஹரி ராஜகுரு ஆகிய மூவருக்கும் தூக்குத் தண்டனை வழங்கப்பட்டிருந்தது. தண்டனை 17 அக்டோபர் 1930 ஆம் நாள் நிறைவேற்றப்பட வேண்டும் என்றும் குறிப்பிடப் பட்டிருந்தது.

அம்மூவரின் தோழர்களான கிஷோரிலால், மகாவீர்சிங், விஜய குமார்சிங், சிவ வர்மா, கயா பிரசாத், ஜெயதேவ், பி.கே. தத், கே.என். திவாரி ஆகியோருக்கு ஆயுள் தண்டனையும், குந்தன்லாலுக்கு ஏழு ஆண்டுகள் சிறையும், பிரேமதத்தாவுக்கு மூன்று ஆண்டுகள் சிறைத் தண்டனையும் வழங்கப்பட்டன. குற்றம் சாட்டப்பட்டிருந்த அஜய் குமார் கோஷ், சன்யால், கேஸ்விக் ஆகியோர் விடுதலை செய்யப் பட்டனர்.

மூவரின் தூக்குத்தண்டனையையும் இந்தியாவில் சிலர் மகிழ்ந்து எதிர்நோக்கியிருந்தனர். பலர் அவர்கள் எப்படியேனும் தூக்குக் கயிற்றிலிருந்து தப்பிவிடவேண்டும் என்று இறைவனிடம் மன்றாடினர். தீவிரவாதத்தில் நம்பிக்கையற்றவரும்கூட மனிதநேய அடிப்படையில் அம்மூவருக்கும் தண்டனையைக் குறைக்கலாம் என்று விரும்பினர். அதிகாரமிக்க சில மிதவாதிகள் மூவருக்கும் தூக்குக் கயிற்றை விரைவில் மாட்டிவிட்டு இறுக்க என்ன வழி என்று தீவிரமாகத் தேடினர்.

பகத் சிங் ஏற்படுத்திய புரட்சி அலை காங்கிரஸை அழிக்கத் துணிந்தது. அதிலிருந்து தப்பிக்கவே காங்கிரஸ் கட்சி, 1929ஆம் ஆண்டு வரை பெயரளவு டொமினியன் அந்தஸ்தையே கோரிவந்த தன் நிலையை மாற்றி, 1930ஆம் ஆண்டு 'பூரண சுதந்தர' கோரிக்கைக்கு மாறியது. சட்ட மறுப்பு இயக்கத்தைத் தொடங்கியது. இதனை 29 ஜனவரி 1931 அன்று குடி அரசு இதழில் பெரியார் குறிப்பிட்டார்.

'..காந்தியவர்களே, இக்கிளர்ச்சி (சட்ட மறுப்பு இயக்கம்) ஆரம் பிப்பதற்கு முக்கிய காரணம் பகத் சிங் போன்றவர்கள் செய்யும் காரியங்களைத் தடுப்பதற்கும், ஒழிப்பதற்குமே என்ற கருத்துப்பட நன்றாய் வெளிப்படையாகவே எடுத்துச் சொல்லியிருக்கின்றனர்.'

மூவரும் விடுதலை செய்யப்படவேண்டும் என்று இந்தியா முழுவதும் குரல் எழுப்பப்பட்டது. இதுகுறித்த லட்சக்கணக்கான இந்தியர்களின் கையெழுத்துகள் கொண்ட மனுக்கள் பிரிட்டிஷ் அரசாங்கத்துக்கு வந்து குவிந்தன. பலர் அதில் ரத்தத்தாலும் கையெழுத்திட்டு அனுப்பியிருந் தனர்.

அப்போது காந்தியடிகளுக்கும் வைஸ்ராய் இர்வினுக்கும் இடையே எட்டப்படவிருந்த காந்தி - இர்வின் ஒப்பந்தத்துக்கான பேச்சுவார்த்தை கள் நடந்து கொண்டிருந்தன. ஒப்பந்தத்தின் நிபந்தனைகளில் ஒன்றாக மூவரின் தூக்குத் தண்டனையை ஆயுள் தண்டனையாகக் குறைக்க வேண்டும் என்ற நிபந்தனை சேர்க்கப்படவேண்டும் என்ற கோரிக்கை

காங்கிரசுக்குள்ளேயே எழுந்தது. காந்தியடிகள் நினைத்தால் இந்த மூன்று இளைஞர்களின் உயிரைக் காப்பாற்ற முடியும் என்று இந்திய நாடு நம்பியது.

சட்ட மறுப்பு இயக்கத்தின் வளர்ச்சிப் போக்கில், வழக்கம் போல் சமரசப் பேச்சுவார்த்தைக்காக காந்தி மன்றாடினார். அதன் விளைவாக காந்தி-இர்வின் பேச்சுவார்த்தை ஏற்பட்டது. பேச்சுவார்த்தையில், பகத் சிங்கையும் இதர தோழர்களையும் விடுதலை செய்யக் கோரும், குறைந்தபட்சம் அவர்கள் தண்டனையையேனும் குறைப்பதற்கான ஷரத்தைச் சேர்க்க வலியுறுத்தி நாடு முழுவதும் கோரிக்கை விடுக்கப்பட்டது. அதற்கு உடன்பட மறுத்த காந்தி, தனிப்பட்ட முறையில் வேண்டுகோள் விடுப்பதாக உறுதியளித்தார். ஆனால் அவர் என்ன செய்தார் என்பது வரலாற்றில் பதிவு செய்யப்பட்டிருக்கிறது.

இங்கிலாந்து அரசுக்கு அன்றாடம் பேச்சுவார்த்தை விவரங்களைத் தெரிவிக்கக் கடமைப்பட்டிருந்த இர்வின், அந்தக் குறிப்புகளை ஆவணப்படுத்தியுள்ளார்:

ஆவணக்குறிப்பு - *01*

> 'முடிவில், அவர் (காந்தி) ....பகத் சிங் வழக்குக் குறித்துக் குறிப்பிட்டார். அவர் (மரண) தண்டனையை நீக்கக் கோரவில்லை. ஆனால், தற்போதைய சூழ்நிலையில் தண்டனையைத் தள்ளி வைக்கக் கேட்டுக்கொண்டார்.'

(கோப்பு எண்: 5- 45/1931- 2 , உள்துறை அமைச்சகம், தேசிய ஆவணக் காப்பகம் - அரசியல் பிரிவு).

ஆவணக்குறிப்பு - *02*

> 'அவர் (காந்தி) வெளியேறும்பொழுது, மார்ச் 4 பகத் சிங் தூக்கிலிடப்பட இருப்பதாகப் பத்திரிகைகளில் செய்தி படித்ததாகவும், துரதிர்ஷ்டவசமாக காங்கிரஸின் புதிய தலைவர் கராச்சியில் வந்திறங்கும் நாளும் அதுவே எனக் குறிப்பிட்டு, அதனால், கொந்தளிப்பான சூழ்நிலை உருவாகும் எனவும் கூறினார். நான் இவ்வழக்கை மிகக் கவனத்தோடு பரிசீலிப்பதாகவும், தண்டனையைக் குறைப்பதற்கான எனது மனசாட்சியைத் திருப்திப்படுத்தும் எந்த முகாந்திரத்தையும் காணவில்லையென்பதையும் தெரிவித்தேன்... அவர் இந்த வாதத்தின் வலிமையை அங்கீகரித்தது போல் அதற்கு மேல் எதுவும் பேசவில்லை.'

(19.02.1970ஆம் நாள் சுதந்தர தின மெயின்ஸ்ட்ரீம். தமிழில் டி.பி.தாஸ்)

இந்நிலையில், மரணத்தை மதிக்காத மாவீரன் பகத் சிங் 03 மார்ச் 1931ஆம் நாள் பஞ்சாப் கவர்னருக்கு ஒரு கடிதம் எழுதினார். அதில், 'உங்கள் துப்பாக்கிப் படையைக் கொண்டு எங்களைக் கொல்லுங்கள். கிரிமினல் குற்றவாளிகளைப் போலத் தூக்கில் போடாதீர்கள். உங்கள் ராணுவத்துறைக்கு ஃபயரிங் ஸ்குவாடை அனுப்பி எங்களைச் சுட்டு வீழ்த்த நீங்கள் உத்தரவிடுவீர்கள் என்று நம்புகிறோம்; விரும்பு கிறோம்!' என்று குறிப்பிட்டிருந்தார். வழக்கம்போல் பிரிட்டிஷ் அரசு இக்கோரிக்கையையும் நிராகரித்தது.

காந்தி - இர்வின் ஒப்பந்தம் 05 மார்ச் 1931ஆம் நாள் கையெழுத்தானது. அதன்படி :

- காங்கிரஸ் தனது ஒத்துழையாமை இயக்கத்தை விலக்கிக் கொண்டது.
- வட்ட மேஜை மாநாடுகளில் பங்கேற்க காங்கிரஸ் உடன்பட்டது.
- காங்கிரஸின் செயல்பாட்டைக் கட்டுப்படுத்த வெளியிட்ட அனைத்து அவசரச் சட்டங்களையும் அரசு திரும்பப் பெறும்.
- வன்முறை தவிர்த்த அனைத்து வழக்குகளையும் அரசு விலக்கிக்கொள்ளும்.
- ஒத்துழையாமை இயக்கத்துக்காகக் கைதாகி தண்டனை பெற்ற அனைத்து காங்கிரஸ் தொண்டர்களையும் விடுவிக்க அரசு உடன்பட்டது.
- மேலும் இரண்டாவது வட்டமேஜை மாநாட்டில் காங்கிரஸின் ஒரே சார்பாளராக காந்தி கலந்து கொள்ளவும் உடன்பாடு ஏற்பட்டது.

ஆக அந்த உடன்படிக்கையில் மூன்று இளைஞர்களின் தூக்குத் தண்டனை பற்றி ஏதும் குறிப்பிடப்படவில்லை.

காந்தி - இர்வின் ஒப்பந்தம் அந்த மாதம் இறுதியில் 29 மார்ச் 1931ஆம் நாள் நடைபெறவிருந்த கராச்சி காங்கிரஸ் மாநாட்டில் நிறைவேற்றப் பட்டால்தான் அது செயலுக்கு வரும் என்ற நிலை இருந்தது. ஒரு வேளை, பகத் சிங் உள்ளிட்ட மூன்று இளைஞர்களின் தூக்குத் தண்டனை ஆயுள்தண்டனையாகக் குறைக்கப்படவேண்டும் என்ற ஷரத்து ஒப்பந்தத்தில் சேர்க்கப்பட்டால்தான் ஒப்பந்தத்தை ஏற்றுக் கொள்வோம் என்று ஒப்பந்தம் நிராகரிக்கப்பட்டுவிட்டால் என்ன செய்வது என்ற அச்சம் அவர்களை ஆட்கொண்டது. உடனே அவசர

அவசரமாக கராச்சி காங்கிரஸ் மாநாட்டுக்கு முன்னதாக அவர்களைத் தூக்குமேடைக்கு அனுப்ப மிதவாத இந்தியர்களால் ரகசியத் திட்டம் தீட்டப்பட்டது.

மாவீரனின் மகத்தான மடல்

தூக்குத்தண்டனை நிறைவேற்றப்படுவதற்கு முதல் நாள் சிறையின் இன்னொரு வார்டில் இருந்த புரட்சியாளர்களிடமிருந்து, பகத் சிங்குக்குக் குறிப்புச்சீட்டு ஒன்று வந்து சேர்ந்தது. கடைசித் தருணத்தில் காப்பாற்றுவதற்கு முயற்சி செய்யும் திட்டம் அதில் இருந்தது. இந்தக் குறிப்புக்கு பகத் சிங் பதில் அனுப்பினார். இத்தகைய இறுக்கமான தருணத்தில் தன் தோழர்களுக்கும் மக்களுக்குமாக அந்த மாவீரன் எழுதிய இறுதிக்கடிதமாக அது அமைந்தது.

1931 மார்ச் 22

தோழர்களே,

வாழவேண்டுமென்ற ஆசை இயற்கையானதே. அது என்னிடமும் உள்ளது. அதை நான் மறைக்க விரும்பவில்லை. ஆனால் அந்த ஆசை நிபந்தனைக்குட்பட்டது.

ஒரு சிறைக் கைதியாகவோ நிபந்தனை வரம்புகளுக்கு உட்பட்டவனாகவோ வாழ எனக்கு விருப்பமில்லை. என் பெயர் இந்தியப் புரட்சியின் அடையாளச் சின்னமாகியுள்ளது. புரட்சிகரக் கட்சியின் கொள்கையும் தியாகங்களும், ஒரு வேளை நான் உயிர் வாழ்ந்தாலும் என்னால் ஒருபோதும் அடைய முடியாதவொரு உயரத்துக்கும் அப்பால் என்னை ஏற்றி வைத்துள்ளன.

இன்று என் பலவீனங்களை மக்கள் அறியமாட்டார்கள். ஒருவேளை தூக்கு மேடையிலிருந்து நான் தப்பிப் பிழைத்தால் அந்தப் பலவீனங்கள் எல்லாம் அவர்கள் முன்னால் வெளிப்படக்கூடும். புரட்சியின் அடையாளச் சின்னம் களங்கப்பட்டு நிற்கலாம் அல்லது ஒருவேளை அது முற்றாக மறைந்தும் போகலாம்.

அவ்வாறின்றி துணிச்சலோடும் புன்னகையோடும் நான் தூக்கு மேடையேறினால், அது இந்தியத் தாய்மார்களின் உணர்வுகளைத் தூண்டும். தங்களது பிள்ளைகளும் பகத் சிங்கைப் போல் ஆக வேண்டுமென்று அவர்கள் விரும்புவார்கள். இதன்மூலம், நமது நாட்டின் விடுதலைக்காகத் தங்களது உயிர்களையும் தியாகம் செய்யச் சித்தமாயிருப்பவர்களின் எண்ணிக்கை பெருமளவில் அதிகரிக்கும். அதன் பிறகு, புரட்சிப் பேரலையை எதிர்கொள்

வதற்கு ஏகாதிபத்தியத்தால் முடியாமல் போகும். அதன் முன்னோக்கிய அணிவகுப்பை அவர்களது வாள் வலிமையாலும் எல்லாவகை அசுர முயற்சியாலும் கூடத் தடுத்து நிறுத்திவிட முடியாது.

ஆம். ஒரு விஷயம் இன்றும் கூட என்னைத் துளைத்துக் கொண்டிருக்கிறது.

மனித குலத்துக்கும் என் நாட்டுக்கும் ஏதாவது செய்ய வேண்டி சில குறிக்கோள்களை எனது இதயத்தில் பேணி வளர்த்தேன். அந்தக் குறிக்கோள்களில் ஆயிரத்தில் ஒரு பங்கைக் கூட என்னால் நிறைவேற்ற முடியவில்லை. ஒரு வேளை நான் உயிரோடிருந்தால் அவற்றை நிறைவேற்றுவதற்கான வாய்ப்பு எனக்குக் கிடைக்கலாம். நான் சாகக் கூடாது என்ற எண்ணம் எப்போதாவது என் மனதில் உண்டாகக் கூடுமானால், அது இந்த நோக்கத்தில் இருந்து மட்டுமே உண்டாகும்.

இந்நாட்களில் என்னைப் பார்த்து நானே பெருமைப்பட்டுக் கொள்கிறேன். கடைசிக் கட்டச் சோதனைக்காக நான் ஆவலுடன் காத்திருக்கிறேன். அந்த நாள் வெகு சீக்கிரத்தில் வரவேண்டுமென்றும் விரும்புகிறேன்.

உங்கள் தோழன்,
பகத் சிங்

அவசர, ரகசிய உத்தரவு

23 மார்ச் 1931 ஆம் நாள் மாலை நான்குமணியளவில் லாகூர் சிறைச்சாலையின் உயர்மட்ட அதிகாரி, சிறைக்கைதிகளை அறைக்குள் தள்ளி, அறைக்கதவுகளை ஒவ்வொன்றாக, வேகமாக இழுத்து அடைத்துப் பூட்டுப் போட்டுக் கொண்டிருந்தார். அவருடன் பதினைந்துக்கும் மேற்பட்ட துணை அதிகாரிகள் அவருக்கு உதவிபுரிந்தபடியும் அவருக்குப் பாதுகாப்புக் கொடுத்தபடியும் விரைந்து வந்துகொண்டிருந்தனர்.

வழக்கமாக மாலை ஏழுமணியளவில்தான் அதுவும் நிதானமாக இச்செயலைச் செய்வார். இன்று மட்டும் இவ்வாறு அவர் நடந்து கொள்ளக் காரணம் இருந்தது. பகத் சிங், ராஜகுரு, சுகதேவ் இம் மூவரையும் 24 மார்ச் 1931ஆம் நாள் தூக்கிலிட வேண்டும் என்பது பிரிட்டிஷ் நீதிமன்றத்தின் தீர்ப்பு. ஆனால், 23ஆம் தேதி மாலை ஏழு மணிக்கே அவர்கள் தூக்கிலிடப்பட வேண்டுமென்ற ஒரு ரகசிய

ஆணை மேலிடத்திலிருந்து 17 மார்ச் 1931 ஆம் நாள் அவருக்கு வந்திருந்தது.

லாகூர் சிறையின் வரலாற்றில் அப்படியோர் அதிரடிச் சம்பவம் அதற்கு முன்பு நடந்ததேயில்லை. தன்னுடைய அரசின் நீதிமன்றத் தீர்ப்பையே அவசர அவசரமாகத் தானே மீறுகிற கொடுமை அங்கு அதுவரை யாராலும் கனவில்கூட நினைத்துப் பார்க்க முடியாத ஒன்று.

அன்றைய நாளில் அதே சிறைச்சாலையில் ஜலந்தரிலிருந்து வெளிவந்த டெய்லி பிரதாப் என்ற நாளிதழின் ஆசிரியர் வீரேந்திரா அடைக்கப் பட்டிருந்தார். அவர் அச்சூழலைப் பின்வருமாறு வர்ணித்துள்ளார்.

'அன்று மதியம் இரண்டு மணிவரை, நாளைதான் பகத் சிங், ராஜகுரு, சுக்தேவ் ஆகியோர் தூக்கிலிடப்பட இருக்கிறார்கள்' என்று எண்ணி யிருந்தோம். மார்ச் 24 ஆம் தேதிதான் தூக்கிலிடப்படவேண்டும் என்று பகத் சிங் வழக்கை விசாரித்த நீதிபதியே தன் தீர்ப்பில் கூறியிருந்தார். இரண்டு நாள்களுக்கு முன்பு வெளிவந்த செய்தித்தாளில் மார்ச் 24 ஆம் தேதி தூக்கிலிடப்படுவதாகச் செய்தியும் வெளிவந்தது.

மதியம் இரண்டு மணிக்குப் பகத் சிங்குடன் தொடர்பு வைத்திருந்த அந்தச் சிறையின் கன்விக்ட் வார்டர் ஒருவர், என்னிடம்வந்து பகத் சிங்கை அன்றைய தினமே தூக்கிலிடப்படும் செய்தியைக் கூறினார். அவரிடம் நான் கண்ணீர் மல்க, 'நீ மீண்டும் பகத் சிங்கைப் பார்த்து எனக்கு அவர் நினைவாக ஏதேனும் ஒரு பொருளைப் பெற்று வா' என்றேன்.

அப்போதெல்லாம் சிறைவிதியின்படியும், நடைமுறைப் பழக்கப் படியும் குளிர்காலமாக இருந்தால் காலை 8 மணிக்கும் வெயில் காலமாக இருந்தால் 7 மணிக்கும் தூக்குத் தண்டனையை நிறை வேற்றுவர். மார்ச் 24 ஆம் தேதி தீர்ப்புப்படியும், நடைமுறைப்படியும் காலை 7 மணிக்குத் தூக்கிலிடுவர் என்று நினைத்து, அடுத்த நாள் அந்தத் துக்கச் சம்பவம் நடக்க இருப்பதை ஏற்றுக்கொள்ள முடியாமல் துடித்த சிறையின் மற்ற கைதிகளுக்கு அன்றே, இன்னும் சில மணித் துளிகளில், பகத் சிங்கும் தோழர்களும் தூக்கில் தொங்கப் போகி றார்கள் என்பதைக் கற்பனையிலும்கூட நினைத்துப் பார்க்க முடிய வில்லை.

நீண்ட நேரத்துக்குப் பின்னர் கன்விக்ட் வார்டரிடம் பகத் சிங் வெள்ளை நிறச் சீப்பொன்றையும், ஒரு பேனாவையும் அன்புப் பரிசாகக் கொடுத்தனுப்பினார். அந்தச் சீப்பின் மீது 'பகத் சிங்' என்று தன் பெயரைப் பகத் சிங்கே பொறித்திருந்ததைப் பார்த்துக் கண்ணீர் விட்டேன்.'

பிரிட்டிஷ் அரசுக்கு ஓர் அச்சம் இருந்தது. தீவிரவாத இந்திய விடுதலைப் போராளிகள் தலைமையில் ஆயிரக்கணக்கான இளைஞர்கள் அம்மூவருக்கும் ஆதரவாகத் திரண்டு, 'பகத் சிங்கை விடுதலை செய்' என்ற முழக்கத்துடன், வன்முறையில் ஈடுபட்டு இரவோடு இரவாக லாகூர் சிறைக்கதவுகளை உடைத்து, உள்ளே நுழைந்து, பகத் சிங்கையும் அவரது தோழர்களையும் விடுவித்து விடுவார்களோ என்ற பேரச்சத்தின் பின்விளைவே இந்த அவசர, ரகசிய உத்தரவுக்குக் காரணம்.

மறுநாள் தான் தனக்கும் தம் தோழர்களுக்கும் தூக்குத்தண்டனை என்று அறிந்திருந்த பகத் சிங்கைச் சிறைக்காவலர்கள் முதல்நாள் மாலை வேளையில் அழைக்கச் சென்றனர். அப்போது பகத் சிங், லெனின் எழுதிய 'அரசும் புரட்சியும்' என்ற நூலைப் படித்துக் கொண்டிருந்தார். அதனால் காவலர்கள் அழைத்தபோது, 'நான் இங்கே ஒரு போராளியுடன் உரையாடிக்கொண்டிருக்கிறேன். அதனால், தொந்தரவு செய்யாதீர்கள்' என்று சிறைக்குள்ளிருந்து குரல்கொடுத்தார். சிறைக் குள்ளே யாரோ ஒரு போராளி புகுந்துவிட்டதாகவும் அவர்கள் இரு வரும் ஏதோ சதித்திட்டம் தீட்டுகிறார்களோ என்றும் காவலர்கள் அஞ்சினர். சிறிது நேரம் கழித்து பகத் சிங் வெளியே வந்தார். உள்ளே வேறு யாரும் இல்லை.

காவலர்கள் அந்தப் புத்தகத்தை வாங்கிப் பார்த்தபோது, அந்தப் புத்தகத்தின் இறுதிப் பக்கத்தில் 'இந்த புத்தகத்தை இந்திய மக்கள் அனைவரும் படிக்கவேண்டும்' என்று பகத் சிங் எழுதி, கையெழுத் திட்டிருந்தார்.

'வாருங்கள் போகலாம்' எனக் கூறிப் புறப்பட்டார். யார் முதலில் தூக்கு மேடைக்குப் போக வேண்டும் என்பதற்காக, சீட்டுக் குலுக்கிப் போட்டு எடுத்தார்கள். அதில் முதலாவது வந்த பெயர்தான் பகத் சிங்.

பகத் சிங்கிடம் சிறை அதிகாரி அவருடைய கடைசி ஆசையை நிறைவேற்றுவதற்காக அதனைக் கேட்டார். பகத் சிங் 'என்னைத் தூக்கில் போட வேண்டாம். அதற்குப் பதிலாகத் துப்பாக்கியில் சுட்டுக் கொன்று விடுங்கள்' என்றார். அந்தச் சிறை அதிகாரி, 'இரண்டும் ஒன்றுதானே, ஏன் துப்பாக்கியால் சுடச் சொல்கிறாய்?' என்று கேட்டபோது, பகத் சிங் 'நான் தூக்கிலே தொங்கினால் என் பாதங்கள் இந்தப் பாரத மண்ணில் சில நிமிடங்கள் படாமல் போய்விடும். என் தாய் மண்ணை என் பாதங்கள் தழுவாமலேயே நான் மரணமடைய நேரிடும். அதனால்தான் சுட்டுக் கொல்லச் சொல்கிறேன்' என்றார். அது சாத்தியமில்லையென்றும், சட்டப்படி தனக்கு வந்திருக்கிற உத்தரவு தூக்கிலிடப்படும்படிதான் என்றும் கூறினார்.

மூவரும், புரட்சிகரப் பாடல் வரிகளைப் பாடியவாறு தூக்கு மேடைக்குச் சென்றனர். அங்கிருந்த மாஜிஸ்டிரேட்டை நோக்கி, 'இந்தியப் புரட்சியாளர்கள் எவ்வாறு மரணத்தை நோக்கி வீரநடை போட்டார்கள் என்பதைக் காணும் வாய்ப்பு பெற்ற நீங்கள் உண்மை யிலேயே அதிர்ஷ்டசாலிகள்' என்று கூறினார்.

தூக்குக்கு முன் இறைவனை வேண்டுமாறு பகத் சிங்கிடம் அவரது தந்தை கூறினார். அதற்கு பகத் சிங், 'தந்தையே! என் வாழ்நாளில் நான் ஆண்டவரைப் பிரார்த்தித்ததில்லை. வேண்டுமானால் என் தேசத்தவர் துயரப்படுகிறார்கள் என்பதற்காக ஆண்டவரைத் திட்டியிருக்கிறேன்! இந்நிலையில் மரணத்தைத் தழுவும் நான் அவரை நோக்கி வணங்கி னால் என்னைக் கோழை என்று ஆண்டவர் நினைத்துக் கொள்வார். என் இருபத்துமூன்றாண்டு கால வரலாற்றில் ஒரு விநாடிகூட கோழையாக இருக்க நான் விரும்பவில்லை' என்று திடமனதுடன் பதில் கூறினான் என்று சிறை அதிகாரி குறிப்பிட்டார்.

'நூற்றுக்கணக்கான கைதிகள் தூக்கிலிடப்பட்டதை நேரடியாக அதிகாரி என்ற முறையில் அருகிலிருந்து பார்த்திருக்கிறேன். ஆனால், பகத் சிங், ராஜகுரு, சுகதேவ் ஆகிய மூவரும் தெளிவாகவும், மிகுந்த தைரியத்துடனும், சலனமில்லாமலும் தூக்கு மேடையை நோக்கி வீரத்துடன் சென்றது போன்று இதுவரை தூக்கிலிடப்பட்ட எவரையும் நான் பார்த்ததில்லை' என்றும் அவர் நெகிழ்ச்சியுடன் கூறியுள்ளார்.

23 மார்ச் *1931* ஆம் நாள் மாலை *7.33* மணிக்குப் பகத் சிங்கும் பின்னர் ராஜகுருவும் சுகதேவும் தூக்கிலிடப்பட்ட செய்தி சிறையில் அடைக்கப்பட்டிருந்த மூவாயிரத்துக்கும் மேற்பட்ட கைதிகளின் காதுகளை எட்டியது. அனைவரும் துக்கம் தொண்டையை அடைக்க, மௌனம் காத்தனர்.

இரங்கல் செய்திகள்

'நமக்கு யார் மிகவும் அன்பானவனாக இருந்தானோ, எவனுடைய மகத்தான தைரியமும் தியாகமும் இந்திய இளைஞர்களுக்கு ஆதர்சமாக விளங்கினவோ அவனை நம்மால் எவராலும் காப்பாற்ற முடியாமல் போய்விட்டது'. ஜவாஹர்லால் நேரு

'லாகூர் மரண தண்டனையையொட்டி ஏற்பட்ட மக்களின் கோபா வேசம் மேன்மேலும் பெருகிவருகிறது. இந்திய அரசியல் வாழ்வின் பிற எல்லா நிகழ்ச்சிகளையும் லாகூர் மரண தண்டனை பின்னுக்குத் தள்ளிவிட்டது.' பிராவ்தா இதழ், சோவியத் ரஷ்யா, *1931*

‘புரட்சி என்றாலே பகத் சிங் என்றுதான் பொருள்.’ சுபாஷ் சந்திர போஸ்.

லாகூரில் பகத் சிங் மற்றும் தோழர்கள் தூக்கிலிடப்பட்ட அந்த இடம் சத்மான் சவுக் (சத்மான் சதுக்கம்) என்று அழைக்கப்பட்டு வந்தது. 30 செப்டெம்பர் 2011 ஆம் நாள் முதல் பகத் சிங் சவுக் (பகத் சிங் சதுக்கம்) என அழைக்கப்பட்டது.

லாகூரில் வெளிவந்த டிரிப்யூன் என்ற நாளிதழ் 25.03.1931 ஆம் நாள் முதற்பக்கத்தில் கீழ்வரும் செய்தியை வெளியிட்டது.

‘தூக்கிலிடப்பட்ட பிறகு இம்மூவரின் சடலங்களையும் கசூருக்கு அருகிலுள்ள கண்டா- சிங்வாலா என்ற கிராமத்துக்குக் கொண்டு சென்றனர். ரகசியமாக அவர்களுடைய சடலங்களை லாகூர் ஜெயில் அதிகாரிகள் பின்வாசல் வழியாகக் கொண்டு செல்லக் காரணம் ஜெயில் முன்வாசலில் ஆயிரக்கணக்கான மக்கள் ஆத்திரத்தோடு திரண்டிருந்ததே. அந்தப் பகுதி பஞ்சாபின் பெரோஸ்பூர் மாவட்டத்தின் எல்லையாகும். இம்மூவரின் சடலங்களும் பாதி எரிக்கப்பட்ட நிலையில் இருந்தது. இச்செய்தி கேட்டு லாகூரிலிருந்து நடந்தே வெறியோடு 50 கி.மீ. தொலைவைக் கடந்து வந்த பகத் சிங்கின் நண்பர்களும் ஆதரவாளர்களும் அச்சடலங்களின் மிச்ச அங்கங்களைப் பக்திப்பூர்வமாக அள்ளிச் சென்றனர். பகத் சிங் மற்றும் தோழர்களின் அங்கங்களை அள்ளி வந்த அவர்களின் ஆதரவாளர்கள், மீண்டும் எரியூட்டி இறுதி மரியாதை தெரிவித்து வணங்கினார்கள். அன்று முழுவதும் லாகூர் மாவட்டமே பந்த் அனுசரித்தது. அந்த இறுதி மரியாதை ஊர்வலத்தில் அன்றைக்கே 50 ஆயிரம் பேர் கலந்து கொண்டனர்.’

மர்மங்கள்

அப்போதைய இந்திய பிரிட்டிஷ் உளவாளியாக இருந்த ஒருவரின் குறிப்புகளிலிருந்து சில தகவல்களை எடுத்த அவரது தத்து மகனான குல்வந்த் சிங் கூனர் எழுத்தாளர் ஜி.எஸ். சிந்தராவாலின் துணையுடன் பிரிட்டிஷ் ஆவணங்களைச் சோதித்து 2005ஆம் ஆண்டு எழுதிய Some Hidden Facts: Martyrdom of Shaheed Bhagat Singh என்ற நூல் இங்கிலாந்தில் வெளியிடப்பட்டது. அதில் சில மர்மங்கள் வெளிச்சத்துக்குக் கொண்டு வரப்பட்டுள்ளன.

பிரிட்டிஷ் அதிகாரிகளின் உதவியுடன் ‘ஆபரேஷன் ட்ரோஜன் ஹார்ஸ்’ என்னும் ரகசியத் திட்டம் வகுத்து ஜே.பி. ஜான் சாண்டர்ஸின் உறவினர்கள் தங்கள் வஞ்சத்தைத் தீர்த்துக் கொண்டனர். அதன்படி,

தூக்கிலிடப்பட்ட மூவரும் கழுத்தெலும்பு மட்டும் முறிக்கப்படும் வரை தூக்கிலிடப்பட்டு அரை மயக்கத்தில் இருந்தவர்களை இறந்துவிட்டதாகக் கணக்குக் காண்பிக்கப்பட்டது.

இரவோடு இரவாக லாகூர் கண்டோன்மெண்டுக்கு அம்மூவரையும் தூக்கிச்சென்றனர். அங்கே திட்டமிட்டபடி தயாராக இருந்த ஜே.பி. ஜான் சாண்டர்ஸின் உறவினர்கள் தங்கள் கோபம் தீரும் வரை மூவரையும் துப்பாக்கியால் சுட்டு, குறிப்பாக பகத் சிங்கின் உடலைச் சல்லடையாகத் துளைத்துக் கொன்றனர்.

உடனடியாக இரவிலேயே லாகூரில் இருந்து ஆறு கி.மீ. தொலைவில் கட்சா ரோடில் பியாஸ் நதி சட்லஜ் நதியுடன் கலக்கும் இடத்துக்கு அருகில் உடல்களை அடையாளம் தெரியாதவாறு எரியூட்டிச் சாம்பலாக்கி அழித்தனர்.

மக்கள் கவனத்தைத் திசை திருப்புவதற்காக இரண்டு இந்தியக் கூலியாட்களை அனுப்பி, ‘சட்லஜின் மேற்குக் கரையில் ஹுசைனி வாலா என்னும் இடத்தில் ஏதோ பிணம் எரிக்கப்படும் பெரும் நெருப்பைப் பார்த்ததாகப்’ பொய்த் தகவலைப் பரப்பினர். இதை நம்பிய பொதுமக்களும், பகத் சிங்கின் சகோதரி அமர் கௌரும் ஓடிச்சென்று பாதி எரிந்துகிடந்த சில உடற்பாகங்களையும் எலும்புகளையும் அழுதுகொண்டே சேகரித்து, ரவி நதியில் இறுதிச் சடங்கை முறைப்படி செய்வதற்காகக் கொண்டு சென்றனர். இளம் பெண்களும், கர்ப்பிணிகளும் அங்கிருந்த சாம்பலைத் தங்கள் வயிற்றில் பூசிக்கொண்டே கண்ணீருடன் கதறி, ‘எங்கள் வயிற்றில் உங்களைப் போலப் பிள்ளைகளை நாங்கள் சுமக்க வேண்டும்’ என்று கூறினார்கள்.

திரளான பொதுமக்களின் கண்ணீர் அஞ்சலியுடனும், சூளுரை களுடனும் அஸ்தி நதியில் கரைக்கப்பட்டது. பகத் சிங்கைப் போல உயரம் உள்ள யாரோ ஒருவரின் உடல் அது என்பது பலருக்குத் தெரியாது.

13

சுபாஷ் : விடுதலையின் விலை ரத்தம்

இளைஞர்களிடம், 'உங்களுடைய ரத்தத்தை என்னிடம் தாருங்கள். நான் உங்களுக்கு விடுதலை வாங்கித் தருவேன்' என்று விடுதலைக்கு ரத்தத்தை விலைபேசி ஆண்களையும் பெண்களையும் திரட்டி, ஒரு ராணுவத்தை உருவாக்கி, ஒன்பது நாடுகளின் ஆதரவைப் பெற்று பிரிட்டிஷ் ஆட்சிக்கு எதிராகப் போராடிய வீரத்திருமகன் நேதாஜி. நேதாஜி என்றால் இந்தியில் மரியாதைக்குரிய தலைவர் என்று பொருள்.

முகமது ஜியாவுதீன், ஓர்லாண்டோ மசோட்டா, கிளாசி மாலங், பகவான்ஜி, கும்நாமி பாபா, சவுல்மரி, இச்சிரோ உக்குடா போன்ற பல பெயர்களில் உலகின் பல பகுதிகளில் நேதாஜி உலவியிருக்கிறார். உலகின் மிகச்சிறந்த போராளியாக அழியாப் புகழைப் பெற்றிருக்கிறார். அவருடைய வாழ்க்கையும் போராட்டமும் உத்வேகமூட்டக்கூடியது, வியப்பளிக்கக்கூடியது, அசாதாரணமானது.

தொடக்கம்

ஒடிசாவில் உள்ள கட்டாக்கில், ஜானகிநாத் போஸ் - பிரபாவதிதேவி என்ற இந்து வங்காளித் தம்பதியருக்கு 15 குழந்தைகள் பிறந்தன. அதில் ஒன்பதாவது குழந்தையாக 23 ஜனவரி 1897 அன்று சுபாஷ் சந்திரபோஸ் பிறந்தார். போஸுக்கு எட்டு சகோதரர்கள் மற்றும் ஆறு சகோதரிகள் இருந்தனர். போஸின் தந்தை பிரபலமான வழக்கறிஞர். பெரிய வீடு, பணம், நிறைய உறவு. ஆனால், போஸ் தனிமையை விரும்பினார்.

ஆரம்பக்கல்வி பயில்வதற்காக ஐந்து வயதில் போஸை புராட்டஸ்டன்ட் ஐரோப்பிய பள்ளியில் சேர்த்தனர். ஆங்கிலப் பாடம் அவருக்கு ஒத்துவரவில்லை. குருதேவர் ஸ்ரீ ராமகிருஷ்ண

பரமஹம்ஸரின் போதனை அவரைக் கவர்ந்தது. ஆன்மிகத்தில் மனம் ஈடுபட்டது. பள்ளியில் அவருக்கு பைபிள் போதிக்கப்பட்டது. கிறிஸ்தவத்துக்கும் இந்துத்துவத்துக்கும் இடையில் ஊசலாடினார்.

1913ஆம் ஆண்டு கொல்கத்தா ரேவன்ஷா கல்லூரியில் உயர்க் கல்வியை முடித்து அதில் முதல் மாணவனாகத் தேர்ச்சிபெற்றார். தன்னுடைய 16ஆம் வயதில் வீட்டைவிட்டு வெளியேறினார். தனிமை அவருக்கு இன்பத்தையும் நிம்மதியையும் அளித்தது. காசி, ஹரித்துவார், பிருந்தாவனம் எனப் பல ஆன்மிகத் தளங்களுக்குச் சென்றார். சந்நியாசிகளிடமும் மத, சாதி காழ்ப்புணர்வுகள் இருப்பதைக் கண்டு ஆன்மிகத்தில் வெறுப்படைந்து வீடு திரும்பினார்.

முதல் எதிர்ப்பு

1915 ஆம் ஆண்டு கொல்கத்தா பிரெசிடென்ஸி கல்லூரியில் சேர்ந்தார். அங்கு பணியாற்றிய சி.எஃப்.ஓட்டன் என்ற பிரிட்டிஷ் பேராசிரியர் இந்தியர்களை இழிவாகப் பேசியதும் நடத்தியதும் போஸைக் கொதிப்படையச் செய்தது. மாணவர்களைத் திரட்டி ஓட்டனைத் தாக்கினார். இந்தியர்களுக்காக பிரிட்டிஷ்காரர்களை எதிர்த்து போஸ் நடத்திய முதல் போராட்டம் இது.

ஓட்டன் தாக்குதல் தொடர்பாக போஸ் கல்லூரியிலிருந்து நீக்கப்பட்டார். பின்னர் ஸ்காட்டிஷ் சர்ச் கல்லூரியில் 1917ஆம் ஆண்டு சேர்ந்தார். 1919ஆம் ஆண்டு பி.ஏ. முதல் வகுப்பில் தேர்ச்சிபெற்றார்.

பஞ்சாபில் உள்ள அமிர்தசரஸ் பொற்கோவிலுக்கு அருகில் உள்ள ஜாலியன் வாலாபாக் மைதானத்தில் 13 ஏப்ரல் 1919 அன்று நடத்தப்பட்ட படுகொலை போஸைக் கலங்கச்செய்தது. பிரிட்டிஷ் எதிர்ப்புணர்வு அவருக்குள் மிகுந்தது. ஆனால், காலம் வேறுவிதமாகக் காய்களை நகர்த்தியது. போஸ் வெறுக்கும் பிரிட்டனுக்கே அவரை அனுப்பி கல்வி கற்க வைத்தது.

சுதந்தர தாகம்

தந்தையின் விருப்பத்துக்கு ஏற்ப ஐ.சி.எஸ். படிப்புக்காக லண்டன் சென்றார். 1920 ஐ.சி.எஸ். தேர்வினை எழுதினார். நான்காவது மாணவராகத் தேர்ச்சி பெற்றார். அங்கு வந்திருந்த சரோஜினி தேவி இந்தியர்கள் மத்தியில் உரையாற்றினார். அந்த உரை போஸைக் கவர்ந்தது. அது புதிய தெம்பினை அவருக்கு அளித்தது. இந்தியாவில் காந்தி புதிய வீச்சுடன் பிரிட்டிஷ் எதிர்ப்புணர்வை இந்தியர்கள் மத்தியில் தூண்டிக்கொண்டிருந்தார். இந்தியா சென்று விடுதலைப் போரில் பங்கெடுக்க வேண்டும் என்று போஸ் விரும்பினார்.

1921ஆம் ஆண்டு மே மாதம் தன்னுடைய ஐ.சி.எஸ். பதவியை ராஜினாமா செய்தார். 26 ஜுலை 1921 ஆம் நாள் மும்பை வந்து காந்தியைச் சந்தித்தார். அவர் கல்கத்தாவில் உள்ள சி.ஆர். தாஸைச் சந்திக்கும்படிக் கூற அவரைச் சென்று சந்தித்தார். சி.ஆர். தாஸ் போஸின் துணிவையும் பலத்தையும் புரிந்துகொண்டார். தன் வலது கரமாக போஸை வைத்துக்கொண்டார்.

கல்கத்தாவில் தேசியக் கல்லூரி தொடங்கப்பட்டது. அதன் தலைவராக 25 வயதான போஸ் நியமிக்கப்பட்டார். மாணவர்களுக்குப் பாடம் நடத்தும் பாங்கில் சுதந்தர உணர்வை ஊட்டினார். முதல் உலகப் போரில் பிரிட்டன் சார்பாக இந்திய வீரர்கள் கலந்துகொண்டமையைப் பாராட்டும் வகையில் வேல்ஸ் இளவரசர் இந்தியா வந்திருந்தார். அப்போது இந்தியாவின் வைஸ்ராயாக லார்ட் ரீடிங் இருந்தார். அவர் இளவரசருக்கு இந்தியாவைச் சுற்றிக் காண்பிக்க எண்ணினார். இத்தருணத்தைப் பயன்படுத்திக்கொண்டு இந்தியர்கள் பிரிட்டிஷ் எதிர்ப்பினை வலுவாகக் காட்டவேண்டும் என்று ரகசியமாகத் திட்டமிடப்பட்டது.

இந்தியா முழுவதும் நாடு தழுவிய வேலைநிறுத்தம், கடையடைப்பு, வீட்டுக்குள் இருத்தல் என்ற முறையில் ஒரு இந்தியரும் இளவரச ருக்குத் தன் முகத்தைக் காட்டக்கூடாது என்று உறுதிகொண்டனர். இதுகுறித்து இந்தியாவின் பல இடங்களில் பிரசாரம் செய்யப்பட்டது.

கல்கத்தாவில் பிரசாரம் செய்யும் குழுவுக்குத் தலைவராக போஸை சி.ஆர். தாஸ் நியமித்தார். கல்கத்தாவைப் போஸ் தன் கட்டுப் பாட்டின்கீழ் கொண்டுவந்தார். 17 நவம்பர் 1921அன்று இளவரசர் பம்பாய் வந்தார். அந்த இடம் மனிதர்கள் வாழா இடம்போலக் காட்சி யளித்தது. கல்கத்தா வந்தார். அங்கு மயான அமைதி நிலவியது. திட்ட மிட்டபடியே போராட்டம் வெற்றி. கல்கத்தாவில் மட்டும் இரட்டிப்பு வெற்றி.

சி.ஆர். தாஸ் போஸைப் பெரிதும் பாராட்டினார். இதற்குக் காரணம் போஸ்தான் என்பதை அறிந்த பிரிட்டிஷாருக்கு வியர்த்தது. காரணம், பிரிட்டிஷாரைப் பொறுத்தவரை போஸ் பற்றி ஐந்து கருத்துகள் இருந்தன. அகிம்சைவாதி, காந்தியின் நண்பர், ஆபத்தில்லாதவர், தீவிரவாதி, சிக்கலான ஆள். இவை ஒன்றுக்கொன்று முரண் பாடானவை. பிரிட்டிஷார் கூட்டிக் கழித்துப் பார்த்து ஒரு முடிவுக்கு வந்தனர். போஸைக் கைதுசெய்து ஆறு மாதம் சிறைத்தண்டனை விதித்தனர். அதன்பின் போஸ் பிரிட்டிஷாரின் கண்காணிப்புக்கு ஆளானார்.

கட்சியும் பதவியும்

காந்தியின் போராட்டங்களில் சி.ஆர். தாஸுக்கு நம்பிக்கையில்லை. சட்டசபைத் தேர்தலில் இந்தியர்கள் பங்கேற்கவேண்டும் என்று அவர் காந்திக்குக் கோரிக்கைவிடுத்தார். காந்தி அதனை ஏற்கவில்லை. காந்தி கோஷ்டி - தாஸ் கோஷ்டி என்ற இரு பிரிவாக இந்தியர்கள் பிரிந்தனர். நேரு இரண்டு கோஷ்டிக்கும் நடுவில் நின்றார்.

தாஸ் சுயராஜ்ஜியக் கட்சியைத் தொடங்கினார். ஃபார்வர்ட் என்ற ஆங்கில நாளிதழைத் தொடங்கினார். அப் பத்திரிகையின் ஆசிரியராகப் போஸை நியமித்தார். இச்சூழலில் மத்திய சட்டசபை மற்றும் மாகாண அசெம்ப்ளிக்கான தேர்தல் வந்தது. அதில் இரண்டிலும் சுயராஜ்ஜியக் கட்சி வெற்றிபெற்றது. கல்கத்தா கார்ப்பரேஷன் மேயராக 27 வயதான போஸ் நியமிக்கப்பட்டார்.

பதவியேற்றதும் போஸ் தன் ஊதியத்தைப் பாதியாகக் குறைத்துக் கொண்டார். கார்ப்பரேஷன் ஊழியர்களின் சீருடையைக் கதர்த் துணியாக மாற்றினார். பிரிட்டிஷாரின் பெயர்களைக் கொண்ட பொதுக் கட்டடங்கள் மற்றும் தெருக்களின் பெயர்களை மாற்றித் தேசியப் பெயர்களை இட்டார். பிரிட்டிஷார் வழங்கிவந்த பாராட்டுப் பட்டங்களையும் சான்றிதழ்களையும் நிறுத்தினார்.

நாளடைவில் போஸ்மீது கிரிமினல் குற்றம் சாட்டப்பெற்று 25 அக்டோபர் 1924ஆம் நாள் அதிகாலை கைதுசெய்யப்பட்டார். போஸுக்கு ஆதரவாகக் கல்கத்தாவில் கலவரம் ஏற்பட்டது. ஆதலால் பிரிட்டிஷார் போஸை மாண்டலே சிறைக்கு மாற்றினர். அங்கு போஸுக்குக் கடும் நோய் ஏற்பட்டது. இந்நிலையில் சி.ஆர். தாஸ் காலமானார். போஸ் நிர்க்கதிக்குள்ளானார். 1926ஆம் ஆண்டு போஸ் சிறையிலிருந்தபடியே சட்டசபைத் தேர்தலில் போட்டியிட்டு வெற்றி பெற்றார். ஆனாலும் பிரிட்டிஷார் போஸை விடுதலை செய்ய வில்லை. நீண்ட போராட்டத்துக்குப் பின்னர் 15 மே 1927 அன்று போஸ் விடுதலை செய்யப்பட்டார்.

தாஸின் சுயராஜ்ஜிய இயக்கத்தை அவருக்குப்பின் அவரது மனைவி வசந்திதேவி முன்னெடுத்துச் செல்லவேண்டும் என்று போஸ் விரும்பினார். ஆனால், வசந்திதேவியின் விருப்பப்படி போஸே தலைமை தாங்கினார். அது போஸைப் போலவே இயக்கத்தில் தீவிரமாக ஈடுபட்டுவந்த சென்குப்தாவுக்குப் பிடிக்கவில்லை. ஆதலால் இயக்கம் இரண்டாகப் பிளவுபட்டது.

ஃபார்வர்ட் பத்திரிகைக்கு எதிராகச் சென் குப்தா அட்வான்ஸ் என்ற பத்திரிகையைத் தொடங்கினார். தனித்தனியே தேர்தலில் நின்றனர்.

காந்தி இருவருக்கும் இடையில் நின்று சமரசம் செய்தார். ஆதலால் சென் குப்தா தேர்தலிலிருந்து விலகினார். ஆனாலும் போஸ், ஒன்பது வாக்குகள் வித்தியாசத்தில் தோல்வியைத் தழுவினார். அடுத்துவந்த வங்க மாகாணத் தேர்தலில் போஸ் வென்றார்.

அதிருப்தி அளித்த காந்தி

1928ஆம் ஆண்டு டிசம்பர் மாதத்தில் அகில இந்திய காங்கிரஸின் மாநாடு கல்கத்தாவில் நடைபெற உள்ளதாக காந்தி அறிவித்தார். மாநாடு ஏற்பாடுகளைப் போஸ் கவனித்தார். மாநாட்டில் நேரு, 'குடியேற்ற நாடு என்னும் அந்தஸ்தைப் பிரிட்டிஷ் அரசு இந்தியாவுக்கு வழங்கவேண்டும்' என்று தீர்மானம் நிறைவேற்றினார். இது போஸுக்குப் பிடிக்கவில்லை. அதனை உடனே மறுத்து, 'சுயராஜ்யம் மட்டுமே தேவை' எனப் பேசினார். காந்தி இந்தச் சூழ்நிலையைச் சமாளிப்பதற்காக, '31 டிசம்பர் 1929ம் தேதிக்குள் இந்தியா குடியேற்ற நாடு அந்தஸ்தைக் கொடுக்கவேண்டும். இல்லையெனில் சுயராஜ்ஜியத்தையே நாங்கள் கோருவோம்' என்றார். மாநாடு அதிருப்தியில் முடிவுற்றது.

காந்தியின் கொள்கைகளோடு ஒத்துப்போக முடியாத நேரு, போஸின் கொள்கையை ஏற்றார். இருவரும் இணைந்து விடுதலைச் சங்கம் என்ற ஒன்றைத் தொடங்கினர். மக்களிடம் பிரசாரம் செய்தனர்.

நாள்கள் உருண்டன. காந்தி விதித்திருந்த கெடு முடிவுற்றது. பிரிட்டிஷ் அரசு இந்தியாவுக்குக் குடியேற்ற நாடு என்ற அந்தஸ்தை அளிக்கவில்லை. லாகூரில் காங்கிரஸ் மாநாடு கூடியது. காந்தி, 'சுயராஜ்யம் மட்டுமே வேண்டும்' என்ற கோரிக்கையை முன்வைத்தார். வெறும் கோரிக்கைகள் உதவாது என்று தெரிந்ததால் போஸ் காங்கிரஸை உடைக்கத் துணிந்தார்.

காந்தியின் காங்கிரஸ் மிதவாத காங்கிரஸ் என்றும் அதனால் ஒன்றும் வழி கிடைக்கப் போவதில்லை என்றும் உறுதியாக நம்பிய போஸ், காங்கிரஸ் ஜனநாயகக் கட்சியைத் தொடங்கி அதன் தலைவராக ஸ்ரீனிவாச அய்யங்காரை நியமித்தார். போஸின் காங்கிரஸ் தீவிரவாத காங்கிரஸ் என்று அழைக்கப்பட்டது.

காந்தி - போஸ் இருவருக்குமிடையே விரிசல் ஏற்பட்டது. லண்டன் வட்டமேஜை மாநாட்டுக்குச் செல்லும் குழுவில் இருந்து போஸின் பெயரை காந்தி நீக்கினார்.

இந்நிலையில் பிரிட்டிஷ் ஆட்சிக்குட்பட்டிருந்த அயர்லாந்தில் டிவெலரா தலைமையில் புரட்சி வெடித்தது. அயர்லாந்து சுதந்தரம்

பெற்றது. இதனை அறிந்த போஸ் அயர்லாந்தின் இடத்தில் இந்தியாவை வைத்துக் கற்பனை செய்து மகிழ்ந்தார். அங்கு நடந்த புரட்சியைப் போல் இந்தியாவிலும் நடைபெறவேண்டும் என்று விரும்பினார். செயல்பட்டார். கைதுசெய்யப்பட்டு ஓர் ஆண்டு சிறைத் தண்டனை பெற்று அலிப்பூர் சிறையில் அடைக்கப்பட்டார்.

கல்கத்தாவில் நகராட்சி மேயர் தேர்தல் அறிவிக்கப்பட்டது. அதில் சிறையிலிருக்கும் போஸின் பெயரும் முன்மொழியப்பட்டு, போஸ் வெற்றி பெற்றார். ஒத்துழையாமை இயக்கத்தின்போது நேரு முதலிய தலைவர்கள் கைது செய்யப்பட்டு சிறையில் இருந்தனர். அந்தச் சூழலில், 1930ஆம் ஆண்டு டிசம்பர் மாதம் போஸ் விடுதலையானார். பிரிட்டிஷ் அரசின் தடையைமீறி மால்தா கிராமத்துக்கு போஸ் சென்றார். அவரை பிரிட்டிஷார் கைது செய்து ஒரு வாரம் சிறையில் அடைத்தனர். அதன்பின் விடுதலையானார். 26 ஜனவரி 1931 ஆம் நாள் இந்திய விடுதலை நாளாகக் கொண்டாட போஸ் விரும்பினார். பிரிட்டிஷ் அரசு தடைவிதித்தது. போஸ் மீறினார். ஆறுமாதம் தண்டனை விதிக்கப்பெற்று சிறையில் அடைக்கப்பட்டார்.

05 மார்ச் 1931 அன்று காந்தி - இர்வின் ஒப்பந்தம் நடைபெற்றது. அது இந்தியர்களுக்கு எந்த நலனும் தரவில்லை. போஸ் மனம்வெம்பினார். இந்நிலையில் பகத் சிங்கும் அவரது நண்பர்கள் இருவரும் ரகசியமாகத் தூக்கிலிடப்பட்டனர். அதுகுறித்து காந்தி கவலைப்படவில்லை என்பது போஸைக் கவலை கொள்ளச்செய்தது.

அரசியல் கைதிகளைக் குற்றவாளிகள் போல் நடத்துவதைக் கண்டித்து சிறையில் ஜாதின்தாஸ் என்பவர் 63 நாட்கள் உண்ணாவிரதம் இருந்து 13 செப்டெம்பர் 1929ஆம் நாள் உயிர்நீத்தார். இது குறித்தும் காந்தி கவலைப்படவில்லை. இது போஸுக்கு காந்தியின் மீதிருந்த நம்பிக்கை நீங்கக் காரணமானது.

இரண்டாம் வட்டமேஜை மாநாடு லண்டனில் நடைபெற்றது. அதிலும் இந்தியர்களுக்குச் சாதகமாக ஏதும் நடைபெறவில்லை. அதனால் காந்தி சட்டமறுப்பு இயக்கத்தைத் தொடங்கினார். போஸ் கைது செய்யப்பட்டு சியோனி சிறையில் அடைக்கப்பட்டார். உடல்நிலை பாதிப்படைந்தது. பிரிட்டிஷ் அரசு அவரைச் சிறைமாற்றம் செய்தது. பின் அவருடைய உடல்நலத்தில் முன்னேற்றம் காணப்படாததால் அவர் இந்தியாவுக்குள் நுழையக்கூடாது என்ற நிபந்தனையுடன் 13 பிப்ரவரி 1933ஆம் நாள் ஐரோப்பாவுக்கு அனுப்பிவைத்தது.

வியன்னாவில் சிகிச்சை பெற்ற போஸ் உலக நாடுகள் பலவற்றுக்குச் சென்று அந்நாடுகளின் அரசியல் அமைப்புகள் குறித்து ஆராய்ந்தார்.

இந்தியாவில் நடைபெற்றுவரும் போராட்டங்கள் குறித்தும் அறிந்துகொண்டேயிருந்தார்.

காந்தி ஒத்துழையாமை இயக்கத்தை நிறுத்திவிட்டு மக்கள் சேவையில் இறங்கினார். இது இந்திய விடுதலைக்குப் பின்னடைவைத் தரும் என்று கூறி, இது காந்திக்கும் இந்தியருக்கும் ஏற்பட்ட தோல்வி என்றும் காங்கிரஸ் இனி காந்தியை நம்பிப் பயனில்லை என்றும் காங்கிரஸைப் புதுப்பிக்கவேண்டிய காலம் வந்துவிட்டது என்றும் போஸ் அறிக்கை வெளியிட்டார்.

1934ஆம் ஆண்டு ஆஸ்திரியாவிலுள்ள பாட்கஸ்டீன் என்னும் பகுதிக்கு போஸ் சென்றார். அங்கு எமிலி ஷெங்கல் (Emile Schenkl) என்பவரைச் சந்தித்தார். எமிலி 26 டிசம்பர் 1910ஆம் நாள் பிறந்தவர். அவரைத் தன் செயலராகப் பணியமர்த்தினார் போஸ். பின்னாளில் எமிலி - போஸ் காதலர்களாக மாறினர். 27. டிசம்பர் 1937 அன்று தம்பதியர்களாக மாறினர்.

திருமணம் ரகசியமாகவே நடைபெற்றது. தொடர்ந்து பிற நாடு களுக்குப் பயணமானார் போஸ். இப்பயணங்களுக்கு நடுவில் 1934ஆம் ஆண்டு முதல் 1942 வரை 162 கடிதங்களை எமிலிக்கு எழுதி யுள்ளார். போஸ் - எமிலி தம்பதியருக்கு ஒரு பெண்குழந்தை பிறந்தது. அக்குழந்தைக்கு அனிதா எனப் பெயரிட்டனர்.

காங்கிரஸ் தலைவர்

1938ஆம் ஆண்டின் தொடக்கத்தில் போஸ் இந்தியா வந்தார். 51ஆவது காங்கிரஸ் மகா சபை ஹரிபுராவில் நடைபெற இருந்தது. அங்கு வாசிப்பதற்கான உரையை ஓர் இரவில் எழுதிமுடித்தார். அதில் தாம் அகில இந்திய காங்கிரஸின் தலைமைப் பொறுப்பினை ஏற்றால் செய்யவுள்ள திட்டங்களின் முழுவடிவமும் இருந்தது. ஹரிபுரா கூட்டத்தில் உரையாற்றினார். அகில இந்திய காங்கிரஸின் தலைமைப் பொறுப்பினை ஏற்றார்.

பின்னர் திட்டக்குழுவைக் கூட்டினார். இந்து-முஸ்லிம் பிரச்னைகள் சுதந்தர இந்தியாவில் ஏற்படக்கூடாது என்பது குறித்து ஜின்னா முதலிய தலைவர்களுடன் விவாதித்தார். பின்னர் ஆறு மாதங்கள் கழித்து தேசியத் திட்ட மாநாட்டைக் கூட்டினார். ஒரு நாடு திறம்பட வளர்வதற்கு என்னென்ன தேவையோ அவற்றை அதற்குரிய நிபுணர்களைக் கொண்டு திட்டமிடுவதே அம்மாநாட்டின் நோக்கம். இத்தகைய மாநாடுகள் சுதந்தரத்துக்குப் பின்னர் நடத்தப்படுவதே வழக்கம். ஆனால், போஸ் முன்பே அதனை நடத்தினார். இந்தியா குறித்த போஸின் எதிர்கால வியல் சிந்தனையாக இதனை உலக நாடுகள் கருதின.

மீண்டும் காங்கிரஸ் பொதுத்தேர்தல் வந்தது. காந்தி தன் தரப்பில் பட்டாபி சீதாராமய்யரை வேட்பாளராக நிறுத்தினார். போஸ் 50 வாக்குகள் வித்தியாசத்தில் வெற்றிபெற்றதைத் தொடர்ந்து காந்தி தனித்துவிடப்பட்ட நிலைக்கு ஆளானார். அதே சமயம் போஸ் விரும்பிய ஆதரவு முழுமையாக அவருக்குக் கிடைத்துவிட்டது என்றும் சொல்லமுடியாது. காங்கிரஸை நம்பி அதன் ஆதரவாளர்களை மட்டும் கொண்டு சுதந்தரப் போரை நடத்தமுடியாது என்று போஸ் அறிந்திருந்தார். இடதுசாரி சிந்தனை கொண்டவர்களால்தான் தீவிரமான போரில் ஈடுபடமுடியும் என்று கருதி, காங்கிரஸ் காட்சியின் தலைமைப் பதவியை ராஜினாமா செய்தார்.

ஃபார்வார்ட் பிளாக் என்ற புதிய கட்சியைத் தொடங்கினார். இதில் இடதுசாரி சிந்தனையோட்டம் கொண்ட இளைஞர்கள் பலரை இணைத்தார். ஆனால், வகுப்புவாதக் கட்சிகள் பல தோன்றி மக்களைப் பாகப்பிரிவினை செய்துவந்தன. போஸ் மனம் தளர்ந்தார்.

இந்தியாவை விட்டு வெளியேறி உலக நாடுகளின் துணையுடன் இந்திய சுதந்தரத்தைப் பெறவேண்டும் என்ற நோக்கோடு 13 ஜூன் 1940ஆம் ஆண்டு காந்தியைச் சந்தித்தார். புதிய முறையில் இந்திய சுதந்தரத்தைப் பெற முயற்சிப்பதாகக் கூறினார். காந்தியின் வாழ்த்து கிடைத்தது.

இந்நிலையில் கல்கத்தாவில் ஹால்வில் என்பவருடைய நினை வகத்தை அகற்றும் போராட்டத்தில் போஸின் புதிய கட்சி ஈடுபட்டது. அந்த விவகாரத்தில் போஸ் கைதுசெய்யப்பட்டுச் சிறையில் அடைக்கப்பட்டார். சிறையில் தாம் உண்ணாநோம்பு இருக்கப் போவதாக பிரிட்டிஷ் உயரதிகாரிகளுக்குக் கடிதம் எழுதினார். பிரிட்டிஷ் அரசு அவரை விடுதலை செய்தது.

தன்னைப் பற்றி பிரிட்டிஷ் அரசின் உளவுப் பிரிவு சேகரித்து வைத் துள்ள ஆவணங்களைத் தன் நண்பர் சத்ய ரஞ்சன் பக்ஷியின் உதவி யுடன் படித்துப் பார்த்தார்.

பின்னர் இந்தியாவைவிட்டு ரகசியமாகத் தன் குடும்பத்தாருக்கும் தெரியாமல் வெளியேறத் திட்டமிட்டார். 17 ஜனவரி 1941 அன்று வெளியேறினார். முகமது ஜியாவுதீன் என்ற பெயரில் இந்தியாவைத் தாண்டினார்.

பின் இத்தாலி சென்றார். அவர் அங்கு சென்ற பின்னரே இந்தியர்களுக்கு அவர் இந்தியாவை விட்டு வெளியேறிய விஷயம் தெரியவந்தது. அங்கிருந்து ஓர்லாண்டோ மசோட்டா என்ற பெயரில் ரஷ்யா சென்றார்.

பிறகு ஜெர்மனி. ஆனால் அங்கு அவர் எதிர்பார்த்த அளவுக்கு ஒத்துழைப்புக் கிடைக்கவில்லை. காரணம் இரண்டாம் உலகப் போரால் பல நாடுகள் ஒன்றுக்கொன்று எதிர்நிலையில் இருந்தன. போஸ் நம்பியிருந்த நான்கு நாடுகளும் ஒன்றையொன்று எதிர்த்தன. இந்நிலையில் யாரை நட்புக்கொண்டாலும் மற்ற மூவரையும் பகைத்துக்கொள்ளும் நிலை இருந்தது. போஸ் ஜெர்மனிக்குள் சுற்றிக் கொண்டிருந்தார்.

அந்நிய மண்ணில் சுதந்தரத் திருநாள்

1941ல் பெர்லினில் சுதந்தர இந்திய மையம் ஒன்றைத் தொடங்கி வைத்தார். ஆசாத் ஹிந்த் என்ற வானொலி சேவையை 1942ஆம் ஆண்டு தொடங்கினார். ஆசாத் ஹிந்த் என்ற பெயரில் ஜெர்மன், ஆங்கிலம் ஆகிய இரண்டு மொழிகளிலும் அந்தப் பத்திரிகையை வெளியிட்டார். தேசியக் கொடி வடிவமைத்தார். தேசியப் பாடலாக ரவீந்தரநாத் தாகூர் இயற்றிய ஜனகணமன பாடலை அறிவித்தார். ஜெய்ஹிந்த் என்ற கோஷத்தைப் பிரபலப்படுத்தினார்.

இரண்டாம் உலகப்போரில் ஜப்பானின் கை ஓங்கியதைக் கண்ட போஸ் அந்நாட்டின் உதவியைக் கோரி புறப்படத் தயாரானார். முசோலினி யையும் ஹிட்லரையும் சந்தித்தார். ஆனால் பலனில்லை. இந்திய விடுதலைக்காகப் பிறநாடுகளின் உதவியை எதிர்பார்த்தார். ஜெர்மனி யும் இத்தாலியும் கையைவிரித்துவிட்ட நிலையில் ஜப்பான் மட்டுமே உதவிக்கரம் நீட்டியது. ஆதலால், போஸ் ஜப்பான் நோக்கிப் புறப்படத் தயாரானார்.

தன் மனைவி, மகளை ஐரோப்பாவிலேயே விட்டுவிட்டு, ஜப்பான் நோக்கி ஓர் நீர்மூழ்கிக் கப்பலில் 09 பிப்ரவரி 1943ஆம் நாள் ஒரு கடினமான பயணத்தை மேற்கொண்டார்.

ஐ.என்.ஏ.

ஒரு பெரும் புரட்சிப்படையை உருவாக்கி பிரிட்டிஷ் அரசுக்கு எதி ராகப் போராடப் பயணத்தின் இடையே திட்டம் தீட்டினார். ஜான்சி ராணி ரெஜிமெண்ட் தொடங்குவது பற்றியும் திட்டமிட்டார். 13 மே 1943ஆம் நாள் ஜப்பான் வந்தடைந்தார்.

அங்கு முன்பே மோகன்சிங் மற்றும் ஃப்யுஜிவாரா ஆகியோர் இணைந்து பிரிட்டிஷுக்கு எதிராகப் போராட ஐ.என்.ஏ. என்ற இந்திய தேசிய ராணுவத்தை உருவாக்கியிருந்தனர். ஆனால், அது செயல் படாமல் இருந்தது. அதனை போஸ் செயல்படவைத்தார்.

அப்படைக்கு ஆள் சேர்த்தார். ராஜ் பிகாரி போஸ் என்பவரை ஐ.என்.ஏ.வின் தலைவராக்கினார்.

ஐ.என்.ஏ. வீரர்களின் அணிவகுப்பைப் பார்வையிட்டு, 'நான் உங்களைச் சுதந்தரத்தை நோக்கி அழைத்துச்செல்வேன்' என்று உறுதியளித்தார். கிழக்கு ஆசியா முழுவதும் சுற்றுப் பயணம் செய்து ஐ.என்.ஏ.வுக்கு நிதியும் ஆள்பலமும் சேர்த்தார்.

பர்மிய நாட்டின் தலைவர் பா-மாவ் போஸின் ஆற்றல் வாய்ந்த பேச்சு பற்றி, 'போஸ் ஆழமாகப் பேசத் தொடங்கினால் இன்னொரு சக மனிதரிடம் பேசுவது போல் நீங்கள் உணர மாட்டீர்கள்; மாறாக, நம்மை விடப் பல மடங்கு பிரம்மாண்டமான, அமானுஷ்யமான, பலகாலம் அடக்கப்பட்ட ஆதார சக்தி ஒன்று திடீரென உடைப்பெடுத்துப் பெருகினால் எப்படி இருக்குமோ அப்படி உணர்வீர்கள்' என்று குறிப்பிட்டுள்ளார்.

வரலாற்றாய்வாளர் பீட்டர் ஃபே, போஸ், 'போகுமிடத்திலெல்லாம் அவர் பேச்சைக்கேட்டு, குடும்பப் பெண்கள் காதிலும் கழுத்திலும் போட்டிருக்கும் அத்தனை நகைகளையும் அணிகலன்களையும் கழற்றி நாட்டு விடுதலைக்குச் சமர்ப்பித்தார்கள்' என்று குறிப்பிட்டுள்ளார்.

இந்தியாவின் தென்கோடியிலிருந்து முத்துராமலிங்கத் தேவரின் முனைப்பில் பல்லாயிரக்கணக்கான தீரர்கள் இந்திய தேசிய ராணுவத்தில் சேர சிங்கப்பூர் சென்றனர். ஐ.என்.ஏ. படையினருக்கு உலகின் பல நாடுகளிலும் போர்ப்பயிற்சி அளிக்கப்பட்டது. ஜான்சி ராணி என்ற பெண்கள் படையும் 12 - 18 வயதுக்குட்பட்ட பாலர் படையும் உருவானது. பெண்கள் படை தளபதியாக டாக்டர். லக்ஷ்மி சாஹல் சுவாமிநாதன் என்ற தமிழ்ப் பெண் தலைமை தாங்கினார்.

புதிய அரசு

சிங்கப்பூரில் 21 அக்டோபர் 1943 ஆம் நாள் இந்திய சுதந்தர அரசை அறிவித்தார். அதற்கு ஆசாத் ஹிந்த் என்று பெயரிட்டார். 38 கோடி இந்தியர்களின் விடுதலைக்குப் பாடுபடுவேன் என்ற உறுதிமொழியுடன் அந்தப் புதிய அரசின் தலைவராகப் பொறுப்பேற்றார்.

ஒரு மாத காலத்துக்குள் ஜப்பான், பர்மா, பிலிப்பைன்ஸ், ஜெர்மனி குரேஷியா, சீனா, இத்தாலி, தாய்லாந்து ஆகிய நாடுகள் இந்தப் புதிய அரசினை அங்கீகரித்தன. அயர்லாந்து வாழ்த்து அனுப்பியது.

ஜப்பான் அந்தமான் நிக்கோபார் தீவுகளை அந்தப் புதிய அரசுக்கு வழங்கியது. போஸ் அந்தமானுக்கு ஷாகித் என்றும் நிகோபாருக்கு

ஸ்வராஜ் என்றும் பெயர் சூட்டினார். 29 டிசம்பர் 1943 அன்று இந்திய தேசியக் கொடியை ஏற்றினார். பர்மா காட்டில் முகாம் அமைத்தார். டெல்லி நோக்கித் தன் படைகளை நகர்த்தத் திட்டமிட்டார். தன் புதிய அரசுக்குரிய பணம், தபால்தலை போன்றவற்றை வடிவமைத்து அச்சிட்டார். நிர்வாகத்துக்காகப் பல துறைகளை வகுத்தார். பொறுப்புகளைப் பலருக்கும் பகிர்ந்தளித்தார். எல்லாம் தயார். நாடுதான் இல்லை. நாட்டைக் கைப்பற்ற டெல்லி நோக்கி படை புறப்பட்டது.

04 பிப்ரவரி 1944 அன்று இந்திய - பர்மிய எல்லையான சிட்டகாங் என்ற இடத்தில் ஐ.என்.ஏ. தன் முதல் தாக்குதலைத் தொடங்கியது. வெற்றிபெற்றது. பின் இம்பால் நோக்கி நகர்ந்தது. 22 ஏப்ரல் அன்று அங்கு தாக்குதலைத் தொடங்கியது. பிரிட்டிஷ் புதிய முறையில் போரிடத் தொடங்கியதால் ஒரு மாதமாகப் போராடியும் பலனில்லை. இயற்கை எதிரியாக இருந்தது. தளவாடப் பொருள்கள் குறைந்தன. ஆதலால் ஐ.என்.ஏ. படை தளர்ந்தது. 2,20,000 பேரில் 1,30,000 பேரே மிஞ்சினர். ஆனாலும் போஸ் போரை நிறுத்தவில்லை.

பர்மாவில் இருக்க முடியாத சூழ்நிலை உருவானது. இந்திய தேசிய ராணுவம் ஒரு முழுப்பயிற்சி பெற்ற ராணுவமாகவோ அல்லது பிரிட்டிஷாரை எதிர்க்கும் அளவுக்கு ஆயுத பலம் வாய்ந்ததாகவோ உருவெடுக்க முடியவில்லை. இந்தியாவை நோக்கி படைதிரண்டு வந்தவர்களில் பத்து சதவிகிதம் பேரே உயிர் பிழைத்து இந்தியாவுக்குள் வர முடிந்தது. ஆனால் சாதி, மதப் பிரிவினைகளைத் தாண்டி தேசியவாத வேகத்தில் மக்களை இணைப்பதில் இந்திய தேசிய ராணுவம் வெற்றி பெற்றது.

போஸைத் தப்பிச்சென்றுவிடுமாறு ஐ.என்.ஏ. வீரர்கள் கேட்டுக் கொண்டனர். வேறு வழியின்றி போஸ் அதற்கு ஒப்புக்கொண்டார். ஆனால், ஜான்சி படைப்பிரிவை மட்டும் அங்கிருந்து வெளியேற்றிவிட்டு அவர்களுக்குத் தக்க பாதுகாப்பும் நிதியும் வழங்கியபின்பே தாம் வேறு நாட்டுக்குச் செல்வதாகத் தீர்மானித்துக்கொண்டார்.

அவர்களை அழைத்துக்கொண்டு பாங்காக் வந்தார். அவர்களுக்கு நிதியளித்து விடைகொடுத்தார். பின்னர் அவர் சிங்கப்பூர் சென்றார். இந்நிலையில் அமெரிக்காவால் அணு ஆயுத தாக்குதலுக்கு உட்பட்டு ஜப்பான் சரணடைந்தது. ஆதலால் நம்பிக்கை இழந்த போஸ் மனம் தளர்ந்துவிட்டார்.

அங்கிருந்து தன் நண்பர்கள் மூவருடன் 17 ஆகஸ்ட் 1945ஆம் நாள் ஒரு குண்டு வீசும் விமானம்மூலம் பாங்காக் சென்றார். அங்கிருந்து சாய்கோன் சென்றார். பின் வேறு ஒரு விமானத்தின்மூலம் தன்னுடைய

ஒரு நண்பருடன் (ஹபிபூர் ரகுமான்) 18 ஆகஸ்ட் 1945ஆம் நாள் ஹாங்காங் சென்றார்.

போரின் முடிவில் 1945ஆண்டு நவம்பர் மாதம் இந்திய தேசிய ராணுவக் கமாண்டர்கள் மூவர் (பிரேம் குமார் செகல் என்கிற இந்து, ஷா நவாஸ் கான் என்கிற இஸ்லாமியர், குருபக் சிங் தில்லன் என்கிற சீக்கியர்) பிரிட்டிஷ் ராணுவத்தால் ராஜதுரோகக் குற்றத்துக்காக விசாரணைக்குட்படுத்தப்பட்டு ஆயுள் தண்டனையாக நாடுகடத்தப்பட வேண்டும் எனத் தீர்ப்பு வழங்கப்பட்டது.

ஆயுதமேந்தி பிரிட்டிஷாருக்கு எதிராகப் போரிட்ட இந்த மூவரையும் விடுவிக்க முன்வந்த வழக்கறிஞர்களில் ஜவாஹர்லால் நேருவும் இருந்தார். இந்த விசாரணை நடக்க நடக்க, நாடே கொந்தளிக்கத் தொடங்கியது. 1946ஆம் ஆண்டு பிப்ரவரியில் இந்தியக் கடற்படைக் கப்பல்கள் யூனியன் ஜாக் கொடியை இறக்கிவிட்டு, காங்கிரஸ் கொடியை ஏற்றி பம்பாய் கடற்கரையை ரோந்து வரத்தொடங்கின. இந்திய ராணுவம் முதன்முறையாகப் பிரிட்டிஷாருக்கு எதிராகத் திரண்டெழுவது கண்ட பிரிட்டிஷ் தலைமைக் கமாண்டர் ஆஷின்லெக் அவசர அவசரமாக இந்திய தேசிய ராணுவத்தின் மூன்று கமாண்டர் களையும் விடுதலை செய்தார்.

ஷா நவாஸ் கான் ஹிந்தி மொழி நடிகர் ஷாருக்கானின் வளர்ப்புத் தாத்தா ஆவார். அதாவது ஷாருக்கானின் தாயார் லத்தீப் பாத்திமாவை, ஷா நவாஸ் கான் வளர்ப்பு மகளாகத் தத்தெடுத்து வளர்த்தவர். உறவு வகை யில், இஸ்லாமுக்கும், ஷா நவாஸ்கான் தாத்தா முறை. இதனால் இஸ்லா மும், ஷாருக் கானும் கூடத் தூரத்து உறவினர்கள் என்று கூறப்படுகிறது.

ஷா நவாஸ் கான் சுத்தமான இந்தியராக விளங்கியவர். நேதாஜியின் படையில் முக்கியத் தளபதியாகச் செயல்பட்ட அவர் முன்பு பிரிட்டிஷ் இந்திய ராணுவத்தில் பணியாற்றினார். இரண்டாம் உலகப் போரின்போது அவர் படையில் இருந்தார். 1942ஆம் ஆண்டு சிங்கப்பூரை ஜப்பான் படைகள் நாசப்படுத்தியபோது பிடிக்கப்பட்டார் ஷா நவாஸ் கான். பின்னர் அவர் நேதாஜியின் இந்திய தேசிய ராணுவத்தில் இணைந்து மேஜர் ஜெனரலாக உயர்ந்தார். அப்போதைய பர்மாவில் அவர் போரில் பங்கேற்றார். சுதந்தரத்துக்குப் பின்னர் காங்கிரஸ் கட்சியில் இணைந்து நான்கு முறை எம்.பியாக இருந்தார்.

இரண்டு முறை இறந்தார்

18 ஆகஸ்ட் 1945 அன்று ஹாங்காங் செல்லும் வழியில் விமானம் விபத்துக்குள்ளாகி போஸ் இறந்துவிட்டார் என்றன உலகநாடுகள். இது அவரது முதல் இறப்பு.

இந்தியாவில் உத்தரப் பிரதேசத்தில் பைசியாபாத்தில் ஒரு சிறு ஆசிரமம் அமைத்து பகவான்ஜி என்ற பெயரில் அவர் வாழ்ந்து வந்தார். அவ்வப்போது சில நாடுகளுக்கும் சென்றுவந்தார். அவரை சீனாவில் தாம் பார்த்ததாக முத்துராமலிங்கத் தேவர் குறிப்பிட்டுள்ளார். தமது நெருங்கிய வட்டத்துக்குள் மட்டும் அவர் சில உதவிகளைக் கேட்டு வாங்கி வாழ்ந்துவந்தார்.

பகவான்ஜி பார்ப்பதற்கு போஸ் போலவே இருந்தார். போஸ் போலவே பேசினார். அந்த வயதில் அவரது உயரமும் தோற்றமும் ஒத்திருந்தது. நேதாஜியின் குடும்பப் புகைப்படங்களும் அந்தத் துறவி வீட்டில் கிடைக்கப்பெற்றன. பல் இடுக்கும் ஒத்திருந்தது. வயிற்றின் கீழே இருந்த தழும்பும் ஒத்திருந்தது. டீ.லால் என்ற ஆராய்ச்சியாளர் இருவருடைய எழுத்தும் நடையும் ஒத்துள்ளன என்றார். பகவான்ஜி ஒரு வங்காளி. ஆங்கிலம், இந்துஸ்தானி, சமஸ்கிருதம், ஜெர்மன் மொழியில் அவர் புலமை பெற்றிருந்தார். நேதாஜி அணிவது போலவே வட்ட வடிவ மூக்குக் கண்ணாடி அணிந்திருந்தார், தங்க வாட்ச் அணிந் திருந்தார். *(18 ஆகஸ்ட் 1945 அன்று போஸ் மறைந்ததாகச் சொல்லப் பட்ட இடத்தில் அவரது மூக்குக் கண்ணாடியோ, தங்க கடிகாரமோ கிடைக்கப்பெறவில்லை)* நேதாஜியின் பெற்றோரின் அரிய புகைப் படங்கள் மட்டுமல்ல, அவரது தந்தையார் பயன்படுத்திய குடையும் அங்கிருந்தது.

இந்திய தேசிய ராணுவத்தின் உளவுப்பிரிவு தலைவராகச் செயல்பட்ட டாக்டர். பவித்ரா மோகன் ராய், லீலா ராய், சுனில் தாஸ், திரிலோக்நாத் சக்ரவர்த்தி ஆகியோர் இந்தத் துறவியின் சீடர்களாக இருந்தனர். கும்நாமி பாபா என்று அறியப்பட்ட அந்தத் துறவி மர்மயோகியாகவே வாழ்ந்தார். திரைக்குப் பின்னிருந்தே மற்றவர்களைச் சந்தித்தார். வெளியே எங்கும் தலைகாட்டாமல் வாழ்ந்தார். 1985ஆம் ஆண்டு பகவான்ஜி இறந்தார். இது அவரது இரண்டாவது இறப்பு.

அவர் மறைந்தபொழுது அவரே போஸ் என்று செய்திகள் பரவின. உத்தரப் பிரதேச நீதிமன்றம் அவருடைய உடைமைகளை சீல் வைத்து பைசியாபாத் கருவூலத்தில் பாதுகாப்பாக வைக்குமாறு ஆணை யிட்டது. 22 டிசம்பர் 2001ஆம் நாள் முகர்ஜி கமிஷன் பார்வையிடு வதற்காக அந்த சீல் உடைக்கப்பட்டது.

சுபாஷ் சந்திரபோஸின் மரணம் குறித்து பற்பல வதந்திகள் உலவின. பல மர்மங்கள் இன்றும் வெளிச்சத்துக்கு வரவில்லை. சில உதாரணங்கள்.

- தாய்வானின் அதிகாரிகள் விமான விபத்து நடந்ததாகச் சொல்லப் பட்ட தேதியில் அப்படியொரு விபத்து தாய்வானில் நடந்ததாக எந்தவிதப் பதிவும் இல்லை.

- பிரிட்டிஷ் இண்டெலிஜென்சின் ரகசியக்கோப்புகளில் பிரிட்டிஷ் பிரைம் மினிஸ்டர் கிளமெண்ட் அட்லீ 'போஸ் இப்போது எங்கிருக்கிறாரோ அங்கேயே இருக்கட்டும்' என்று 1945ஆம் ஆண்டு அக்டோபர் மாதத்தில் முடிவெடுத்ததாகப் பதியப்பட்டிருக்கிறது.

- சிஐஏ எனப்படும் சென்ட்ரல் இண்டெலிஜென்ஸ் ஏஜென்சி 1950ஆம் ஆண்டு வரையிலும் போஸுக்கான தேடுதல் வேட்டையைத் தொடர்ந்திருக்கிறது. அவர் இறந்ததாகக் கூறிய நிலையில் அவரை ஏன் தேட வேண்டும்?

- 1946ஆம் ஆண்டு கம்யூனிஸ்ட் கட்சியைச் சேர்ந்த கேலாச்சர் என்பவர் ஒரு பொதுமேடையிலேயே அப்போதைய அயர்லாந்து நாட்டின் தலைவர் டிவெலராவை டப்ளின் நகரில் போஸை வரவேற்றதாக விமர்சித்திருக்கிறார். டிவெலராவும் இதற்கு மறுப்பேதும் தெரிவிக்காததைக் கவனத்தில் கொள்ளவேண்டும். அத்தோடு மட்டுமில்லாமல் 1946ஆம் ஆண்டுக்குப் பின் இந்தியாவுக்கு வந்திருந்த டிவெலரா பத்திரிக்கையாளர்களிடம் 'நான் இங்கே போஸை சந்திப்பேன் என்று எதிர்பார்த்து வந்தேன்' என்று தெரிவித்திருக்கிறார்! 1945ஆம் ஆண்டு போஸ் இறந்திருந்தால் 1946ஆம் ஆண்டு டிவெலரா ஏன் அவரைச் சந்திக்க விரும்ப வேண்டும்?

- பிரிட்டிஷ் இண்டெலிஜென்சின் ஒரு ரிப்போர்ட்டில் போஸ் எங்கிருக்கிறார் என்பது நேருவுக்கு மட்டுமே தெரிந்த ரகசியம். அதனால்தான் அவர் வெளியுறவுத்துறையை மட்டும் தனது கட்டுப் பாட்டில் வைத்துக்கொண்டு விஜயலட்சுமி பண்டிட்டை ரஷ்யாவுக்கான இந்தியத் தூதராக நியமித்திருக்கிறார் என்று குறிப்பெழுதப்பட்டிருப்பதாக ஒரு தகவலும் உண்டு.

- ரஷ்யன் கம்யூனிஸ்ட் கட்சியின் புரட்சியாளர் அபானி முகர்ஜி என்பவரின் மகன் கோகா என்பவரை இந்தியத்தூதர் டாக்டர். சத்யநாராயணா சின்ஹா சந்தித்தபோது, அவரிடத்தில் கோகா தனது தந்தையும் போஸும் சைபீரியாவில் சிறைக்கைதிகளாகப் பக்கத்துப் பக்கத்து அறைகளில் அடைக்கப்பட்டிருப்பதாகவும் அங்கே போஸுக்குச் சிறை ரெக்கார்டுகளில் 'கிளாசி மாலங்' என்று பெயரிருப்பதாகவும் தெரிவித்திருக்கிறார். சிறையிலிருந்து போஸ் பலமுறை நேருவுக்குத் தான் இந்தியாவுக்குத் திரும்ப

விரும்புவதாகவும், தன்னை மீட்பதற்கான ஏற்பாடுகளைச் செய்யுமாறும் கடிதம் எழுதியிருக்கிறார்.

- போஸின் இறப்பு மர்மம் குறித்த விசாரணைக்கு இந்திய அரசாங்கத்தால் நியமிக்கப்பட்ட நீதிபதி முகர்ஜி கமிஷனில் நிசாமுதின் என்பவர் அளித்த வாக்குமூலத்தில் விபத்து நடந்ததாகக் கூறப்பட்ட விமானத்தில் கேப்டன் ஏக்ரம், லால்சிங் மற்றும் சில பெங்காலி வீரர்களும் மூன்று ஜப்பானியர்களும் மட்டுமே பயணம் செய்ததாகவும், போஸ் அதிலில்லை என்றும் வாக்குமூலம் அளித்திருக்கிறார்.

- பிரிட்டனில் 25 அக்டோபர் 1945ஆம் நாள் காபினெட் கூட்டம் நடைபெற்றது. பிரதமர் கிளமண்ட அட்லீ தலைமையில் நடந்த அந்தக் கூட்டத்தில் இயற்றப்பட்ட தீர்மானங்கள் முக்கியத்துவம் வாய்ந்தவை. பிரிட்டிஷ் அரசே பதிப்பித்த ஆட்சி மாற்றம் என்ற நூலில் இந்தியாவில் ஒரே எதிரியாக போஸ் வர்ணிக்கப்பட்டார். அவரைக் கைது செய்து இந்தியாவுக்குக் கொண்டுவந்து என்ன தண்டனை அளிப்பது என அமைச்சரவை விவாதித்துள்ளது. ஆக போஸ் இறந்து விட்டது உண்மையாக இருக்குமானால் அவர் இறந்ததாக அறிவிக்கப்பட்ட இரண்டு மாதம் கழித்து பிரிட்டிஷ் அரசின் அமைச்சரவை போஸைக் கைது செய்வது பற்றி எப்படி விவாதித்திருக்கமுடியும்?

- பிரிட்டிஷ் - இந்திய அரசு பிரிட்டனில் உள்ள அரசுக்கு 23 அக்டோபர் 1945 ஆம் நாள் அனுப்பிய கடிதத்தில் போஸைக் கைது செய்தால் நாடே கொந்தளிக்கும் 'அவர் எங்கிருக்கிறாரோ அங்கேயே இருக்கட்டும். அவரை சரணடையுமாறு வற்புறுத்தாதீர்கள்' என்று எழுதி இருந்தது.

- 21 ஜனவரி 1967ஆம் நாள் போஸின் பிறந்த நாள் வருவதற்கு இரண்டு நாள் முன்பே முன்னாள் மத்திய அமைச்சரும் ஜாதவ்பூர் பல்கலைக் கழகப் பேராசிரியருமான சமர் குகா பிறந்த நாள் வாழ்த்து கூறி போஸுக்கு எழுதிய மடலில் சூரியன் உதிப்பதற்காக எல்லோரும் காத்துக் கொண்டுள்ளோம் என அவரின் மீள்வருகை பற்றிச் சூசகமாகக் குறிப்பிட்டார். நேரு 1964ஆம் ஆண்டு மறைந்த பின்னர் போஸ் தன்னை வெளிப்படுத்திக் கொள்ளச் சிந்தித்திருக்கக் கூடும் என்பதற்குப் பேராசிரியரின் கடிதமே சாட்சியமாகும்.

- நேரு, காந்தி, ஜின்னா மூவரும் பிரிட்டிஷ் நீதிபதியிடம் உடன்பாட்டுக்கு வந்து போஸ் இந்தியாவுக்குள் நுழைந்தால் அவரைக் கைது செய்து நீதிமன்றத்தில் ஒப்படைப்போம் என்று

உறுதி அளித்ததாக நீதிபதி கோஸ்லா கமிஷன் முன் போஸின் மெய்க்காப்பளராக இருந்த உஸ்மான் படேல் பிரமாண வாக்குமூலம் அளித்துள்ளார்.

- ஜஸ்டிஸ் முகர்ஜி கமிஷன் அறுபதாண்டு மர்மத்துக்கு முற்றுப்புள்ளி வைத்தது. இந்திய அரசால் நியமிக்கப்பட்ட இந்த நீதி விசாரணைக் கமிஷன் என்ற இடத்தில் 18 ஆகஸ்ட் 1945ஆம் நாள் விமான விபத்து நடக்கவே இல்லை. எனவே, விபத்தால் போஸ் இறந்தார் என்ற பேச்சுக்கே இடமில்லை என்று தீர்ப்பளித்தது.

- 2001ஆம் ஆண்டு இந்துஸ்தான் டைம்ஸ் நாளேடு புலனாய்வு செய்து, ஆகஸ்ட் 18 ஆகஸ்ட் 1945 ஆம் நாள் போஸ் விமான விபத்தில் கொல்லப்பட்டதாக ஜப்பானியர் உதவியுடன் கட்டுக்கதை திட்டமிட்டே கட்டப்பட்டது. பின் தொடரும் நேச நாடுகள் படைகள் பிடியில் இருந்து தப்பிக்கவே இக்கதை கூறப்பட்டது. போஸ் சோவியத் யூனியனுக்குள் சென்றிருக்கலாம் என்று கூறியது.

14

வ.உ.சி : வளமையிலிருந்து வறுமைக்கு

எந்தவொரு இந்திய சுதந்தரப் போராட்டத் தலைவரைப் பற்றிப் பார்ப்பதாக இருந்தாலும் ஓர் அடிப்படைக் கேள்விக்கு முதலில் விடை கண்டுபிடிப்பது அவசியமாகிறது. அவர் மிதவாதியா அல்லது தீவிரவாதியா? மிதவாதிகளைத் தியாகிகள் என்றும் தீவிரவாதிகளை வீரர்கள் என்றும் அழைப்பது இங்கே வழக்கமாக இருக்கிறது. ஏறக்குறைய அனைவரையும் இந்த இரு வகைக்குள் அடக்கிவிடமுடியும் என்றாலும் ஒரு சிலர் விதிவிலக்காகவும் இருக்கின்றனர். அவர்களுள் ஒருவர் வ.உ. சிதம்பரம் பிள்ளை.

பிரிட்டிஷ்காரர்களை விரட்டியடிக்க வ.உ.சி. தேர்ந்தெடுத்தது அமைதிப் பாதையையும் அல்ல ரத்தப் பாதையையும் அல்ல. இரண்டுக்கும் இணையாகச் செல்லும் ஒரு புதுப்பாதை. அது பணப் பாதை.

பெருமளவிலான பணமுதலீட்டில் பிரிட்டிஷாருக்குப் போட்டியாக வணிகம்செய்து, வணிகத்துக்காக இந்தியாவுக்கு வந்த அவர்களை வணிகத்தாலே விரட்டியடிக்கப் பணக்காரரான வ.உ.சி. திட்டமிட்டார். தன்னுடைய பெருஞ்சொத்துகளை விற்றுப் பலவகையில் செயல்பட்டார். பிரிட்டிஷாரைப் பணத்தால் அடித்த வ.உ.சி. ஒரு மிதமான தீவிரவாதி. அதாவது, தியாக வீரர்.

கடல், கப்பல், வாணிபம்

கப்பலைக்கொண்டு கடல்வாணிகம் புரிவதும் கடற்போர் புரிவதும் இந்தியர்களுக்குப் புதிதல்ல. கி.மு.ஏழாம் நூற்றாண்டு முதல் இந்தியர்கள், குறிப்பாகத் தமிழர்கள் கடல் வாணிகத்தில் கொடிகட்டிப்

பறந்தனர். கிழக்கு, மேற்காகச் சில நாடுகளைத் தங்களின் கடல் வாணிபப் பொருள்களுக்கு அடிமையாக்கியிருந்தனர். கடல்வழித் தாக்குதல்களால் பல நாடுகளை வென்றனர். கடம்பர் என்ற கடற்கொள்ளையர்களை (அக்கால மாஃபியா) ஒடுக்கியவர்கள். இதற்கு சங்க இலக்கியங்களில் உள்ள பல பாடல்கள் ஆதாரம்.

பிரிட்டிஷாருக்கு நிகராக வணிகம் செய்து லாபம் ஈட்ட நினைத்த இந்தியப் பணக்காரர்கள் சிலர், பிரிட்டிஷாரைப் போலத் தாமும் கப்பல் கம்பெனி நடத்தத் திட்டமிட்டனர். அவர்களுள் சிலர் சுதேசி சிந்தனையாளர்களாகவும் இருந்தனர்.

1884ஆம் ஆண்டு வங்கத்தில் தொடங்கப்பட்ட உள்நாட்டு நதிவழி நீராவிக் கப்பல் போக்குவரத்துப் பணி, முதல் சுதேசிக் கப்பலோட்டும் முயற்சியாகும். பிரிட்டிஷார் இந்த முயற்சியைத் தோற்கடித்த பின்னர், 1905ஆம் ஆண்டு சுதேசி இயக்கம் சுடர்விட்டுப் பிரகாசித்தபோது 'பெங்கால் ஸ்டீம் நேவிகேஷன் கம்பெனி' உருவாயிற்று.

1905ஆம் ஆண்டு முதல் 1930ஆம் ஆண்டு வரை சுமார் இருபதுக்கும் மேற்பட்ட சுதேசிக் கப்பல் கம்பெனிகள் இந்தியாவில் உருவாயின. ஆனால் அவை பிரிட்டிஷாரின் சதிச்செயல்களால் செயல்படுத்த முடியாமல் மூடப்பட்டன.

சுதேசிக் கப்பல் கம்பெனி

தூத்துக்குடி முதல் இலங்கை வரையிலான 152 கடல் மைல் தூரத்தைக் கடந்து, கடல்வழி வணிகம் செய்ய உதவும் கப்பல்களை பிரிட்டிஷாரின் இந்தியன் ஸ்டீம் நாவிகேஷன் கம்பெனி இயக்கிவந்தது. அவர்கள் நிர்ணயித்த கட்டணத்தில் விதித்த விதிமுறைகளுக்குக் கட்டுப்பட்டு இந்தியர்கள் கடல்வணிகம் செய்யவேண்டியிருந்தது.

அவர்களுக்குப் போட்டியாகக் கப்பல் கம்பெனி நடத்த இந்தியர்களுள் சிலர் விரும்பினர். அவர்களுள் சிலர் இந்திய விடுதலையை விரும்பிய சுதேசி இயக்கத்தவர்களாகவும் இருந்தனர். அவர்களின் விருப்பம் 1905ஆம் ஆண்டு நிறைவேறியது.

சிவபுரம் நிலக்கிழார் சி.வ. நல்லபெருமாள் பிள்ளை என்பவர் ''சி.வ. கம்பெனி'' என்ற பெயரில் கப்பல் நிறுவனம் ஒன்றைத் தொடங்கினார். தமிழகத்தில் முதல் கப்பல் கம்பெனித் தமிழர் இவர்தான்.

இந்திய வணிகர்கள் சி.வ. கம்பெனிக்கு ஆதரவு அளித்து, பிரிட்டிஷாரின் இந்தியன் ஸ்டீம் நாவிகேஷன் கம்பெனியைப் புறக்கணித்தனர். பிரிட்டிஷார் சதிசெய்து அந்நிறுவனத்தின் குத்தகை ஒப்பந்த காலம்

முடிவடைவதற்குள் முடக்கினர். வெறும் ஏட்டளவில் இம்முயற்சி தொடங்கப்பட்டு நிறுத்தப்பட்டது. இது சுதேசிக் காகிதக் கப்பல்தான். ஆதலால் எளிதில் மூழ்கடிக்கப்பட்டது.

சி.வ. கம்பெனிக்கு ஆதரவு அளித்த இந்திய வணிகர்களை மீண்டும் பிரிட்டிஷ் கம்பெனிக் கப்பல் வழியாக வணிகம் செய்ய பிரிட்டிஷ் அரசு தடைவிதித்தது. இதனால் இந்திய வணிகர்களின் தொழில் பாதித்தது.

அவர்களுக்காக வ.உ.சி. கொழும்பிலுள்ள ஒரு கப்பல் கம்பெனியிட மிருந்து இப்ஸ்விக் என்ற பெரிய கப்பலைக் குத்தகைக்கு வாங்கி தூத்துக்குடிக்குக் கொண்டுவந்தார். இந்தியக் கம்பெனிச் சட்டப்படி சுதேசி கப்பல் கம்பெனி என்ற பெயரில் ஒரு புதிய கப்பல் கம் பெனியை எண் - 4, கடற்கரை சாலை, தூத்துக்குடி என்ற முகவரியில் 16 அக்டோபர் 1906 அன்று பதிவுசெய்தார். இவர்தான் கப்பலோட்டிய அல்லது கப்பல்கள் ஓட்டிய முதல் தமிழர் என்று கூறலாம்.

வ.உ.சி.யின் சுதேசி கப்பல் கம்பெனி பற்றி அறிந்து பால கங்காதர திலகர், 'திருநெல்வேலியில் உத்தம தேசாபிமானியாகிய சிதம்பரம் பிள்ளை, தூத்துக்குடிக்கும் சிலோனுக்கும் சுதேசிக் கப்பல் போக்குவரத்து ஸ்தாபித்திருப்பது சுதேசியத்துக்கு அவர் செய்திருக்கும் பெரும் பணிவிடையாகும்' என்று பாராட்டியதை 24 அக்டோபர் அன்று சுதேசமித்திரன் இதழ் பதிவு செய்தது.

சொந்த கம்பெனியில் குத்தகைக் கப்பல்

கூடுதலாக ஒரு கப்பல் தேவைப்பட்டதால் வ.உ.சி. வேறு இடத்தில் ஒரு கப்பலைக் குத்தகைக்கு வாங்க நினைத்தார். பம்பாயில் எஸ்ஸிஜி டாஜ்பாயி என்பவர் ஷாலைன் ஸ்டீமர்ஸ் என்ற கப்பல் கம்பெனி நடத்திவந்தார். அவரிடமிருந்து சூசான் என்ற கப்பலைக் குத்தகைக்கு வாங்கி, அதனைத் தூத்துக்குடிக்குக் கொண்டுவந்தார். ஆனால், பிரிட்டிஷார் பம்பாயில் எஸ்ஸிஜி டாஜ்பாயியை மிரட்டி குத்தகையை ரத்துசெய்யவைத்து கப்பலைத் திரும்பப்பெற வைத்தனர்.

குத்தகைக் கப்பல் முறை இனி சரிவராது என்று கருதிய வ.உ.சி. சொந்தக்கப்பல் வாங்கத் தீர்மானித்தார். பத்து லட்சம் ரூபாய் திரட்டி னால் அது சாத்தியப்படும் என்று உணர்ந்த வ.உ.சி. சுதேசி கப்பல் கம்பெனியினர் பங்கு ஒன்றின் விலை இருபத்தைந்து ரூபாய் என நிர்ணயித்து நாற்பதாயிரம் பங்குகளை விற்கத் திட்டமிட்டார்.

மதுரை நான்காவது தமிழ்ச்சங்கத்தை நிறுவிய பொன். உக்கிர பாண்டியன் என்ற பொன். பாண்டித்துரைத்தேவர் சுதேசி கப்பல்

கம்பெனியில் ஒரு லட்ச ரூபாய் முதலீடு செய்து அதன் தலைவரானார். ஜனாப் ஹாஜி முகம்மது பக்கீர் சேட் இரண்டு லட்ச ரூபாய்க்கான பங்குகளை வாங்கிக் கப்பல் கம்பெனியின் செயலாளரானார்.

வ.உ.சி. தன் சொத்தின் பெரும்பகுதியை விற்று கம்பெனியின் பெரும்பகுதிப் பங்குகளை வாங்கி கம்பெனியின் துணைச் செயலாள ரானார். தூத்துக்குடி வக்கீல் எஸ்.டி. கிருஷ்ண அய்யங்கார் கௌரவச் செயலாளராகவும் சேலம் வக்கீல் சி. விஜயராகவாச்சாரியார், எம். கிருஷ்ணன் நாயர் உள்பட நால்வர் கம்பெனியின் சட்ட ஆலோசகர் களாகவும் தேர்வு செய்யப்பட்டனர். தூத்துக்குடி கோபால் சாமி நாயுடுவும் சி.வ. நல்லபெருமாள் குடும்பத்தினரும் சென்னை மண்டபம் ஸ்ரீநிவாச்சாரியார் குடும்பத்தினரும் தென்னாப்பிரிக்காவில் வசித்துவந்த எஸ். வேதமூர்த்தி முதலியாரும் பங்குளை வாங்கினர். சென்னை, மதுரை, ராமநாதபுரம், திருநெல்வேலி பகுதியைச் சேர்ந்த பலரும் பங்குகளை வாங்கினர்.

சி.வ. நல்லபெருமாள் பிள்ளை, கொழும்பு எம்.எம். சையத் இப்ராஹிம், வைத்தீஸ்வரன் கோயில் எ. சோலைமலைத்தேவர், சீர்காழி முத்துச்சாமி செட்டியார் முதலான 31பேர் கம்பெனி டைரக்டர் குழுவில் இருந்தனர்.

புதிய கப்பலை வாங்கும் வரை கம்பெனியைச் செயல் படுத்தவேண்டியுள்ளதால் வ.உ.சி. மாங்கு சீட்டன் என்ற கப்பலை வாடகைக்கு வாங்கி கடல்போக்குவரத்தைத் தொடங்கினார். பால கங்காதர திலகரின் உதவியுடன் மேலும் ஒரு கப்பலை ஏற்பாடு செய்து கப்பல் சரக்குப் போக்குவரத்தைத் தொடங்கினார். வ.உ.சி. இயக்கிய கப்பல் நிறுவனத்தால் பிரிட்டிஷ் நிறுவனத்துக்கு மாதத்துக்கு ரூ. 40,000 வரை நஷ்டம் ஏற்பட்டது.

பிரிட்டிஷார் தங்களின் கப்பல் சரக்குப் போக்குவரத்துக் கட்டணத்தைக் குறைத்தனர். மலிவுவிலையை விரும்பும் தமிழர்கள் அன்றும் இருந்ததால் வ.உ.சி.யின் கப்பலுக்குச் சரக்கு ஏற்றுமதி சற்று குறைந்தது. குறைந்த சரக்கு ஏற்றுமதியோடு வாடகைக் கப்பலை ஓட்டு வது கம்பெனிக்கு நஷ்டத்தை ஏற்படுத்தும் என்பதனை வ.உ.சி. உணர்ந்தார்.

வ.உ.சி. கம்பெனி பங்குகளை அதிக அளவில் விற்று புதிய கப்பல் வாங்கும் திட்டத்துடன் வட இந்தியாவுக்குப் புறப்பட்டார். புறப்படும்முன் 'திரும்பினால் கப்பலுடன் திரும்புவேன், இல்லை யெனில் கடலில் விழுந்து மாண்டு போவேன்' என்று சபதமிட்டார்.

1907ஆம் ஆண்டில் இந்தியாவின் பல இடங்களில் பல பணக்காரர்களைச் சந்தித்து, அவர்களுக்குக் கப்பல் வணிக ஆசையையும் சுதேசி உணர்வையும் ஊட்டித் தன் கப்பல் கம்பெனியின் பங்குதாரர்களாக அவர்களை மாற்றினார்.

வ.உ.சி. பம்பாய் சென்றிருந்தபோது, அவரது மகன் உலகநாதன் நோய் வாய்ப்பட்டு இறந்த செய்தி அவரை எட்டியது. அப்போது வ.உ.சி.யின் மனைவி நிறைமாதக் கர்ப்பிணி. வ.உ.சியை உடனே ஊருக்குத் திரும்புமாறு உறவினர்கள் வலியுறுத்தினர். ஆழ்ந்த கவலைக்குள்ளான வ.உ.சி. தகவல் தந்தவர்களுக்கு ஆறுதல் கூறிவிட்டு, சுதேசிக் கப்பல் பணியை அங்கிருந்தவாறே தொடர்ந்து மேற்கொண்டார்.

1907ஆம் ஆண்டின் மே மாதத்தில் எஸ்.எஸ். காலியோ என்ற கப்பலுடன் தூத்துக்குடி திரும்பினார். அக் கப்பல் 42 முதல் வகுப்பு இருக்கைகள், 24 இரண்டாம் வகுப்பு இருக்கைகள் மற்றும் 1300 சாதாரண இருக்கைகள் ஆகியவற்றைக் கொண்டிருந்தது. 4000 சாக்கு மூட்டைகளை ஏற்றிச் செல்லும் வசதியும் இருந்தது.

இந்த மகிழ்ச்சியை மகாகவி பாரதியார், 'வெகுகாலமாகப் புத்திரப் பேறின்றி அருந்தவம் செய்து வந்த பெண்ணொருத்தி, ஏக காலத்தில் இரண்டு புத்திரர்களைப் பெற்றால் எத்தனை அளவற்ற ஆனந்த மடைவாளோ, அத்தனை ஆனந்தத்தை நமது பொது மாதாவாகிய பாரத தேவியும் இவ்விரண்டு கப்பல்களையும் பெற்றமைக்காக அடைவாளென்பது திண்ணமே. ஸ்ரீ வ.உ.சிதம்பரம் பிள்ளையும், அவருடன் நின்றுதவிய மற்ற நண்பர்களும், தாம் பிறந்து வளர்ந்த தாய் நாட்டிற்குச் செய்ய வேண்டிய கடமைகளைச் செய்து விட்டார்கள்' என்று 15.03.1907 அன்று வெளிவந்த 'இந்தியா' இதழில் செய்தியாக வெளியிட்டார்.

எஸ். வேதமூர்த்தி பிரான்ஸ் நாட்டுக்குச் சென்று 'எஸ். எஸ். லாவோ' என்ற கப்பலை வாங்கி வந்தார். நீராவி இயந்திரம் பொருத்தப்பட்ட இரு படகுகளையும் வ.உ.சி.யின் கப்பல் கம்பெனி வாங்கியது. கம்பெனியில் கப்பல்கள் பெருகின.

பிரிட்டிஷ் கப்பல் நிறுவனம் சுதேசிக் கப்பல் கம்பெனியின் வர்த்தகத்தைப் புயலை எதிர்கொள்ள முடியாமல் பயணிகள் மற்றும் சரக்குப் போக்குவரத்துக் கட்டணத்தைக் குறைக்க முடிவுசெய்து, தூத்துக்குடியிலிருந்து கொழும்பு செல்வதற்கான பயணக் கட்டணத்தைத் தடாலடியாக 16 அணா (ஒரு ரூபாய்) குறைத்தது. போட்டியைச் சமாளிக்க, வ.உ.சி.யும் தன்னுடைய கப்பல் கட்டணத்தை எட்டு அணாவாகக் (50 காசு) குறைத்தார். பிரிட்டிஷ் கப்பல் நிறுவனம்

மக்களையும் சரக்குகளையும் இலவசமாக அழைத்துச் செல்வதாகக் கூறியது. அவர்களின் கப்பல்களில் பயணிப்போருக்கு ஒரு குடையைப் பரிசாக அளித்தது. இவ்வாறு பல சலுகைகளையும் அறிவித்தது.

பிரிட்டிஷ் கப்பல் நிறுவனத்தின் தந்திரம் குறித்து வ.உ.சி. மக்களிடையே 'சுதேசி கப்பல் நிறுவனத்தை அழித்த பிறகு அவர்கள் தங்கள் கட்டணத்தை விருப்பம் போல் ஏற்றிவிடுவார்கள். அப்போது இந்தியர்களால் ஒன்றும் செய்ய இயலாமல் போகும். அதனால் இந்தியர்கள் இலவசப் பயணத்திட்டத்தை நம்பவேண்டாம்' என்று விளக்கினார். மக்கள் வ.உ.சி.யின் கருத்துக்கு உடன்பட்டனர்.

அரசாங்கம் பிரிட்டிஷ் கப்பல் நிறுவனத்துக்குப் பலவிதங்களிலும் உதவி செய்தது. பிரிட்டிஷார் ஆங்கிலேயர்களின் கப்பலில் மட்டுமே பயணம் செய்ய வேண்டும் என்று இந்திய அரசு அதிகாரிகளுக்கு ரகசியக் கடிதம் அனுப்பியது.

சுங்க அதிகாரிகள், மருத்துவர்கள், அரசு அலுவலர்கள் எனப் பலரும் பலவிதமான தொல்லைகள் ஏற்படுத்தினர். இந்தியக் கப்பல் ஆங்கிலேயர்களின் கப்பலுடன் மோத வந்தது என்று நீதிமன்றத்தில் குற்றம் சாட்டப்பட்டு இந்தியக் கப்பலின் போக்குவரத்தைத் தடைப் படுத்தியது. அது பொய்க் குற்றச்சாட்டு என்பதனை வ.உ.சி. நிரூபித்து, இந்தியக் கப்பல் செல்ல அனுமதி பெற்றார்.

சுதேசிக் கப்பல் நிறுவனத்தைவிட்டு விலகினால் ஒரு லட்ச ரூபாய் கொடுப்பதாக வ.உ.சி.யிடம் பிரிட்டிஷ் கப்பல் நிர்வாகம் பேரம் பேசியது. வ.உ.சி. அதற்கு இணங்கவில்லை. பிரிட்டிஷ்காரர்களால் வ.உ.சிக்கு எதிராகக் கடலில் குழிபறிக்க முடியவில்லை. அவர்கள் செய்த சதிகள் சரிப்பட்டுவரவில்லை. தமிழகப் பத்திரிகைகளும் இந்திய மொழிப் பத்திரிகைகளும் வ.உ.சி.யின் கப்பல்போக்குவரத்துச் சாதனையை வியந்து, பாராட்டிச் செய்திகளை வெளியிட்டன.

கடன் கப்பலை முறிக்கும்

தூத்துக்குடி சப்-கலெக்டராக இருந்த ஆஷ்துரை, அவ்வப்போது வ.உ.சியின் கப்பல் கம்பெனியின் அலுவலகத்துக்குச் சென்று, கணக்கு வழக்கு சரியில்லை என்று கூறிச் சோதனை செய்து வந்தார்.

பிரிட்டிஷாரின் விலைக்குறைப்பு மற்றும் விலைஒழிப்புச் சதியால் ஒரு கட்டத்தில் வ.உ.சி.யின் கப்பல்கள் காலியாகத்தான் இலங்கைக்குச் சென்றுவந்தன.

வ.உ.சி. கப்பல் கம்பெனியில் பங்குதாரர்களாக இருந்த அனைவருமே சுதேசி பற்றாளர்கள் அல்ல. அவர்களுள் சிலர் வணிகநோக்கத்துக்

காகவே பங்குதாரர்களாக இருந்தனர். அவர்கள், கப்பல் கம்பெனிக்கு எதிராக பிரிட்டிஷ் ஆட்சியினர் கட்டவிழ்த்துவிட்ட அடக்குமுறையைக் கண்டு அஞ்சினர். தங்களது கம்பெனி நிர்வாகக்குழுக் கூட்டத்தை அவசர அவசரமாகக் கூட்டினர்.

'கம்பெனி திவாலாகாமல் தப்பிக்க வேண்டுமானால் வ.உ.சி. தனது அரசியல் நடவடிக்கையைக் கைவிட வேண்டும்' என்று வலியுறுத்தினர். அவர்கள் கேட்டுக் கொண்டவாறு அரசியலில் இருந்து விலகுவதற்குப் பதிலாக, சுதேசிக் கப்பல் கம்பெனியின் நிர்வாகப் பொறுப்பிலிருந்து உடனடியாக விலகி, அரசியலில் தீவிரமாக ஈடுபட்டார் வ.உ.சி.

நம் குழந்தைகளை நாமே கொன்றோம்

பிரிட்டிஷாரின் விலைக்குறைப்பு உள்ளிட்ட சலுகைகளால் சுதேசிக் கப்பல்கள் கடனில் மூழ்கித் தரைதட்டின. கடனைச் சமாளிக்க முடியாத சுதேசி கப்பல் கம்பெனி நிர்வாகிகள், கப்பல்களை விற்றுவிட முடிவெடுத்தனர். கப்பல்கள் ஏலத்துக்கு வந்தன. அவற்றை பிரிட்டிஷ் கம்பெனியினரே ஏலத்தில் எடுத்தனர்.

இதைக் கேட்டுக் கோபமடைந்த மகாகவி பாரதியார், 'சிதம்பரம், மானம் பெரிது! ஒருசில ஓட்டைக் காசுகளுக்காக எதிரியிடமே அக்கப்பலை விற்றுவிட்டார்களே, பாவிகள்! அதைவிட அதைச் சுக்கல் சுக்கலாக நொறுக்கி, வங்காள விரிகுடாக் கடலில் மிதக்கவிட்டாலாவது என் மனம் ஆறுமே! இந்தச் சில காசுகள் போய்விட்டாலா தமிழ் நாடு அழிந்துவிடும்? பேடிகள்!' என்று ஆவேசத்தோடு எழுதினார்.

ஆனால் வ.உ.சி.யோ, 'அந்தக் கப்பல் கம்பெனி முறிந்து போனாலும், அதனால் தேசத்துக்கு எவ்வித நஷ்டமும் இல்லை. குறைந்த சார்ஜை வசூலித்ததினாலும் கம்பெனிக்கு 15 இலட்சம் ரூபாய் நஷ்டம் ஏற்பட்டது. ஆயினும் அந்தப் பணம் நம்முடைய தேசத்தை விட்டுப் போய்விடவில்லை. நாங்கள் குறைந்த சார்ஜுக்கு விடுவதை உத்தேசித்து பிரிட்டிஷ்காரக் கம்பெனியார்களும் குறைந்த சார்ஜில்விட, ஆரம்பத்தில் அவர்களுக்கு 95 லட்ச ரூபாய் நஷ்டம் ஏற்பட்டது. இந்தப் பணமும் நமது தேசத்தில்தான் இருந்திருக்கிறது. ஆகவே, அந்த கம்பெனி முறிந்து போனாலும் இந்தியாவுக்கு லாபமே தவிர நஷ்டமில்லை' என்று 1919ஆம் ஆண்டு வெளியான சுதேசமித்திரனில் எழுதினார்.

ஆயிரம்தான் இருந்தாலும் கடைசியில் தமிழன் தன் குணத்தைக் காண்பித்துவிட்டான். தன் குழந்தையைத் தானே கொன்ற பழிக்கு

ஆளாகிவிட்டான். இதில் போலி சுதேசிக்காரர்களின் பங்களிப்பு அதிகம். இதனால் வ.உ.சி.க்கு மிஞ்சியது ஒன்றுண்டு. கப்பலோட்டிய தமிழன் என்ற பட்டம். சிலம்புச்செல்வர் மா.பொ.சிவஞானம் முதன் முதலில் வ.உ.சி.யைக் 'கப்பலோட்டிய தமிழன்' என்று குறிப்பிட்டார்.

பருத்தி ஆலை முதலாளி

பிராங் கார்வி என்ற பிரிட்டிஷ்காரர் நெல்லை மாவட்டத்தில் பாபநாசம் அருவி நீரைக்கொண்டு மின் உற்பத்தி செய்யவும் அந்த மின்சக்தியைக் கொண்டு மலையடிவாரத்தில் பருத்தி ஆலை அமைக்கவும் 1883ஆம் ஆண்டு அரசிடம் அனுமதிபெற்றார்.

திட்டமிட்டபடி 1885ஆம் ஆண்டு திருநெல்வேலி மில்ஸ் கம்பெனி லிட் என்ற நிறுவனத்தை 10,000 கதிர்களுடன் தொடங்கினார். மூன்று ஆண்டுகளில் 16,000 கதிர்களைக் கொண்ட நிறுவனமாக வளர்ந்தது.

இதனைத் தொடர்ந்து, 1888ஆம் ஆண்டு தூத்துக்குடி கடற்கரைச் சாலையில் கோரல்மில் என்ற பெயரில் 15 லட்ச ரூபாய் முதலீட்டில் பருத்திஆலையைத் தொடங்கினார். பின்னாளில் இது ஹார்வி மில் என்றானது. இதில் 1800 தமிழகத் தொழிலாளர்கள் பணியாற்றினர்.

குறைந்த ஊதியம், விடுமுறையற்ற வேலை, ரேகை பார்த்து ஒட்டுதல் (அதாவது, கைரேகை தெரியும் வெளிச்சத்தில் வேலையைத் தொடங்கி, கைரேகை மறையும் வெளிச்சத்தில் வேலையை முடித்தல்) என காலை ஆறு மணிமுதல் மாலை ஆறு மணி வரையிலான பணிநேரம், சிறு தவறுகளுக்குப் பெரியளவிலான தண்டனைகள் என அந்த நிறுவனம் தமிழகத் தொழிலாளர்களைக் கீழ்த்தரமாக நடத்தி அதன் வழியாக 60 சதவிகித லாபம் அடைந்துவந்தது.

இவர்களுக்கு உதவுவதற்காகவும் இவர்களுடைய மனத்தில் சுதேசிச் சிந்தனையை விதைப்பதற்காகவும் வ.உ.சி. போராட நினைத்தார். தன் துணைக்கு சுப்பிரமணிய சிவாவையும் பத்மநாப அய்யங்காரையும் வைத்துக்கொண்டு தொழிலாளர்களைத் திரட்டி, 'சுதேசி இயக்கத்தை வெற்றியடையச் செய்யும் எந்த முயற்சியும் தொழிலாளர்கள் கையில்தான் உள்ளது' என்று தொடங்கி, இந்த ஆலையினால் பிரிட்டிஷார் அடையும் லாபம், தொழிலாளர்கள் அடையும் நஷ்டம் போன்றன குறித்து உணர்ச்சிகரமாகப் பேசினார்.

1800 பருத்தி வீரர்கள்

வ.உ.சி.யின் பேச்சில் கவரப்பட்ட 1800 தொழிலாளர்கள் 27 பிப்ரவரி1908 அன்று முழு வேலைநிறுத்தத்தில் ஈடுபட்டனர்.

அதனைத் தொடர்ந்து பொதுக்கூட்டங்கள் நடத்தப்பட்டன. அதனைத் தடைசெய்ய தூத்துக்குடி டிவிஷனல் மாஜிஸ்டிரேட் 144 தடை யுத்தரவைப் பிறப்பித்தார். மாவட்ட ஆட்சித்தலைவர் இருபது காவலர்களையும் இரண்டு அதிகாரிகளையும் திருநெல்வேலியிலிருந்து தூத்துக்குடிக்கு அனுப்பினார். சிவகாசியிலிருந்து முப்பது போலீசார் தூத்துக்குடிக்கு வரவழைக்கப்பட்டனர். ஆனால், பயனில்லை. தொழி லாளர்களின் தளராத முடிவினால் வேலைநிறுத்தம் தொடர்ந்தது.

அவர்களின் குடும்ப உணவுக்காக வ.உ.சி. தன் வீட்டு நகைகளை அடகு வைத்துப் பணம் கொடுத்தார். பல முனைகளிலிருந்து நிதி திரட்டப் பட்டது. அவர் வலிமையால் போராட்டம் வெற்றிகரமாகத் தொடர்ந்தது. இவர்களுக்கு ஆதரவாக மதுரைப் பஞ்சாலைத் தொழிலாளர்களும் வேலை நிறுத்தத்தில் ஈடுபட்டனர்.

வேறு வழியின்றி நிர்வாகம் பணிந்தது. தொழிலாளர்களுக்கு ஊதிய உயர்வளிக்கவும் வேலை நேரத்தைக் குறைக்கவும் வாரத்தில் ஒருநாள் விடுமுறை தரவும் நிர்வாகம் ஒப்புக்கொண்டது. அதனைத் தொடர்ந்து 07 மார்ச் 1908 மதியம் தொழிலாளர்கள் பணிக்குத் திரும்பினர்.

வரலாற்றில் பதிந்த போராட்டம்

அரவிந்தர் வந்தே மாதரம் என்ற ஆங்கில இதழில் 13 மார்ச் 1908 அன்று தூத்துக்குடி வெற்றி என்ற தலைப்பில் இப்போராட்டம் குறித்து எழுதினார். 'வ.உ.சி., சுப்பிரமணிய சிவா போன்ற பொருத்தமான தலைவர்களின் தலைமையில் நடைபெறும் போராட்டம் உறுதி யோடும் கண்ணியத்தோடும் அமைதியான சுய கட்டுப்பாடோடும் நடந்து வருகிறது. இது தொழிலாளர்கள் போராட்டம் மட்டுமின்றி சென்னை மாகாணம் வெளிப்படுத்தும் தேசிய உணர்வே ஆகும். மேலும் இப்போராட்டம் பிரிட்டிஷார் ஆட்சியை அழிக்கும் நோக்கம் கொண்டது.'

ரஷ்ய நாட்டு ஜார் மன்னரின் இந்தியத் தூதராகப் பணியாற்றிய செக்கின் தம் நாட்டுக்கு அனுப்பிய குறிப்பில், 'இது திறமையாக நடத்தப்படும் ஒரு வேலைநிறுத்தப் போராட்டமாகும். வேலை நிறுத்தத்தில் ஈடுபட்டுள்ள தொழிலாளர்களுக்கு வேலைநிறுத்தத்தை நடத்தும் தலைவர்கள் உணவு படைக்க ஏற்பாடு செய்துள்ளனர்' என்று தெரிவித்திருந்தார்.

தொழிலாளர்கள் பொது அரசியலில் வேலை நிறுத்தம் நிகழ்த்தியதில் இந்தியாவிலேயே முதன் முதலில் வெற்றி பெற்ற போராட்டம் என்ற வகையில் இப்போராட்டம் வரலாற்றில் அழுத்தமாகப் பதிவானது.

கொண்டாட்டம் தந்த திண்டாட்டம்

வங்காளத்தில் பிறந்த விபின் சந்திர பால் என்பவர் தமிழகத்தில் வ.உ.சி., பாரதி, சுப்பிரமணிய சிவா ஆகியோருக்குத் துணைநின்றவர். அந்நியத் துணிகளை எரித்தல், சுதேசிச் சிந்தனையை வளர்த்தல் போன்றவை அவரது போதனைகளாக இருந்தன. ஒரு விதவையைத் திருமணம் செய்துகொண்டதற்காகத் தன் குடும்பத்தினரால் வெறுக்கப்பட்டவர். காந்தி காங்கிரஸில் நாயகனாக இடம்பெறும் வரை காங்கிரஸின் தூணாக இருந்தவர். தாம் நடத்திய வந்தே மாதரம் பத்திரிகையில் பணியாற்றிய அரவிந்தர் செய்த புரட்சிக்காக அவரை பிரிட்டிஷ் அரசு கைதுசெய்தது. அரவிந்தருக்கு எதிராகச் சாட்சிசொல்ல விபின் சந்திர பாலரை பிரிட்டிஷ் அரசு கட்டாயப்படுத்தியது. அவர் மறுத்தார். அதற்காக பிரிட்டிஷ் நீதிமன்றம் அவருக்கு ஆறுமாத காலம் சிறைத்தண்டனை விதித்தது.

விபின் சந்திர பாலர் 09 மார்ச் 1908 அன்று விடுதலையானார். அவரது விடுதலை நாளினை 'சுயராஜ்ஜிய தினமாக' வ.உ.சி. அறிவித்தார். தூத்துக்குடியில் ஒரு பொதுக்கூட்டத்துக்கும் விழாவுக்கும் ஏற்பாடு செய்தார். அவ்வாறு கொண்டாடக் கூடாது என்பதற்காக சுப்பிரமணிய சிவா, வ.உ.சி., பத்மநாப ஐயங்கார் ஆகியோருக்கு நெல்லை மாவட்ட ஆட்சியர் விஞ்ச் துரை தடை உத்தரவு பிறப்பித்தார். மூவரும் விஞ்ச் துரையைச் சந்தித்து உரையாடினர். பேச்சுவார்த்தை தோல்வியில் முடிந்தது. மறுநாள் தடையை மீறிப் பொதுக்கூட்டத்தை நடத்தினர்.

கைது - கலவரம் - தண்டனை

தடையை மீறிய குற்றத்துக்காகக் குற்றவியல் சட்டம் 107 இன் கீழ் 12 மார்ச் அன்று மூவரையும் பிரிட்டிஷார் கைதுசெய்து பாளையங் கோட்டைச் சிறைக்குக் கொண்டுசென்றனர். அதனைக் கண்டித்து மக்கள் கொந்தளித்தனர். இதனால் 13 மார்ச் அன்று நெல்லைக் கலவரம் ஏற்பட்டது. பிரிட்டிஷாரின் வேட்டைத் துப்பாக்கிகளால் கலவரம் கட்டுக்குள் வந்தது. கலவரத்தில் காயப்பட்டவர்களை அவர்களுடைய காயத்தையே அடையாளமாகக் கொண்டு கைதுசெய்தனர். திருநெல்வேலி தீயிட்ட கேஸ் என்று தனி நீதி விசாரணை நடத்த பிரிட்டிஷ் அரசு உத்தரவிட்டது.

மக்களைத் தூண்டிவிட்டுக் கலகம் விளைவித்தார் - மாட்சிமைக்குரிய மகாராணியாரின் ஆட்சிக்கு எதிராகக் கலகம் விளைவித்தார் - நாட்டில் அமைதி கெடுவதற்கான வேலைகளில் ஈடுபட்டார் - தீவிர போக்குடைய சுப்ரமணிய சிவாவுக்குத் தங்குவதற்கு இடம் கொடுத்து மக்களிடையே துவேஷம் விளைவித்தார் என்று பொய் வழக்குகள்

போட்டு, துணை நீதிபதி ஈ.ஹெச். வாலஸ் முன்னிலையில் பிரிட்டிஷார் விசாரணையைத் தொடங்கினர். பின்னர் இந்த வழக்கினை ஜில்லா செஷன்ஸ் கோர்ட்டுக்கு மாற்றினர். அங்கு நீதிபதி பின்ஹே 28.03.1908 அன்று விசாரணையைத் தொடங்கினார். ஒருதலைபட்சமான, முறையற்ற விசாரணை நீடித்தது. ஜாமீன் மறுக்கப்பட்டது. மேல்முறையீடுகள் தள்ளுபடியாக்கப்பட்டன. இறுதியில் வ.உ.சி.க்கு மட்டும் ஜாமீன் வழங்க ஏற்பாடானது. ஆனால் வ.உ.சி., 'மற்ற இருவருக்கு ஜாமீன் வழங்குவதாக இருந்தால் மட்டுமே தாம் ஜாமீனில் வெளிவருவேன்' என்று திடமாகக் கூறினார்.

'சிதம்பரம் பிள்ளையின் பிரசங்கத்தையும் பாரதியாரின் பாட்டையும் கேட்டால் செத்த பிணம் உயிர் பெற்று எழும். புரட்சி ஓங்கும். அடிமைப்பட்ட நாடு ஐந்தே நிமிடங்களில் விடுதலை பெறும்' என்ற குறிப்போடு அதனைத் தடுக்கும் பொருட்டே இத்தீர்ப்பு வழங்கப் படுகின்றது என்று கூறி நீதிபதி பின்ஹே 07 ஜூலை 1908 அன்று தீர்ப்பு வழங்கினார். ராஜ துரோகச் செயலுக்கும், நெல்லை கலகத்துக்கும் 20 ஆண்டுகள். அரசியல் சந்நியாசி சுப்ரமணிய சிவாவுக்கு இருப்பிடம் கொடுத்து அரசியல் உரையாற்றவைத்த குற்றத்துக்குக் கூடுதல் 20 ஆண்டுகள். இந்த இரண்டையும் நாடு கடந்த தீவகத்தில் தொடர்ச்சியாக நிறைவு செய்துகொள்ளவேண்டும் என்று உறுதி செய்யப்பட்டது. அப்போது வ.உ.சி.க்கு 35 வயது.

பிரிட்டிஷ் வரலாற்றில் 40 ஆண்டுகள் கடுங்காவல் தண்டனை பெற்ற ஒரே அரசியல் தலைவர் வ.உ.சி.தான். பிரிட்டிஷ் அரசின் இந்திய மந்திரி பொறுப்பிலிருந்த லார்டு மோர்லி, 'ஒரு சாதாரண மேடைப் பேச்சுக்கா 40 ஆண்டு நாடுகடந்த சிறைத்தண்டனை' என்று அதிர்ந்தார்.

தண்டனை புரிந்த குற்றங்கள்

வ.உ.சி.க்கு அளிக்கப்பட்ட தண்டனையைக் கேள்வியுற்றதும் அவரது தம்பி மீனாட்சிசுந்தரம் மனநிலை பாதிக்கப்பட்டு இறக்கும்வரை அவ்வாறே இருந்தார். மூன்று நாள்கள் திருநெல்வேலியில் வன்முறை நிகழ்வுகள் நடைபெற்றன. இரண்டு பிரிட்டிஷ் அதிகாரிகள் காயமடைந்தனர். நான்கு இந்தியர்கள் சுட்டுக் கொலை செய்யப் பட்டனர். மூவர் படுகாயமடைந்தனர். கோரல் மில் தொழிலாளர்கள் வ.உ.சி. சிறையில் இருந்ததால், முறையான தொழிற்சங்கத்தைப் பதிவுசெய்ய முடியாமல் தாங்கள் போராடிப் பெற்ற சலுகைகளை இழந்தனர்.

பாபு ராஜேந்திர பிரசாத் முதல் எளிய தமிழகக் குடிமகன் வரை பலர் விடுதலைப்போராட்டத்தில் இறங்கினர். திருவனந்தபுரப் பள்ளிச்சிறுவன்

செண்பகராமன் பிள்ளை பின்னாளில் தீவிர சுதந்தரப் போராட்ட வீரராக உருவானார். வாஞ்சிநாதன் கலெக்டர் ஆஷ் துரையைக் கொன்றார்.

இவையனைத்தும் வ.உ.சி.க்கு பிரிட்டிஷார் அளித்த 40 ஆண்டு காலத் தண்டனை குறித்த தீர்ப்பின் விளைவுகளே ஆகும்.

சிறையில் அவலவாழ்வு

வ.உ.சி. தன் சிறைவாழ்வு பற்றிச் சுயசரிதையில் குறிப்பிட்டுள்ளார். தமிழில் செய்யுள் நடையில் எழுதப்பெற்ற முதல் சுயசரிதை என்ற பெருமையை இது பெற்றது. அதில், தான் சிறையில் அனுபவித்த வற்றை இவ்வாறு எழுதுகிறார்.

அவன் எனைச் சணல் கிழி யந்திரம் சுற்றெனச்
சுற்றினேன். என்கைத் தோலுரிந் திரத்தம்
கசிந்தது. என்னருங் கண்ணீர் பெருகவே
திங்கட்கிழமை ஜெயிலர் என் கைத்தோல்
உரிந்ததைப் பார்த்தான். உடன் அவன் எண்ணெய்
ஆட்டும் செக்கினை மாட்டிற்குப் பதிலாகப்
பகலெலாம் வெயிலில் நடந்து தள்ளிட அனுப்பினன்
அவனுடை அன்புதான் என்னே!

அந்தமான் சிறையில் இடமில்லாக் காரணத்தால் வ.உ.சி. கோவை சிறைக்கும் சுப்பிரமணிய சிவா திருச்சி சிறைக்கும் அனுப்பப்பட்டனர். வ.உ.சி. சென்னை உயர்நீதிமன்றத்தில் மேல்முறையீடு செய்தார். மறு விசாரணையில் தண்டனை பத்து ஆண்டுகளாக மாற்றப்பட்டது. வ.உ.சி. லண்டனிலுள்ள பிரிவி கவுன்சிலில் அப்பீல் செய்தார். மறு விசாரணையில் தண்டனை ஆறு ஆண்டுகளாக மாற்றப்பட்டது. கோவைச்சிறையிலும் கண்ணனூர் சிறையிலும் தன் தண்டனையை அனுபவித்தார். 27 பவுண்டுகள் (பன்னிரண்டே கால் கிலோ) எடைகுறைந்தார்.

1858 ஆம் ஆண்டு நவம்பர் மாதம் இந்தியாவில் கிழக்கிந்தியக் கம்பெனி ஒழிக்கப்பட்டு இங்கிலாந்து நாட்டின் சொத்தாக இந்தியா மாற்றப்பட்டதை அறிவித்து அரசி விக்டோரியா மகாராணியால் அறிக்கை வெளியிடப்பட்டது. 1908 ஆம் ஆண்டு நவம்பர் மாதம் அவ்வறிக்கையின் 50ஆம் நாள் கொண்டாட்டத்துக்காகச் சிறைக் கைதிகள் அனைவருக்கும் ஆண்டுக்கு ஒரு மாதம் தண்டனை குறைப்பு வழங்கப்பட்டது. அதன்படி வ.உ.சி.க்கு ஆறு மாதங்கள் குறைந்தன.

ஏழாம் எட்வர்ட் இறந்தபின் ஐந்தாம் ஜார்ஜ் மன்னன் பதவியேற்றார். இதற்காக இந்தியக் கைதிகளுக்கு ஆண்டுக்குப் பதினைந்து நாட்கள் வீதம் தண்டனை குறைப்பு வழங்கப்பட்டு அதன்படி வ.உ.சி.க்கு மூன்று மாதங்கள் குறைந்தன.

1911 ஆம் ஆண்டு டிசம்பர் மாதம் ஐந்தாம் ஜார்ஜ் மன்னன் டில்லியில் இந்திய மன்னராகவும் முடிசூடிக்கொண்டார். இந்த விழாவில் கைதிகளுக்கு ஆண்டுக்கு ஒரு மாதம் தண்டனை குறைப்பு வழங்கப் பட்டது. அதன்படி வ.உ.சி.க்கு ஆறு மாதங்கள் குறைந்தன.

1912 ஆம் ஆண்டு ஜனவரி மாதம் சிறைக்கைதிகள் உழைப்புக்காகச் சிறை கண்காணிப்பாளர் வழங்கும் தண்டனைக் குறைப்பாக 92 நாட்கள் வ.உ.சி. தண்டனைக் குறைப்புப் பெற்றார். அது அவருக்கு முழுமையாக வழங்கப்படவில்லை. அவர் சிறையில் குற்றம் புரிந்தார் எனக்கூறி அதில் 37 நாட்கள் குறைக்கப்பெற்று 55 நாள் தண்டனை குறைப்பே வழங்கப்பெற்றது.

மதிப்பீடு

பிறப்பு முதல் வளமாக வாழ்ந்த வ.உ.சி. இளம்வயதில் சுதந்தரப் போராட்டத்தில் ஈடுபட்டு வறுமையில் வீழ்ந்தார். கோடியில் புரண்ட அவர் இந்திய விடுதலைக்காகத் தெருவில் இறங்கிப் போராடித் தெருக்கோடிக்கு வந்தார்.

வ.உ.சி.யின் முன்னோர் வீரபாண்டிய கட்டபொம்மனின் அமைச்சரவை யில் தானாதிபதியாகப் பணியாற்றியவர். சிலர் கவிராயராகத் திகழ்ந்தனர். பிரிட்டிஷாரால் கொலைசெய்யப்பட்ட சுப்பிரமணிய பிள்ளையின் உறவினர். அவர்களின் வழிவந்த வள்ளிநாயகம் பிள்ளையின் மகன் உலகநாதபிள்ளை ஒட்டப்பிடாரத்தில் இரண்டாம் நிலை வழக்கறிஞராகப் பணியாற்றினார். அவருக்கும் பரமாயி அம்மாளுக்கும் மகனாக 05 செப்டெம்பர் 1872 அன்று வ.உ.சி. பிறந்தார்.

வ.உ.சி.யின் உடன்பிறந்தவர்கள் ஆறு பேர். அவர்களுள் நால்வர் ஆண்கள். இரண்டுபேர் பெண்கள். ஆனால், குறுகிய காலத்தில் அவர்களுள் ஐவர் இறந்துவிட்டனர். வ.உ.சி.யுடன் வாழ்ந்தவர் மீனாட்சிசுந்தரம் என்ற அவரது தம்பி மட்டுமே ஆவார். தன் மகனை ஆங்கிலக்கல்வி கற்பதற்காக உலகநாதப்பிள்ளை ஒட்டப்பிடாரத்தில் ஒரு புதிய பள்ளியைத் தொடங்கினார். பின்னர் தூத்துக்குடியில் உயர்நிலைக்கல்வியை முடித்து, திருநெல்வேலியில் மெட்ரிகுலேஷன் தேர்வில் வெற்றிபெற்றார். பின்னர் இவரது இளமைக்குறும்பு தாங்காமல் தந்தையார் கண்டிக்கவே, வீட்டைவிட்டு வெளியேறி சில

நாட்கள் மதுரையில் தங்கினார். பின்னர் ஒட்டப்பிடாரம் வட்டாட்சியர் அலுவலகத்தில் எழுத்தராகப் பணியாற்றினார். பின்னர் சட்டம் பயின்று இரண்டாம் கிரேடு வழக்கறிஞரானார்.

தன் 23ஆம் வயதில் திருச்செந்தூர் சுப்பிரமணிய பிள்ளையின் மகள் வள்ளியம்மையை மணந்தார். அவர் ஆறு ஆண்டுகளுக்குப் பின் இறந்ததும் மீனாட்சியம்மை என்பவரை மறுமணம் செய்துகொண்டார். இத்தம்பதியினருக்கு மகராசன் என்ற உலகநாதன், ஆறுமுகம், சுப்ரமணியன், வாலேஸ்வரன், ஞானவல்லி, ஆனந்த வல்லி, வேதவல்லி, மரகதவல்லி ஆகிய எட்டுக் குழந்தைகள் பிறந்தன.

குற்றவியல் துறையில் நேர்மையான வழக்கறிஞராகப் பணியாற்றி, ஏழை - எளியவர்களுக்கு இலவசமாக வாதாடி நீதியைப் பெற்றுத் தந்தார். தவறான சில அதிகாரிகளுக்கும் காவல்துறையினருக்கும் ஒரு நீதிபதிக்கும் தண்டனை பெற்றுத் தந்தார். இதனால் அவ்வூரில் பணியாற்ற முடியாமல் தூத்துக்குடிக்குச் சென்று வழக்கறிஞர் தொழிலை மேற்கொண்டார்.

இந்திய சேதியக் காங்கிரஸ் உறுப்பினரானார். மதுரையில் நான்காம் தமிழ்ச் சங்கத்தை பாண்டித்துரை தேவர் தொடங்கியபோது அதில் உறுப்பினரானார். சென்னையில் துறவி ராமகிருஷ்ணானந்தரைச் சந்தித்து, ‘மக்களுக்குச் சேவை செய்வதே இறைவனுக்குச் செய்யும் தொண்டு’ என்பதனைப் புரிந்துகொண்டார். தன் வாழ்வில் ஒரு பெரிய மாற்றத்தை எதிர்கொண்டார் அதன்படி செயல்பட்டார்.

வ.உ.சி.க்குப் பல நண்பர்கள் உள்ளனர். அவர்களுள் உயிர் நண்பர்கள் இருவர். ஒருவர் சுப்பிரமணிய சிவா. மற்றொருவர் சுப்பிரமணிய பாரதியார். வ.உ.சி.யின் தந்தையும் பாரதியாரின் தந்தையும் நெருங்கிய நண்பர்கள். அவர்கள் ஒருவர் வீட்டுக்கு ஒருவர் தங்கள் அலுவல் குறித்து வரும்போது சந்திப்பதும் அப்போது வ.உ.சி. யிடம் அவர் தகப்பனார் ‘இவருக்குப் பாரதி என்ற அறிவு சால் மகன் உள்ளான்’ என்றும் பெருமையுடன் கூறுவதைக் கேட்டிருக்கிறார். இது போலவே பாரதியிடமும் அவர் தகப்பனார் ‘உலகனாதன் மகன் நற்பண்புகள் நிறைந்த குழந்தை’ என்று கூறியிருக்கிறார்.

பின்னாளில் சென்னை திருவல்லிக்கேணி மண்டயம் சீனிவாச்சாரியார் வீட்டில் நிகழ்ந்த சந்திப்பில் இவர்களுடைய நட்பு ஆழமடைந்தது. மண்டயம் சீனிவாச்சாரியார் பாரதியை ஆசிரியராகக் கொண்டு நடத்திய பத்திரிகையின் உரிமையாளர். அன்றைய அரசியல் களத்தில் பல நற்பணிகள் செய்து வந்தார். இவரும் சுதேசிக்கப்பலில் பெரும் பணம்

முதலீடு செய்து வ.உ.சியை ஊக்கப்படுத்தியவர். பாரதி தன்னைக் கம்பனாகவும், வ.உ.சி.யைச் சோழ மன்னனாகவுமே அறிவித்தார். வ.உ.சி. பாரதியாரை நேரிலும் தன் சுய சரிதையிலும் தன் மாமனா ராகவே குறிப்பிட்டுள்ளார். 'மாமா அவர்களை நான் சென்னையில் இறுதியாகச் சந்தித்தது அம்பத்தூரில் உள்ள தன் வாடகை வீட்டில்' என்று எழுதியுள்ளார்.

கோவையில் புகழ்பெற்ற வழக்கறிஞராக ஏறத்தாழ 48 ஆண்டுகள் பணிபுரிந்த 'சிவக் கவிமணி' சி.கே.சுப்பிரமணிய முதலியார் பெரிய புராணம் முழுவதற்கும் உரை எழுதி 1954 ஆம் ஆண்டு அரங்கேற்றி யவர். அவரும் வ.உ.சி.யும் நெருங்கிய நண்பர்கள். சி.கே.சுப்பிர மணிய முதலியார் செய்த உதவிகளைக் கருத்தில் கொண்டு வ.உ.சிதம்பரம் பிள்ளை தம் மூன்றாவது மகனுக்கு சுப்பிரமணியன் என்றும், தம் மகளுக்கு சி.கே.சு.வின் மனைவி மீனாட்சி பெயரையும் சூட்டினார்.

திலகரின் சுதேசி முழக்கத்தினால் ஈர்க்கப்பட்ட வ.உ.சி., இந்தியர் களால் இந்தியாவில் தயாராகும் பொருள்களை வாங்குவதற்கும் விற்பதற்கும் சுதேசி பண்டகச் சாலையை நிறுவினார். தூத்துக்குடிக் கடற்கரையில் அந்நியத் துணிகளை எரித்தார். தரும நெசவு சாலை என்ற பெயரில் ஒரு நூற்பாலையை நிறுவினார். சென்னை ஜனசங்கத்தை உருவாக்கினார். இவற்றின் தொடர்ச்சியாக சுதேசிக் கப்பல் கம்பெனி, கோரல் மில் தொழிலாளர் வேலை நிறுத்தத்திற்கு ஒத்துழைப்பு, விபின் சந்திரபாலர் விடுதலைநாள் கொண்டாட்டம் என வ.உ.சி.யின் சுதேசிப் பற்று வளர்ந்தது. பொதுவாழ்வில் அவர் உயர்ந்தார். ஆனால், தன் தனிப்பட்ட வாழ்வில் அவர் சரிந்தார்.

விடுதலைக்குப் பின்னும் தண்டனைகள்

பிரிட்டிஷார் தந்த கடும் தண்டனைகளை அனுபவித்துவிட்டு வெளியில் வர இருந்த வ.உ.சி.க்குத் தமிழக மக்கள் ஒரு பெருந் தண்டனையைத் தரக் காத்திருந்தனர். மரணத்தைவிட, மறக்கப்படுவது கொடிய தண்டனைதானே! அதைத்தான் மக்கள் அவருக்குத் தந்தனர்.

'திருநெல்வேலிக்குள் 1924ஆம் ஆண்டு வரை நுழையக்கூடாது' என்ற நிபந்தனையும் மற்றும் சில நிபந்தனைகளும் விதிக்கப்பெற்று 24 டிசம்பர் 1912 அன்று வ.உ.சி. விடுதலையானார். அவரை வரவேற்க மூவர் மட்டுமே வந்திருந்தனர். அம்மூவர், வ.உ.சி.யின் மனைவி, சுப்பிரமணிய சிவா, வ.உ.சி. குடும்பத்துக்கு உதவிய கணபதியா பிள்ளை. ஆம், அவரைத் தமிழக மக்கள் மறந்துவிட்டனர். வ.உ.சி.க்கு

அது பெரிய அளவில் மனவருத்தத்தை அளித்தது. அவரது வக்கீல் தொழில் லைசன்ஸ் ரத்து செய்யப்பட்டிருந்தது.

கண்ணனூரில் இருந்து சென்னை சிந்தாதிரிப்பேட்டையில் வாடகை வீட்டில் குழந்தைகளுடன் குடியேறினார். வங்கி, மளிகைக் கடை, அரிசிக்கடை, நெய் வியாபாரம் எனப் பல வேலைகளைச் செய்தும் வறுமையில் வாடினார். சென்னையில் இருந்தபோது மயிலாப்பூரிலும் பின்னர் பெரம்பூரிலும் வசித்தார். பல சமயங்களில் கால் நோக சென்னையில் நடந்தே செல்வார். சிறிது காலம் சேலம் மற்றும் கோவையிலும் வாழ்ந்தார்.

'தான் சிறையில் இருந்தாலும் அரசியல் கைதியாக மட்டுமே இருந் தமையால் வழக்கறிஞராகப் பணியாற்ற அனுமதிக்கும்படி' வ.உ.சி அரசாங்கத்திடம் விண்ணப்பித்தார். 1908 ஆம் ஆண்டு திருநெல்வேலி யில் துணை நீதிபதியாக ஈ.எச். வாலஸ் பணியாற்றியிருந்ததால் அவர் வ.உ.சி.யின் நேர்மையையும் திறமையையும் அறிந்திருந்தார். அதனால் அவர் அனுமதி அளித்தார். அவரது அச்செயலுக்கு நன்றி தெரிவிப்பதற் காக அவர் தன் இளைய மகனுக்கு வாலேஸ்வரன் என்று பெயரிட்டார்.

1915 ஆம் ஆண்டு திலகரின் அழைப்பை ஏற்று பூனாவில் அவரை சந்தித்தார். 1920 ஆம் ஆண்டு கல்கத்தாவில் காங்கிரஸ் மாநாடு நடைபெற்றது. வ.உ.சி.ஒரு பிரதிநிதியாக அதில் கலந்து கொண்டார். காந்தியின் வழிமுறைகள் வ.உ.சி.க்குப் பிடிக்கவில்லை. ஆதலால் அரசியலிலிருந்து விலகினார். 1927ஆம் ஆண்டு அவர் காங்கிரஸ் கட்சியில் மீண்டும் இணைந்தார். சேலத்தில் நடந்த மூன்றாவது கட்சி மாநாட்டில் கலந்து கொண்டு தலைமை உரையாற்றினார். கட்சி செயல்பாடுகளில் குறிப்பிடத்தக்க மாற்றங்கள் ஏற்பட்டுள்ளதால் தான் மிகவும் மகிழ்ச்சி அடைவதாகக் கூறினார். ஆனால், சேலம் மாநாட்டுக்குப் பின்னர் மீண்டும் அரசியலைவிட்டு ஒதுங்கினார்.

சிறையிலிருக்கும்போது ஓய்வு நேரத்தில் தமிழ் நூல்களைப் படிப் பதும், அரிய செய்யுள்களுக்கு உரை எழுதுவதுமாக இருந்த அவர், பின்னாளில் தம்மை முழுமையாகத் தமிழ்ப்பணியில் கரைத்துக் கொண்டார். 20 நூல்களை எழுதினார். அதில் ஆறு நூல்கள் மட்டும் வெளிவந்தன. நான்கு நூல்களை மொழிபெயர்த்தார். மூன்று நூல்களுக்கு உரை எழுதினார். ஆறு நூல்களைப் பதிப்பித்தார். மூன்று பத்திரிகைகளை நடத்தினார்.

வ.உ.சி. தான் இறப்பதற்கு 23 நாட்களுக்கு முன் தன் நண்பருக்குக் கடிதம் எழுதினார். அதில் உள்ள தகவல்கள் அதனை ஓர் உயில் என்றே உறுதிசெய்கின்றன.

அன்பார்ந்த ஐயா,

நமஸ்காரம்.

‘எனக்கும் என் குடும்பத்தாருக்கும் கடவுளையும் தங்களையொத்த உண்மைத் தேசாபிமானிகள் சிலரையும் தவிர இவ்வுலகத்தில் வேறு தஞ்சம் ஒருவருக்குளதாக எனக்குத் தெரியவில்லை. நான் இனிமேல் அதிக காலம் ஜீவித்திருப்பேனென்று திடமாக நினைக்க வழியில்லை. எனது குடும்ப நிலைமையையும் தாங்கள் முன்னின்று என் குடும்பத்திற்குச் செய்ய வேண்டிய காரியங்களையும் இதன் கீழ் தங்களுக்குத் தெரிவித்துக்கொள்ளுகிறேன். தாங்கள் கீழ்வரும் காரியங்களைச் செய்து முடித்துக் கொடுத்து என் குடும்பத்தைக் காப் பாற்றியருளும்படியாகத் தங்களைச் சாஷ்டாங்கமாக நமஸ்கரித்துக் கேட்டுக்கொள்கிறேன்.

பம்பாய் எம்பயர் ஆப் இந்தியா அஷ்யூரன்ஸ் கம்பெனியில் ரூபாய் ஆயிரத்திற்கும் ஓரியண்ட்ஸ் லைவ் அஷ்யூரன்ஸ் கம்பெனியில் ரூபாய் ஆயிரத்திற்கும் எனது ஆயுளை இன்சூரன்ஸ் செய்திருக்கி றேன். மேற்படி இரண்டு இன்சூரன்ஸ் தொகைகளைத் தவிர என் பாகத்திற்கு ஒட்டப்பிடாரத்து எனது பெரிய புஞ்சையில் இரண்டு சங்கிலி நிலமும் பதினாறு மரக்கால் நஞ்சையும் அதன் பக்கத்தில் கிணற்றுத் தோட்டம் என்ற ஒரு நிலமும் இருக்கின்றன. இது தவிர ஒட்டப்பிடாரத்தில் கிழ்க்காட்டில் ஒன்றே முக்கால் சங்கிலி புஞ்சை ஒன்றும் முக்கால் சங்கிலி கரிசல் புஞ்சை ஒன்றும் இருக்கின்றன. என் மக்களால் அவ்வளவு தூரத்திலுள்ள அந்த இரண்டு புஞ்சைகளையும் பயிர் செய்துகொள்ள முடியாது. அவற்றை ரூபாய் ஐநூற்றுக்குத் தங்கள் பேருக்குக் கிரயம் செய்து கொடுத்துவிட வேண்டுமென்று நினைத்துக்கொண்டிருக்கிறேன்.

ஒட்டப்பிடாரத்தில் பழைய காரைக்கட்டு மட்டப்படி வீடு ஒன்று இருக்கிறது. அதன் மச்சுக்கட்டைகளெல்லாம் இற்றுப்போய் ஆபத்தான நிலையில் இருக்கின்றது. மேற்படி மச்சைப் பிரித்துத் தாங்கள் புதுப்பித்துக் கொடுக்க வேண்டும். அப்படிச் செய்த பின் என் மனைவி மக்கள் குடியிருந்து வரலாம். ஆத்தூர் பிரமு அம்மாள் ரூபாய் எழுநூற்றைப்பதுக்கு என் மனைவி பேருக்கு ஓர் அடமான தஸ்தாவேஜு எழுதிக் கொடுத்திருக்கிறாள். அடமான சொத்துக்கள் முந்தைய அடமானமான சொத்துக்கள் ரூபாய் இரண்டாயிரத்துக்கு விலைபோகும். என் மனைவி அடமான தஸ்தாவேஜைத் தங்கள் பேருக்கு மேடோவர் வாங்கிக்கொள்க. அதற்கு வசூலாகும் தொகையையும் மேலே கண்ட என் புஞ்சை நிலக்கிரயம் ரூபாய்

ஐநூறும் அவசியமானால் என் மைத்துனர் குடும்பத்திலிருந்து என் குடும்பத்துக்குக் கிடைக்கக் கூடிய ரூபாய் ஆயிரத்து ஐநூறும் நான் தங்களிடம் பற்றி வருகிற தொகைக்கு ஈடு செய்து கொள்க.

இப்பொழுதும் ரூபாய் 200 விலைபோகக்கூடிய சட்டப்புத்தகங்கள் என்னிடமிருக்கின்றன. அவற்றை விற்க வேண்டும்.

தூத்துக்குடி நேஷனல் பாங்க் ஆப் இந்தியா லிமிடெட்டுக்கு ஐந்து மாத வீட்டு வாடகை ரூபாய் நூற்றி முப்பத்தைந்து. தூத்துக்குடி சரோஜினி ஸ்டோர்ஸ் ஜவுளி பாக்கி சுமார் ரூபாய் முப்பது. சில்லரைக் கடன் ரூபாய் அறுபது. வன்னியஞ் செட்டியார் எண்ணெய்க் கடைக்கு சுமார் ரூபாய் முப்பது. சில்லரைக் கடன் ரூபாய் அறுபது. இன்ஸ்பெக்டர் பிள்ளைக்கு ரூபாய் இருபது. சோம்நாத்துக்கு ரூபாய் பதினாறு. வேதவல்லிக்கு ரூபாய் ஐம்பது ஆக மொத்தம் ரூபாய் எண்பத்தி ஆறு.

என் தம்பி மீனாட்சி சுந்தரத்துக்குச் சாப்பாடு கிடைப்பதற்கு ஏற்பாடு செய்ய வேண்டும். இப்போது செய்ய வேண்டிய அவசரக்காரியம் ருதுவாயிருக்கிற என் மக்களிருவரில் மூத்தவளாகிய சௌபாக்கியவதி ஆனந்த வல்லி அம்மாவுக்கு விரைவில் கல்யாணம் செய்து வைக்க வேண்டும். இப்போது சுமார் ரூபாய் ஐநூற்றுக்கு அவளிடத்தில் நகைகள் இருக்கின்றன.'

படிப்போருக்குக் கண்ணீர் மல்கச்செய்யும் இந்த உயில் வ.உ.சி.யை மறந்துவிட்ட தமிழர்களின் கல் நெஞ்சைக் கரைக்கப் பயன்படவில்லை.

1936ஆம் ஆண்டு செப்டெம்பர் மாதம் முதல் நவம்பர் மாதம் வரை வ.உ.சி. மரணப்படுக்கையில் இருந்தார். அப்போது தம்மைப் பார்க்க வருவோரிடம் சைவ, வைணவப் பாடல்களைப் படிக்கச் சொல்லி அவற்றைக் கேட்டுக்கொண்டிருந்தார். வ.உ.சி. சுதந்தர இந்தியாவைக் காண விரும்பினார். 'இரண்டாம் உலகப் போர் மூண்டால் இந்தியா சுதந்தரம் பெறுவது உறுதி' என்று அவர் கூறிவந்தார். 18.11.1936 அன்று பாரதியார் எழுதிய 'எந்தையும் தாயும் மகிழ்ந்து குலாவி இருந்ததுமிந் நாடே!' மற்றும் 'என்று தணியுமெங்கள் சுதந்தர தாகம்' என்ற பாடல் களைப் பாடச்சொல்லிக் கேட்டார். 'சுதந்தரத்தைக் காணக் கொடுத்துவைக்காமல் போனேனே' என்று கூறி உயிர்விட்டார்.

வாரிசுகள் நிலை

வ.உ.சி.யின் மூத்த மகன் ஆறுமுகம் - இவரது மகள் கமலாம்பாள். இவரது கணவர் அருப்புக்கோட்டையைச் சேர்ந்த ஞானவடிவேலு.

முன்னாள் இந்தியக் குடியரசுத் தலைவர் டாக்டர் ராஜேந்திர பிரசாத், ஞானவடிவேலுவுக்குத் தொழிலாளர் நலத்துறையில் பணி வாய்ப்புக்கு ஏற்பாடு செய்தார். ஞானவடிவேலு - கமலாம்பாளின் தம்பதியினரின் மூத்த மகள் தனலெட்சுமி *(52)*. மகன்கள் சங்கரன் *(46)*, ஆறுமுகம் *(40)*, சோமசுந்தரம் *(40)*.

வ.உ.சி.யின் கொள்ளுப் பேத்தி தனலட்சுமி, பேரன் சங்கரன் ஆகியோர் வசிக்க வீடில்லாமல் மதுரை மூன்றுமாவடி சாலையோரத்தில் தங்கி இருந்தனர். தாய் இறந்த நிலையில் தந்தையே இவர்களை வளர்த்துள்ளார். அருப்புக்கோட்டையில் குடும்பக் கோயிலுக்குச் சொந்தமான வீட்டில் வசித்துள்ளனர். அப்போது, பங்காளிகளுக்குள் ஏற்பட்ட சொத்துப் பிரச்னை காரணமாக கல்லூரணி என்ற ஊருக்கு வாடகை வீட்டில் குடிபெயர்ந்தனர்.

இந்நிலையில் தனலெட்சுமி, சங்கரன் ஆகியோருக்குத் திருமணமாகியது. சங்கரன் மதுரை மூன்றுமாவடி சம்பக்குளம் பகுதியில் குடியேறி பெயிண்டிங் தொழில் செய்தார். அவரது சகோதரரான ஆறுமுகமும் உடன் வசித்தார்.

காதல் திருமணம் செய்த தனலட்சுமி கணவரைப் பிரிந்தார். 2003ஆம் ஆண்டு ஞானவடிவேலு இறந்துவிட்டார். ஆறுமுகம் பெயிண்டிங் வேலை செய்தபோது ஏற்பட்ட விபத்தில் மனநலம் பாதிக்கப்பட்டார். இதனால் திருமணமாகவில்லை.

கணவரும் பிரிந்து, ஆதரித்த தந்தையும் இறந்துவிட்டதால், மதுரை வந்த தனலெட்சுமி மூன்றுமாவடிப் பகுதியில் வாடகை வீட்டில் தங்கி முறுக்கு வியாபாரம் செய்தார். ஆனால் சொத்துப் பிரச்னை வழக்கு தொடர்பாக அருப்புக்கோட்டைக்கு அடிக்கடி சென்றதால் வியாபாரத்தைச் சரியாகக் கவனிக்க முடியவில்லை.

மாதாமாதம் வாடகை தராததால் வீட்டைக் காலி செய்துவிட்டனர். தனலெட்சுமியின் சகோதரர் சங்கரனுக்கும் பெயிண்டிங் தொழிலில் போதிய வருவாய் இல்லை. அவராலும் வீட்டு வாடகையைக் கொடுக்க முடியாததால் மனைவியுடன் தகராறு ஏற்பட்டது. அவரது மனைவி குழந்தையுடன் பிரிந்து சென்றுவிட்டார்.

இப்போது தனலெட்சுமியும் அவரது சகோதரர்களும் மூன்றுமாவடி பேருந்து நிலையம் அருகே உள்ள கண்ணன் கருப்பன் ஆஞ்சநேயர் கோயில் வளாகத்தில் தங்கியுள்ளனர்.

சங்கரனும், தனலெட்சுமியும் கிடைக்கும் கூலி வேலைக்குச் சென்று வந்தார். அவரது சகோதரர் ஆறுமுகமும் அவ்வப்போது பெயிண்டிங்

வேலைக்குச் சென்று வந்தார். இவர்களை யாரென்று அப்பகுதியில் உள்ளோருக்குத் தெரியவில்லை.

வெட்டவெளியில் கோயிலுக்கு அருகே விற்பனைக்குக் குவிக்கப் பட்ட மணல், செங்கல் இடையேதான் தனலெட்சுமியும், அவரது சகோதரர்களும் தினமும் இரவில் உறங்குகின்றனர். மழைக்காலத்தில் அங்குள்ள கடைகளின் முன்பகுதியில் தங்கினர். மழை பெய்தால் அன்று இரவு அவர்களுக்குச் சிவராத்திரிதான். சாலையோர வாழ்க்கை; காபி, வடையே காலை உணவு! தெருவோரத்தில் தள்ளுவண்டியில் விற்கப்படும் கேப்பை, கம்பங்கூழே பகலுணவு - எனக் காலம் கழித்தனர்.

வ.உ.சி. வாரிசுகள் என உதவிகேட்டு அதிகாரிகளுக்கு மனு அனுப்பி யும் எதுவும் நடக்கவில்லை என்பதால் வெறுத்துப் போய்விட்ட தனலெட்சுமி விரக்தியுடன் 'ஏதாவது ஓர் இடத்தில் குறைந்த ஊதி யத்திலாவது என்னை வேலைக்குச் சேர்த்துவிட முடியுமா?' என்று பலரிடம் கேட்டுவந்தார்.

இந்நிலையில், தினமணி பத்திரிகை இவரைப் பற்றிய செய்திகளை வெளியிட்டது. உதவும் எண்ணம் கொண்ட சிலர் அவரைத் தேடி வந்தனர். ஆனால், தனலெட்சுமியை உறவினர் ஒருவர் கிருஷ்ணாபுரம் காலனி பகுதிக்கு அழைத்துச் சென்றுவிட்டார். அவரது சகோதரர்களோ எழுந்ததும் கூலி வேலைக்குச் சென்று விட்டனர். இதனால் அவர்களைப் பத்திரிகையாளர்கள், தொலைக்காட்சி செய்தியாளர்கள் மற்றும் உதவிட முன்வந்தோர் யாரும் சந்திக்க முடியவில்லை. மேலும், மாவட்ட நிர்வாகம் சார்பில் வடக்கு சரக தாசில்தார் செல்வராஜ் உள்ளிட்டோர் தனலெட்சுமியை தேடி அலையும் நிலை ஏற்பட்டது.

பின்னர் சங்கரனை மட்டும் மாவட்ட நிர்வாகம் தரப்பில் தாசில்தார் செல்வராஜ் அழைத்துச் சென்றார். அப்போது சங்கரன் தங்களுக்கு வசிக்க வீடும், வாழ்க்கைக்குத் தேவையான பணத்துக்காக நிரந்தர வருவாய் தரும் வேலையும், குடும்ப அட்டையும் வேண்டும் எனக் கோரினார். அவரது கோரிக்கையை முதலமைச்சர் கவனத்துக்குக் கொண்டு சென்று நடவடிக்கை எடுக்கப்படும் என மாவட்ட நிர்வாகம் உறுதியளித்தது.

'தனலெட்சுமிக்கும் அவரது சகோதரர்களுக்கும் அவர்களது விருப்பத்தின் அடிப்படையில் தேவையான வசதிகளைச் செய்துதர உள்ளதாக' அப்போதைய மாவட்ட ஆட்சியர் எஸ்.எஸ். ஜவஹர் தெரிவித்தார். மதுரை பாஜக, விசுவ ஹிந்து பரிஷத் மற்றும் வ.உ.சி.

பேரவை சார்பில் நிதி உதவி செய்ய உள்ளதாக அறிவித்தது. சாத்தூரைச் சேர்ந்த மெட்ரிகுலேஷன் பள்ளி நிர்வாகம் தனலெட்சுமி வாழ்நாள் முழுதும் தங்கி வாழ உறைவிடம், உணவு, உடைகளை இலவசமாக வழங்கப் போவதாக அறிவித்தது.

தமிழ்நாடு காங்கிரஸ் கமிட்டியின் முன்னாள் தலைவர் கே.வி.தங்க பாலு ஆலோசனையின் பேரில் தனலெட்சுமியை மட்டும் காங்கிரசார் சென்னைக்கு அழைத்துச் சென்றனர். தனியார் பலர் உதவிட முன்வந்தாலும் தங்களது வாழ்க்கைக்கு அரசு செய்யும் உதவியையே வ.உ.சி.யின் கொள்ளுப்பேரன் சங்கரன் பெரிதும் எதிர்பார்த்து வருகிறார்.

www.ingramcontent.com/pod-product-compliance
Lightning Source LLC
LaVergne TN
LVHW090352051026
849518LV00006B/2120
* 9 7 8 9 3 5 1 3 5 1 7 7 1 *